பௌத்த தருமம்

ஆசிரியர்

ப.ராமஸ்வாமி

MALAR BOOKS

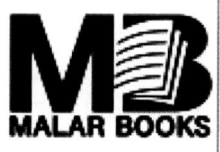

பௌத்த தருமம்

ஆசிரியர் : ப. ராமஸ்வாமி
முதல் பதிப்பு: நவம்பர் 2022
வெளியீடு : மலர் புக்ஸ்
விற்பனை உரிமை: பரிசல் புத்தக நிலையம்
235, P-பிளாக், MMDA காலனி
அரும்பாக்கம், சென்னை - 600 106
பேச: 9382853646, 8825767500
மின்னஞ்சல்: parisalbooks2021@gmail.com
பக்க வடிவமைப்பு: யு.நிலா
அச்சாக்கம்: காம்யூ பிரிண்டர்ஸ், சென்னை
பக்கம்: 228
விலை: ரூ 230

BOUDDHA DHARMAM

Author : **P. Ramaswamy**
First Edition: November 2022
Published by: Malar Books
Office : Parisal Putthaga Nilayam
No.235, P-Block, MMDA Colony
Arumbakkam, Chennai - 600 106
Mobile: 93828 53646
E-mail: parisalbooks2021@gmail.com
Designed by: Y.Nila
Printed at: Comu Printers, Chennai
ISBN: 978-93-91947-27-9
Pages: 228
Price: 230

ப. ராமஸ்வாமி

இந்திய தேசிய விடுதலைப்போராட்டத்தில் பங்குபெற்றுச் சிறைக்குச் சென்றவர். 1930களில் திருச்சி சிறையில் இருந்திருக்கிறார். அப்போதுதான் அவர் "தான்பிரீன்" (கோவை, விடியல் பதிப்பகம் இந்நூலை வெளியிட்டுள்ளது) நூலை எழுதியுள்ளார். மேலும் இவர் 1946 இல், மாக்சிம் கார்க்கியின் 'அன்னை' (ஸ்டார் பிரசுரம்) நாவலையும் மொழி பெயர்த்துள்ளார், போதிமாதவன், புத்தர் போதனைகள், புத்தஞாயிறு, தம்மபதம் ஆகிய நூல்களையும் எழுதியுள்ளார். மனித விடுதலை அல்லது விமோசனம் குறித்து ஆழ்ந்து சிந்தித்தவர், செயல்பட்டவர் என்பது அவருடைய நூல்களிலிருந்து புரிந்து கொள்ள முடிகிறது.

ஹிரகவா அகிரா [Hirakawa Akira பி. 1915]

டோக்கியோ பல்கலைக்கழகத்தில் Emeritus of Indian Philosophy துறைப் பேராசிரியராக இருக்கிறார். இவர் இன்றைய ஜப்பானில் இந்திய புத்த சமய ஆய்வுதுறையில் பெரும் அறிஞராகத் திகழ்கிறார். இருபதுக்கும் மேற்பட்ட நூல்களையும், 240க்கும் அதிகமான விமர்சன, ஆய்வு கட்டுரைகளையும் எழுதியுள்ளார். பிக்குகளின் ஒழுக்கக் கொள்கைகள் பற்றியும் மகாயான புத்தம் பற்றியும் இவரது ஆய்வுகள் மிக முக்கியமானவையாகும்.

சிறப்புக் கட்டுரைகள்

இந்திய புத்தமதத்தின் சிறப்பு அம்சங்கள்

ஹிரகவா அகிரா
தமிழில் : லதா ராமகிருஷ்ணன்

பௌளத்தம் என்ற ஒன்று இந்தியாவில் தோன்றி, வளர்ந்தது என்ற காரணத்தால், அதை விவரிக்க 'இந்திய' என்ற அடைமொழியைப் பயன்படுத்துவது அவசியமற்றதாகத் தோன்றலாம். பௌத்த மதம் இந்தியாவைத் தாண்டி தென்கிழக்கு ஆசியா, திபெத், சீனா, ஜப்பான், மற்றும் பிற நாடுகளுக்குப் பரவிய போது, ஒவ்வொரு பகுதியிலும் பௌத்த மதத்தின் குறிப்பிட்ட சில அம்சங்களுக்கு அதிக அழுத்தம் தரப்பட்டது. இதன் விளைவாக, பௌத்த மதம் குறித்த பரந்துபட்ட அளவிலான பலதரப்பட்டப் பொருள் விளக்கங்களும், செயல்முறைகளும் புழங்கி வரலாயின. பௌத்தமதம் ஒவ்வொரு பகுதியைச் சார்ந்த மக்களின் தேவைகளை நேர்கொள்ளும் விதமாய் நெகிழ்தன்மை கூடியதாக்கப்பட்டது. இதன்காரணமாக பௌத்த மதம் குறித்த பொருள் விளக்கங்களில் பெரிய அளவிலான வித்தியாசங்கள் தோன்றின. இந்திய பௌத்தமும் மற்ற பிராந்தியங்களில் வலியுறுத்தப் படாத பல பிரத்யேக குணாம் சங்களைக் கொண்டிருந்தது. இவ்விதமாய், 'இந்திய பௌத்தம்' என்ற சொற்றொடர், மற்ற நாடுகளிலான பௌத்த மதத்திலிருந்து இந்தியாவிலுள்ள பௌத்த மதத்தைத் தனிப்படுத்திக் காட்ட பரவலாக இன்று பயன்படுத்தப்பட்டு வருகிறது.

இந்திய பௌத்த மதத்தை சீனா மற்றும் ஜப்பானில் நிலவும் பௌத்த மதத்தோடு ஒப்பிட்டுப் பார்க்கையில்

தட்பவெப்பம், மற்றும் பூகோள ரீதியான வேறுபாடுகள் மதரீதியான வழிமுறைகள், செயல்பாடுகளைப் பாதிப்பதைக் காணமுடிகிறது; வழி முறைகளிலான இந்த 'சூழ்நிலைக் கேற்றபடியான மாற்றங்கள் பௌத்தமத போதனைகள், கோட்பாடுகளில் மாற்றங்களைக் கொண்டு வந்தன. இதற்கு மாறாய், தேரவாத பௌத்தமதத்தைப் பின்பற்றும் நாடுகள் - இலங்கை, பர்மா, தாய்லாந்து போன்றவை, சீனா, ஜப்பானில் நிலவுவதைக் காட்டிலும் இந்தியாவில் நிலவும் தட்பவெப்ப நிலைகள் மற்றும் நிலவியல்களையே அதிகம் ஒத்திருப்பதாகக் காணப்படுகின்றன. இதன் விளைவாய், தேரவாத மத வழிமுறைகளும், செயல்பாடுகளும் கிழக்கு ஆசிய பௌத்தத்தை விட இந்திய பௌத்தத்திற்கே அதிக நெருக்கமாயிருக் கின்றன.

இந்திய பௌத்தத்தின் வளர்ச்சி மற்றும் பூகோளரீதியான பரவலாக்கம் முதலியவை குறித்த ஒரு சுருக்கமான ஆய்வானது இந்திய பௌத்தத்தின் உலகளாவிய தன்மைகள் மற்றும் தனித்துவம் வாய்ந்த தன்மைகள் குறித்து நிறைய விஷயங்களை எடுத்துக் காட்டுகிறது. கூடவே, அதன் வளர்ச்சி குறித்த ஒரு தெளிவான பார்வையையும் முன்வைக்கிறது. பௌத்த மதம் கி.மு. ஐந்தாம் நூற்றாண்டில் 'சாக்யமுனி' என்பவரால் தோற்றுவிக்கப்பட்டது. சாக்கியமுனிசாக்கிய பழங்குடி இனத்தவர்களின் ஆளுகைக்கு உட்பட்டிருந்த வட இந்தியா மற்றும் நேபாளத்தின் ஒரு பிராந்தியத்தில் பிறந்தவர். ஒரு சமயத் துறவியாகத் தன் வாழ்க்கையை நடத்துவது என்று அவர் முடிவெடுத்த பிறகு, அவர் கங்கை நதிக்குத் தெற்கே, மத்திய இந்தியாவிலிருந்து மகத நாட்டிற்குப் பயணமாகி அங்கே சமயச்சடங்குகளை நிறைவேற்றினார். ஏறத்தாழ முப்பத்தியைந்து வயது இருக்கும் போது சாக்யமுனிக்கு ஞானம் கிடைத்தது. இந்த அனுபவம், புத்த மதத்தின் பிரதான அம்சமானது, 'நிரந்தரமானவனை நோக்கிய ஞான விளக்கம்', என்றும், 'துன்பங்களிலிருந்து விடுதலையடையும் மார்க்கத்தைக் கண்டுபிடித்தல்' எனவும் விவரிக்கப்பட்டது. மனித இனம் பலவகையான துன்பங்களால் பீடிக்கப்பட்டிருந்தாலும்,

அவற்றிற் கெல்லாம் மிக அடிப்படையானது மரணம் பற்றிய பயம். அதுவே சாக்யமுனியை தனது அனுபவத்தை 'மரணத்தை வென்றவன்', 'இறப்பில்லாதவன்' என்ற கோணத்தில் விவரிக்க வைத்தது. எண்பது வயதான சமயம் சாக்யமுனி பௌதிக ரீதியாய் மரணமடைந்து விட்டார் என்றாலும், ஞானவிளக்கம் பற்றிய அவருடைய பிரகடனம் அவருடைய மனம் வாழ்க்கையின் நிரந்தரமான உண்மைகளை உணர்ந்து கொண்டு விட்டது குறித்த அவரது தன்னம்பிக்கையை வெளிப்படுத்தியது. எல்லா மனித வாழ்க்கையிலும் தவிர்க்க முடியாத அம்சமாய் விளங்கும் துயரம் என்பது மனிதனுக்கு என்றும் அலைக்கழிப்பூட்டும் விஷயமாக இருந்து வருகிறது. இந்த பிரசினைக்கு ஒரு தீர்வு அல்லது பதிலாகும் சாக்யமுனியின் கண்டுபிடிப்பு: துன்பத் திலிருந்து விடுதலையடையும் மார்க்கம். அது உலகளாவிய அளவில் ஈர்ப்புடைய அம்சமாக புத்த மதத்தில் விளங்குகிறது. வேறு எந்த குணாம்சங்களையும்விட இந்த அம்சமே இன்றளவும் புத்த மதத்தை உயிர்த்திருக்கச்செய்கிறது.

என்றாலும், இந்தியாவில் புத்த மதம் மறைந்து போய் விட்டது. இந்திய பௌத்த மதத்தின் வரலாற்றைப் பற்றி சுருக்கமாக ஆய்ந்தறிவதன் மூலம் அதன் குறிப்பான சில தனித்தன்மைகளும், கூடவே, அது இந்த நிலத்தில் மறைந்து போய் விட்டதற்கான சில காரணங்களும் நமக்கும் புலனாகும். கி.மு. ஐந்தாம் நூற்றாண்டில் சாக்யமுனி புத்தர் இறந்து போன சமயத்தில் புத்தமத நெறிமுறை என்பது மத்திய இந்தியாவில் சிறு சமயத் துறவிகளடங்கிய சிறு சிறு குழுக்கள் என்ற அளவிலேயே இருந்தது. சாக்யமுனியின் சீடர்களுடைய முயற்சிகளின் பயனாய் பௌத்தம் தெற்கிலும், மேற்கிலும் பரவியது. கி.மு. மூன்றாம் நூற்றாண்டில் அசோக மன்னரின் மதமாற்றத்திற்குப் பின்னர் விரைவில் பௌத்த மதம் இந்தியா முழுமையும் பரப்பப்பட்டது. இந்த சமயநெறியின் வளர்ச்சியும், பௌத்த சமயத் துறவிகளின் எண்ணிக்கையில் அதிகரிப்புமாகச் சேர்ந்து துறவற ஒழுக்க விதிகளைக் கடைப்பிடித்து ஒழுகுவது, மற்றும் பௌத்த நன்னெறிகளை பொருள் பெயர்த்துத் தருவது

முதலான விஷயங்களில் சண்டை சச்சரவுகள் உண்டாயின. ஆரம்பகால பௌத்தம் இரண்டு பிரிவுகளாகப் பிரிந்தது: முற்போக்கான மஹாசங்ககிரி, மற்றும் பழைமை விரும்பியான ஸ்தவிரவாத (P.தேரவாதா). பின்னர், வேறு சில பிரிவுகளும் உண்டாகி பல்வேறு விதமான பௌத்த கோட்பாடுகள் அமலிலிருப்பதாகி, பின், பௌத்தம் தனது பிரிவினைக் காலகட்டத்திற்குள் (நிகாய அல்லது ஹீனயானா) நுழைந்தது.

வெவ்வேறு குழுக்களாகப் பிரிந்திருந்த பௌத்தத்தைக் குறிப்பிடும் பல பண்டைய மூல எழுத்தாக்கங்களில் 'பதினெட்டு பள்ளிகள்' அல்லது 'இருபது பள்ளிகள்' முதலிய சொற்பிரயோகங்கள் காணப்படுகின்றன. என்றாலும் கல்வெட்டுக்களிலிருந்து இருபதுக்கும் மேற்பட்ட பள்ளிகள் அல்லது கோட்பாடுகள் அறியக் கிடைக்கின்றன. இந்த பலதரப்பட்ட பள்ளிகளில் அல்லது வழிமுறைகளில் தேரவாத, சர்வஸ் திவாதா, சவுத்ராந்த்திகா, ஸமாத்தியா (எல்லாமே ஸ்தவிரவாதாவின் வழித்தோன்றல்கள்) மற்றும் மஹாசங்கிகா பள்ளிகள் மிகவும் முக்கியமானவை. பொதுவான காலகட்டத்தின் தொடக்க சமயத்தில் மஹாயான பௌத்தமும் வளர்ச்சியடைய ஆரம்பித்திருந்தது. மஹாயான (சிறந்த வழி) பௌத்தர்கள், நிகாயா பௌத்தத்தை பின்பற்றுவர்களை 'ஹீனயானா' என்று கேலியாகப் பெயரிட்டு அழைத்தனர் (தரங்குறைந்த வழி). ஹீனயானா பௌத்தர்கள் என்ற இகழ்ச்சியான சொற்பிரயோகம் குறிப்பாக சர்வாஸ்திவாதின்களைக் குறிக்க உபயோக்கிப் பட்டது.

கணிசமான எண்ணிக்கையில் பௌத்த சமய வழிமுறைகள் தோன்றி ஒன்றையொன்று கேலி பேசி வந்தாலும் அவையெல்லாம் பௌத்த சமயமாக அங்கீகரிக்கப்பட்டன. பலதரப்பட்ட பொருள் விளக்கங்கள் தொடர்பான இந்த சகிப்புத்தன்மை, தனிநபர்ஞான விளக்கம் பற்றியும், சமய நெறிகளை அவதானிக்கவும், பொருள் பெயர்க்கவும் தனிநபருக்குள்ள சுதந்திரம் குறித்தும் பௌத்தம் முன்வைத்த வலியுறுத்தலை அடிப்படையாகக் கொண்டு அமைந்தது.

வென்-ஷீ-ஷி-லி-வென்ச்சிங் (Wen-Shu-Shih-li-wenching - (T 14: 50 la-b, Manjusripariprocha) வெவ்வேறு கோட்பாடுகள் சாக்யமுனியின் போதனைகளை அவருடைய சீடர்களில் இருபது பேர் வெவ்வேறு விதமாய் பொருள் பெயர்த்துத் தந்ததன் விளைவாய் எழுந்தவை. ஆனால், அப்படி பௌத்த மதத்தைப் பின்பற்றிய ஒவ்வொருவரும்புத்தரின் உண்மையான போதனைகளைப் பெற்றதாகவும், பரப்புவதாகவும் கூறப்பட்டது. 'ஐ-சிங் (I-Ching, 635-713) என்ற, இந்தியா மற்றும் தென்கிழக்கு ஆசியாவில் பயணம் மேற்கொண்ட சீனத்துறவியின் பயண நாட்குறிப்பில் புத்தரின் போதனைகள் பதினெட்டு துண்டங்களக உடைக்கப்பட்டு விட்ட ஒரு தங்கக் கழியாகக் கூறப்படுகிறது. ஒவ்வொரு துண்டமும் மூலாதாரக் கழியின் ஒரு பாகமே என்பதே போல் புத்தரின்போதனைகளும், பௌத்த மதத்தின் மூலதார நன்னெறி முறை பதினெட்டு வெவ்வேறு விதமான கோட்பாடுகளாகவும் வழிமுறைகளாகவும் பின்னபட்ட போதும் அதன் சாரம் மாறாமல் ஒரே மாதிரியாகவே நிலை பெற்றிருந்தது (Nan-hai Chi - Kuei nei-fa chuan, T. 54 : 205c). இதேபோன்ற காணப்படுகின்றன. பௌத்த நெறிப் பள்ளிகள் ஒன்றையொன்று இனங்கண்டு அங்கீகரித்தன. காரணம், அவற்றின் போதனைகள் கண்மூடித்தனமான விசுவாசத்தில் நிறுவப்பட்டவை அல்ல. போதனைகளின் வழியான வேற்றுமைகள் குறித்த சகிப்புத்தன்மை பௌத்தத்தின் மிக உன்னத அம்சங்களில் ஒன்று என்ற போதும் அதன் காரணமாய் பௌத்த சமயத்தில் அதிக அளவு வேற்றுமை கூடிய அபிப்பிராயங்களும், பார்வைகளும் தோன்றி அதன் விளைவாய் அந்த காலகட்டத்தில் இருந்த பிற இந்திய சமயங்களிலிருந்து பௌத்தத்தை தனிப்படுத்திக் காட்டக் கூடிய கோட்பாடு சார்ந்த நிலைப்பாடுகள் பலவீனப்பட்டுப் போயின.

புத்தரின் இறப்பிற்குப் பிறகு ஏறத்தாழ ஐந்நூறு ஆண்டுகள் கழித்து மஹாயானபௌத்தம் உதயமானது, புதியகால கட்டத்தின் தேவைக்கேற்ப எவ்விதம் பௌத்தம் ஆக்கபூர்வமாக எதிர் வினையாற்றியது என்பதற்கு ஒரு நல்ல எடுத்துக்காட்டு.

மஹாயான பௌத்தம் ஆரம்ப கால பௌத்த மதத்தில் இல்லாத பல அம்சங்களை உள்ளடக்கியிருந்தது. இந்தப் புதிய அம்சங்கள் இடம் பெற்றிருப்பதையும் மீறி புத்தருடைய போதனைகளின் மூலதார சாராம்சம் தொடக்ககால மஹாயானத்தில் தொலைந்து போகவில்லை. இன்னும் சொல்லப்போனால், தொடக்க கால மஹாயானர்கள் புத்தரின் போதனையை புதிய காலகட்டத்திற்கு ஏற்றதாக நெகிழ் தன்மை கூடியதாகச் செய்ததன் வழி மீட்டுயிர்ப்பித்தார்கள் எனலாம். என்றபோதும், மேற்குறிப்பிட்ட புதிய அம்சங்கள் அவற்றோடு சில அபாயங்களையும் தங்களுக்குள் ஒளித்துக் கொண்டிருந்தன. காலம் செல்லச் செல்ல பல பௌத்தர்கள் புத்தரின் மூல போதனைகளைவிட பின்னாளில் வந்த புதிய சேர்க்கைகளின் மீதே அதிக ஆர்வம் கொண்டு விளங்கினர்.

மஹாயானபௌத்தத்தில் ஆரம்பத்திலிருந்தே மாயமந்திர அம்சங்கள் முக்கியப் பங்காற்றின. சாதாரண மக்களின் மதரீதியான தேவைகளை நிறைவேற்றும் நோக்கில் மேற்படி அம்சங்கள் முக்கியத்துவம் பெற்றிருக்கக் கூடும். விவேகம் அல்லது ஞானத்தை முழுமையாகப் பெறுவதற்கான சூத்திரங்கள் சில சமயம் மிகச்சிறந்த ஞான மந்திரங்களாக அல்லது மிகச்சிறந்த மந்திர உச்சாடனங்களாக அழைக்கப்பட்டன. அவை அவற்றை பின்பற்றுபவர்களை அந்தப் பிரதியே பாதுகாக்கும் என்று அறிவித்தன. ஃபா - ஹீவா-சாங்கைப் பொறுத்தவரை (Fa-hua ching T 9 :56c - 58 b, சதர்ம புண்டரிக சூத்திரம்)' மீதான நம்பிக்கையும், விசுவாசமும் ஒருவனை எல்லாவிதமான அழிவுகளிலிருந்தும் காப்பாற்ற வல்லது! தாரநி (மாய மந்திர உச்சாடனங்கள்)யின்திறனாற்றல் குறித்தப் பரிந்துரைகள் பல மஹாயான சமய கொள்கை நூல்களில் காணப்படுகின்றன. கடந்து சென்ற நூற்றாண்டுகளில் இந்த மாய மந்திர உச்சாடனங்கள் மஹாயான பௌத்தத்தில் மிக முக்கிய பங்கு வகிக்கத் தொடங்கின. ஆறாம் நூற்றாண்டின் காலத்தில் குழு பௌத்தம் (Esoteric Buddhism) ஒரு தனித்துவம் கூடிய இயக்கமாக உதயமாகி இந்தியாவில் வளர்ச்சியடையத் தொடங்கியிருந்தது.

மறைபொருள் பௌத்தம், நிச்சயமாக பௌத்த எல்லைகளுக்குட்பட்டுத்தான் இருந்தது என்றாலும் அதன் சடங்கு சம்பிரதாயங்கள் இந்துமத வழிமுறைகளிலிருந்து பிரித்தறிய இயலாதவாறு அப்பட்டமாக ஒத்திருந்தன. காலப்போக்கில் குழு (Esoteric) பௌத்தத்திற்கான கொள்கை ரீதியான அடித்தளத்தின் பெரும்பகுதி புறமொதுக்கப்பட்டு அதன் விளைவாய் குழுபௌத்தம் முழுமுற்றாய் இந்து மதத்தோடு இரண்டறக் கலந்து விடுவதாகியது. மாறாக, சீன, ஜப்பானிய, மற்றும், தென்கிழக்கு ஆசிய நாடுகளின் பௌத்தம் இந்தியாவினுடையதை விட்டு விலகிய, வேறுபட்ட பிராந்தியங்கள், கலாச்சாரங்களில் வளர்ச்சியடைந்தன. இதன் விளைவாய் இந்திய பௌத்தத்தின்பல அம்சங்கள் தங்களளவில் சுயமான கலாச்சாரங்களால் எளிதாக உள்வாங்கிக் கொள்ளப் படவில்லை. சொல்லப்போனால், இந்திய பௌத்தத்தின் பல முக்கியமான குணம்சங்கள் பிற நாடுகளில் மிகவும் வெளிப்படையாகப் புலனாகத்தக்க வகையில் இருந்ததன் காரணமாகவே அவை பராமரிக்கப்பட்டன எனலாம். உதாரணமாக, 'ஸ்தூலமின்மை' (nonsubstantiality) குறித்த புத்தரின் போதனைகள் சீன மற்றும் ஜப்பானிய குழு பௌத்த மரபுகளில் இந்துச் சடங்குகள், நடைமுறைகள் இடம் பெறுவதற்கான கொள்கை ரீதியான அடித்தளத்தை வழங்கியதால் இந்த மரபுகள் தங்களுடைய பௌத்தத் தன்மையை எப்போதும் தக்க வைத்துக் கொண்டிருந்தன. என்றாலும், இந்தியாவில் பௌத்தம் அதிக அளவு குழுவாக மாற மாற அது அதிகமான அளவு இந்து மதத்தோடு இரண்டறக் கலப்பதாகி இறுதியில் தனது பௌத்தத் தன்மையை முற்றுமாக இழந்து போனது.

ஆரம்பகால மஹாயான பௌத்தம் பன் முகத்தன்மை கூடிய ஒரு மதமாக விளங்கியது; அதில் அமிதாபா வழிபாடு இடம் பெற்றிருந்தது. கூடவே ப்ரக்ஞாபாரமிதா (Prajnaparemita), லோட்டஸ் (Lotus - சதர்ம புண்டரிகா) மற்றும் அவதாம்ஸகா சூத்திரங்களும் இடம் பெற்றிருந்தன. 'பொதுக் காலகட்டத்'தின் இரண்டாம் நூற்றாண்டு முதல் இந்த கொள்கைகளின்

அடிப்படையிலான கருத்தியல் ரீதியான படைப்பாக்கங்கள் இயற்றப்பட்டன. ஸ்தூலமின்மை என்பது தொடர்பான போதனைகளின் அடிப்படையில் உருவாக்கப்பட்டது. மத்யமிகா பள்ளி. முதலில் 'மத்யமிகா' என்ற பெயர் அந்தப் பள்ளியைக் குறிக்கப் பயன் படுத்தப்படவில்லை. ஏனெனில் அதற்கு எதிரான ஒரு மஹாயான மரபு அவ்வமயம் வழக்கிலில்லை. மத்யமிகா மரபுக்கு ஏறத்தாழ ஒரு நூறாண்டு காலம் கழித்து யோககாரா (Yoga cara) மரபு தோன்றிய பிறகுதான்மத்யமிகா என்ற சொற் பிரயோகம் வழங்கப் படலாயிற்று. யோககாரா மரபு மட்டுமான கருத்தியல் கொள்கைகள் குறித்த திட்டமிட்ட ரீதியான ஆய்வை அடிப்படையாகக் கொண்டு அமைந்ததாகும். அடுத்த சில நூற்றாண்டுகளில் அந்த இரண்டு மரபுகளும் தழைத்திருந்தன.

யோககாரா ஒரு தனியான மரபாக உருவாவதற்கு முன்பே ஆரம்பகால மஹாயான பிரதிகள், கருத்தியலைப்பற்றி மட்டுமே கணக்கில் எடுத்துக் கொண்ட அளவிலும் (விக்னாப்திமாத்ரதா), மற்றும் பௌத்த இயல்பைப் பற்றியும் (ததாகதாகர்பா (tathagatagarbha,- போதிசத்வத்தை உணர்ந்து கொள்வதற்கான திறனாற்றல்) தொகுக்கப்பட்டன. அவற்றுள் ததாகதாகர்பசூத்ரம் (T666-667), ஸ்ரீமாலாதேவீஸிம்ஹ னாத சூத்ரம் (T 310.48, 353) மற்றும் மஹாபரினிர்வாண சூத்ரம் (T 374-375) முதலியவை அடங்கும். காலப்போக்கில் மாத்யமிகா மற்றும் யோககாரா பௌத்தப் பள்ளிகள் வளர்ச்சியடைந்து பரஸ்பரம் ஒன்றின் மீது மற்றொன்று தாக்கம் செலுத்தின. அவ்வாறே 'மறைபொருள் பௌத்தமும்' (Esoteric Buddhism) வளர்ச்சியடைந்தது.

மஹாயான பௌத்தம் மிகவும் செல்வாக்கு பெற்று விளங்கி வந்த காலகட்டத்தில் கூட நிகாய பௌத்தமும் செழித்து வந்தது. இன்னும் சொல்லப் போனால் அந்த இரண்டு இயக்கங்களில் நிகாய பௌத்தம் தான் எப்பொழுதுமே அதிக வலுவானதாகத் திகழ்ந்தது. இந்த விவரம் இந்தியாவிற்கு வந்த சீன யாத்ரிகர்களான ஃபாஹியான் (Fa-h sien - இந்தியாவில், *399 - 414* வரை பயணம் செய்தவர்), யுவான்சுவாங் (Hsuan - tsang 602 - 664), மற்றும் I-சிங் (I - Ching, 635 - 713)

முதலியவர்களின் பயணக்குறிப்புகளிலிருந்து பெறக் கிடைக்கிறது. I-சிங்கின் பயண காலத்தின் போது, நிகாயா மற்றும் மஹாயான பௌத்தத்திற்கு இடையேயான வேற்றுமைகள் முன்பைவிட முனை மழுங்கியதாகி விட்டதோடு அந்த இரண்டு பௌத்தக் கலாச்சாரமும் ஒன்றோடொன்று இணக்கமாகக் கலக்கவும் தொடங்கின. இதன் தொடர்ச்சியாய் ‘மறைபொருள் பௌத்தம்’ பிரசித்தியும், வலுவும்பெற்று, நிகாயா’ மற்றும் ‘மஹாயானா’ ஆகிய இரண்டு பிரிவுகளின் மீதும் தாக்கம் செலுத்தத் தொடங்கியது. இறுதியாக, இந்து மதம் அதிக வலுவடைந்து இஸ்லாமியர்கள் இந்தியாவின்மீது படையெடுத்த பிறகு பௌத்தம் தனது திறனாற்றல், மற்றும் செல்வாக்கின் பெரும் பகுதியை இழந்து விட்டது. பனிரெண்டாம் நூற்றாண்டின் முடிவில் விக்ரமசீல பௌத்த மடம் இஸ்லாமியப் படைகளினால் தீக்கிரையாக்கப்பட்டது. இந்த நிகழ்வு இந்தியாவின் பெரும்பகுதியிலிருந்தும் பௌத்த அமைப்புகள் மறைந்து போவதற்குக் கட்டியங் கூறுவதாய் அமைந்தது. என்றபோதும், பௌத்தம் கிழக்கு வங்காளத்தில் உயிர்த்திருந்தது. அங்கு இன்றளவும் சிறிய எண்ணிக்கையிலான மக்கள் பௌத்த கலாச்சாரத்தைப் பின்பற்றி வருகின்றனர்.

இஸ்லாமியர்களின் படையெடுப்புகளுக்குப் பிறகும் இந்து மதம் வலுகுறையாமலே இருந்தது. ஜைன மதம் கூட, அதைப் பின்பற்று பவர்கள் குறைவான எண்ணிக்கையிலேயே இருந்தார்கள் என்றாலும், வழக்கொழிந்து விடவில்லை. ஆனால், புத்த மதம், ஒரு காலத்தில் அது இந்தியா, நெடுகிலும் பரவியிருந்தது, தாக்கம் செலுத்திக் கொண்டிருந்தது. என்றாலும், மறைந்தொழிந்து விட்டது. மதங்களின் வெவ்வேறு விதமான இருப்புகள், போக்குகளுக்கான காரணங்களைப் பற்றி அவதானிப்பதன் மூலம் இந்திய பௌத்தத்தின் சில குணம்சங்கள் பற்றிய தெளிவு நமக்குக் கிட்டும்.

இந்திய பௌத்தம் ஒரு இறுக்கமான வரையறைகள் கொண்ட பழைமைவாத மறைநெறி சார் நிலைப்பாட்டை நிறுவி, அதிலிருந்து எந்த வழிவிலகலையும் ‘மதத்தை அவமதித்தல்’ என்பதாக திட்டவட்டமாக மறுதலிக்கும் போக்கைக்

கைக்கொள்ளவில்லை. அதன் விளைவாக, பௌத்த சமய நெறிமுறைகள் படிப்படியாக பலவிதமாய் மாறுதலடைந்தன. இந்தியாவில் பௌத்த மதம் வழக்கொழிந்து போனதற்குப் பிரதான காரணம், அதன் மத போதனைகள் குறித்த பல்வேறு விதமான பொருள் பெயர்த்தல்களை அனுமதித்த அதன் நெகிழ்தன்மையாக இருக்கக் கூடும். இந்தக் கண்ணோட்டம், மறைநெறிசார் பல்வகைமை குறித்த சகிப்புத் தன்மை தவறாகப் புரிந்து கொள்ளப்பட்டு விட்டது என்ற அர்த்தத்தில் முன் வைக்கப்படவில்லை. பௌத்த மதத்தைப் புரிந்து கொள்வதற்கான திறனாற்றல்கள் மக்களிடம் வெவ்வேறு அளவில் இருந்தாலும், வரலாற்று ரீதியான சந்தர்ப்ப சூழல்கள் மாறியதாலும் பௌத்த மறைநெறிகள் அதற்கேற்றார்போல் மக்களின் தேவைகளைப் பிரதிபலிப்பது சரியான செயலே என்ற போதும், பௌத்த மதம் இத்தனை எளிதாக வளர்ச்சியடையவும், மாறுதல்களை ஏற்றுக் கொள்ளவும் முடியும் என்கிறபோது அதேயளவு சுலபமாய் பௌத்தம் மறைந்து போவதற்கான சாத்தியப்பாடும் கணக்கிலெடுத்துக் கொள்ளப்பட வேண்டியதுமாகும். ‘மெய்யான பௌத்தத்தின் சரிவு, அல்லது, மறைவு குறித்த கருத்தியல்கள் பௌத்த வரலாற்றில் வெகு சீக்கிரத்திலேயே புழங்க ஆரம்பித்தன. கிழக்கு ஆசியாவிலேயே அப்படிப்புழங்கி வந்த மிக அதிக தாக்கங் கூடிய கருத்தியல் பௌத்த வரலாறை மூன்று காலகட்டங்களாகப் பகுத்தது. ‘மெய்தர்மம்’ ‘போலி தர்மம்’, மற்றும் ‘தர்மத்தின் முடிவு’ என்று.

கொள்கைநெறிகளின் தொகுதியொன்றை முன்வைத்து அவற்றைத் தீவிரமாகவும் வழி விலகாமலும் கடைப்பிடித் தொழுக வேண்டும் என்று வலியுறுத்தாத மதம் பௌத்தம் மட்டுமல்ல. இந்து மதத்திலும் இந்த நெகிழ்தன்மை உண்டு. எடுத்துக்காட்டாக, மிகப் பரவலாக அறியப்பட்ட இந்து நன்னெறி நூல்களில் ஒன்றாகிய பகவத்கீதை பலதரப்பட்ட வாழ்நெறி நிலைப்பாடுகளை அனுமதிக்கிறது. ‘இம்மி பிசகாமல் வகுத்துரைக்கப்பட்டுள்ள விதிகளுக்கு விசுவாசமாக இருக்க வேண்டும்’ என்பதான கட்டளைக் கோரிக்கை இந்து

மதத்தில் அரிதாகவே உள்ளது. இவ்வாறு, வகுத்துரைக்கப்பட்ட விதிமுறைகள், வாழ்நெறிகளின் விஷயத்தில் இறுக்கமான பார்வை கொண்டிருக்காதது மட்டுமே இந்தியாவிலிருந்து பௌத்தம் மறைந்ததற்கான முழுக் காரணமாகி விட முடியாது.

ஒரு நிரந்தரமான, உறுதியான, 'தான்' (ஆத்மன்) என்பது குறித்த பௌத்தத்தின் மறுதலிப்பு, ஆரம்ப கால பௌத்தத்திலிருந்தே மேற்கொள்ளப்பட்டு வந்த ஒரு நிலைப்பாடு, பௌத்த மதத்தின் வீழ்ச்சிக்கு முக்கியமான காரணியாக இருக்கக்கூடும். பௌத்தம் எந்த மதங்களோடெல்லாம் போட்டியிட்டதோ அந்த இந்து மதம், ஜைன மதம், மற்ற பிற சமயார்த்த மரபுகளெல்லாம் ஒரு உறுதியான தான்' என்ற ஒன்றின் இருப்பை வலியுறுத்தித் தமது விவாதங்களை முன்வைத்தன. இதனோடு கூட, ஆத்மன் என்ற ஒன்றின் இருப்பை ஆதரிக்கும் மதக் கோட்பாடுகள் எல்லாம் மறுபிறவி என்பது குறித்த போதனைகளோடு நெருக்கமாகப் பிணைக்கப்பட்டுள்ளன. மறுபிறவி என்ற ஒன்றைப் பற்றிய நம்பிக்கை இந்திய மதக் கோட்பாடுகளின் மிக முக்கியமான விதிகளில் ஒன்றாக இருக்கும் காரணத்தால் பௌத்தர்களும் மறுபிறவி குறித்த விளக்கமளிக்க பல கருத்தியல்களை வளர்த்தெடுக்க வேண்டியது அவசியமாயிற்று. சாக்யமுனி மறுபிறவியை மறுதலிக்கவில்லை என்றாலும்கூட அவர் பிரதானமாக வாழ்க்கையின் துன்பங்களிலிருந்து பெறக் கிடைக்கும் விடுவிப்பைப் பற்றியே அக்கறையும், சிந்தனையும் கொண்டிருந்தார். இருப்பு அல்லது வாழ்க்கை என்பது பிறப்பு இறப்பு என்பதன் சுழற்சிகளை உள்ளடக்கியது எனில் அந்த சுழல்வட்டப்பாதையிலிருந்து விடுதலை பெறுவதே அவருடைய குறிக்கோள். இவ்விதமாய், ஆரம்பகால பௌத்தர்கள் மறுபிறவியைப் பற்றிப் பேச வேண்டிய தேவையை உணரவில்லை. மாறாக, மறுபிறவி தொடர்பான கருத்தியல்கள் பௌத்த மதத்திற்குள் இணைக்கப்பட்டு, பௌத்த மதத்தைக் கடைப்பிடிப்பவர்களின் இறுதி இலக்கு பிறப்பு, இறப்பு ஆகியவற்றின் சுழற்சிகளிலிருந்தான விடுதலையே என்பதாக பொருள் விளக்கம் தரப்பட்டது.

மறுபிறவி என்பது ஒரு மதரீதியான போதனையாக ஏற்றுக் கொள்ளப்பட்டிருந்ததெனில் ஒரு பிறவியிலிருந்து இன்னொரு பிறவிக்கான தொடர்ச்சிக்கு ஏதாவது காரணமாக இருக்க வேண்டியது அவசியமாகிறது. பௌத்தர்கள் ஆத்மன் என்ற ஒன்றின் இருப்பை அங்கீகரிக்கவில்லை என்ற போதிலும், இறுதியில் அவர்கள் மறுபிறவிகள் என்ற சுழற்சிகளின்வழியாய் கடந்து செல்லும் ஏதோ ஒரு பருப்பொருள் அல்லது சக்தியின் இருப்பையும், அத்தகைய ஒன்று ஆத்மன் என்ற ஒன்றின் ஒரு சில செயல்பாடுகளையாவது நிறைவேற்றுகிறது என்பதான கண்ணோட்டத்தையும் ஏற்க வேண்டியதாயிற்று. மஹாயானக் கோட்பாடுகளான புத்த - இயல்பு (ததாகடாகார்பா), மற்றும், 'சேமிப்பிலுள்ள - பிரக்ஞை' (ஆலய விஞ்ஞானா) ஆகியவை அவற்றின் செயல்பாடுகள் சிலவற்றில் ஆத்மனை ஒத்திருக்கின்றன. நிகாயா பௌத்தத்திற்குள், சர்வஸ்திவாதா பள்ளி மனித வாழ்க்கையைக் குறித்த ஒரு திட்டமிட்ட ரீதியிலான இயந்திரத்தனமான விளக்கத்தை வளர்த்தெடுத்ததன் மூலம் ஆத்மன் என்று எதுவும் இல்லை என்று நிரூபிக்க. முற்பட்டது. என்றபோதும், சர்வஸ்திவாதா பள்ளி அதன் பெரும்பகுதி பலத்தை இழந்து போனது. அதற்கு மாறாக, சம்மதீய பள்ளி பின்னாளில் அதிக வலு கூடியதாகியது. ஒரு நிரந்தரமான (நபர்) ஒவ்வொரு தனி மனிதனிலும் இருக்கிறான் என்று அவர்கள் முன்வைத்த வாதத்தின் ஈர்ப்பு சக்தியே இதற்கு முக்கியக் காரணம். யுவான்சுவாங், ஐ-சிங் ஆகிய இருவரின் பயண நாட்குறிப்புகளுமே, ஏழாவது, எட்டாவது நூற்றாண்டுகளின் போது சம்மதீய பள்ளி, சர்வாஸ்திவாதா பள்ளியைவிட அதிக வலுவானதாக இருந்ததைப் புலப்படுத்துகின்றன.

பெருமளவில்துன்பங்கள் நிலவிய காலகட்டத்தின்போது பௌத்தம் உதயமானது. நிலையாமை அல்லது ஸ்தூலமின்மை, உறுதிவாய்ந்த 'தான்' என்ற ஒன்றின் இன்மை குறித்த போதனைகளும் வரலாற்று ரீதியான பௌத்தத்தால் வலியுறுத்தப்பட்டன. என்றாலும் காலப்போக்கில் பௌத்த போதனைகளும் மாற்றமடைந்ததோடு அதன் பிறகு வளர்த்தெடுக்கப்பட்ட

கோட்பாடுகள், மற்ற இந்திய மதங்களில் நிறுவப்பட்டிருந்த ஆத்மன் பற்றிய கோட்பாடுகளோடு ஒத்திருக்கும் அளவில் வடிவமைக்கப்பட்டன. இந்த போதனைகள் வளர்த்தெடுக்கப் பட்டுக்கொண்டு வருகையிலேயே இந்தியாவில் பௌத்த மதம் ஏற்கனவே தனது செல்வாக்கை இழந்து வரத் தொடங்கியாகி விட்டது. இவ்வாறாய் பௌத்தத்தின் மூலதார நிலைப்பாடான ஆத்மன்மறுதலிப்பு' இந்தியாவில் அதனுடைய சரிவிற்கும், வீழ்ச்சிக்கும் இட்டுச் சென்ற முக்கிய சில காரணிகளில் ஒன்றாக இருக்கக் கூடும்.

மறுபிறவி என்பது குறித்த போதனைகளும், கோட்பாடுகளும் இந்திய பௌத்த சிந்தனையின்வளர்ச்சியில் முக்கியப்பங்காற்றின. இதற்கு மாறாக, இந்திய பௌத்தம் சீனாவிலும், ஜப்பானிலும் அறிமுகப்படுத்தப்பட்ட போது, மறுபிறவி என்பது பௌத்தத்தின் ஒரு பகுதியாக ஏற்றுக் கொள்ளப்பட்டு விட்டாலும் கூட கிழக்காசிய பௌத்தத்தின் வளர்ச்சியில் அது முக்கியப் பங்காற்றவில்லை. மரபார்ந்த சீன மற்றும் ஜப்பானிய மக்களின் ஆவிகள் ஆத்மாக்கள் பற்றிய நம்பிக்கைகள் மறுபிறவி, என்ற ஒன்றின் அடிப்படையில் அமைந்ததாய் இருக்கவில்லை. முடிவாக, கீழ்க்காணும் இரண்டு விஷயங்கள் இந்திய பௌத்தத்தின் வளர்ச்சிப் போக்கில் ஊடுபாவாய் அமைந்திருப்பதைக் காணலாம். ஒன்று பௌத்தத்தின் அடிப்படை நோக்கம், மக்களை துன்பங்களி லிருந்து விடுவித்தல் என்ற குறிக்கோள் அதன் முக்கியமான ஈர்ப்பு சக்தி வாய்ந்த அம்சங்களில் ஒன்றாகத் திகழ்கிறது. இரண்டாவது, இந்திய பௌத்தத்தின் வரலாறு என்பது மறுபிறவி என்ற ஒன்றின் இயக்கவிதிகளை விளக்கும் கொள்கை விதிகளின் உருவாக்கத்தோடு பிரிக்க முடியாத அளவு இரண்டறக் கலந்துள்ளது.

இந்திய பௌத்தத்தின் காலகட்டங்கள்

இந்திய பௌத்ததை பின்வரும் ஐந்து காலகட்டங்களாகப் பிரிக்கலாம். (1) ஆரம்ப பௌத்தம் (2) நிகாயா அல்லது

பிரிவுவாதம் (soctarlan) (ஹீனயானா என்று வழங்கப்படுவது) (3) ஆரம்பகால மஹாயானாபௌத்தம் (4) பின்னாளைய மஹாயானபௌத்தம் மற்றும் (5) மறைபொருள் பௌத்தம். இந்த ஐந்து காலகட்டங்களும் அந்தந்த வகை பௌத்த மரபுகள் உதயமான காலவரிசைப்படி ஒழுங்கமைக்கப்பட்டிருக்கிற தென்றாலும் வரலாற்று அடிப்படையுடன் சேர்ந்து பௌத்த மதப் பகுப்புகளின் வகைமையின் அடிப்படையிலும் அவை ஒழுங்கமைக்கப்பட்டுள்ளன.

முதலாவது காலகட்டத்தின் வாதங்களும், கலந்துரையாடல் களும் புத்தருடைய போதனை குறித்த ஒரு தெளிவான விவரிப்பைச் சுற்றிக் குவிமையப்படுத்தப்பட்டிருந்தன. ஆரம்பகால பௌத்தம் பற்றிய சித்திரம் புத்தரின் வாழ்க்கைச் சரிதை குறித்த விவாதமும், ஆரம்பகால பௌத்த சமய நெறிமுறையின் உருவாக்கம் பற்றிய அவதானிப்புகளும் இடம்பெறுவதோடு நிறைவு பெறும். புத்தரின் இறப்பிற்குப் பிறகும் இந்த பௌத்த சமய நெறி தொடர்ந்து வளர்ச்சியடைந்து வந்தது. இந்தக் காலகட்டத்தைப் பற்றி அறிவதற்கான வரலாற்று ரீதியான சான்றுகள் மிகவும் சொற்பமே என்றாலும் இந்த ஆரம்ப பௌத்தத்தின் சமயநெறிக் கோட்பாடுகள் அசோக மன்னரின் ஆட்சிக்காலம் வழியாக பதிவு செய்யப் பட்டுள்ளன. இந்தப் பிரிவில் பௌத்த மதம் பற்றிய அசோகரின் கண்ணோட்டமும் சேர்க்கப்பட்டுள்ளன. ஏனெனில் பல வழிகளில் அவை ஆரம்ப பௌத்தத்தோடு ஒத்திருக்கின்றன.

புத்தரின் மரணத்திற்குப் பிறகு ஏறத்தாழ ஒரு நூற்றாண்டு கழித்து ஆரம்ப பௌத்த நெறி மஹாசங்ககிகா, ஸ்தவிரவாதா என்ற இரு பிரிவுகளாகப் பிரிந்தது. பின்னர், இன்னும் பிற பிரிவுகள், உட்பிரிவுகள் தோன்றின. அதன் விளைவாய் கூடுதலாய் பல கோட்பாடுகள் சமயநெறிகள் சார்பார்வைகள் தோன்றின. பௌத்த வரலாற்றின் இரண்டாம் கட்டம் ஆரம்ப பௌத்த நெறிகளிலிருந்து கிளைபிரிந்த பௌத்தத்தை (நிகாயா) வளர்த்தெடுப்பது குறித்த ஆழ்ந்த அக்கறை கொண்டிருந்தது. அந்த சமயத்தில் பௌத்த சமயநெறி அபிதர்மாதத்துவம் என்ற

பாண்டித்யம் வாய்ந்த கோட்பாட்டின் வளர்ச்சியால் அடையாளப் படுத்தப்பட்டிருந்து. இந்த மரபு ஆரம்பகால பௌத்த மரபிலிருந்து பல வழிகளில் வேறுபட்டிருந்த காரணத்தால் பல அறிஞர்கள் ஆரம்ப, மற்றும், பிரிவினைசார் (Sectarian) பௌத்தங்களுக்கிடையே வேறுபடுத்திப் பார்க்கின்றனர். பிரிவினைசார் (Sectarian) பௌத்தம், ஏறத்தாழ ஓராயிரம் ஆண்டுகள் இந்தியாவில் பிரதான இயங்கு சக்தியாக இருந்து வந்தது என்றாலும் அதனுடைய முக்கிய, கோட்பாட்டளவிலான வளர்ச்சி முதல் மூன்று நூற்றாண்டுகளில், கி.மு. 150க்கும் கி.பி. 150க்கும் இடையிலான காலகட்டத்தில் ஏற்பட்டது.

இருபதுக்கும் மேற்பட்ட பிரிவுகளில் ஸர்வஸ்திவாதா மற்றும் தேரவாதா ஆகிய இரண்டு பௌத்த மதப் பார்வைகள் மட்டுமே இன்று ஓரளவு விரிவாக அறிந்து கொள்ளப்படுகிறது. மற்றப் பிரிவுகளின் போதனைகள், ஒழுக்கநெறிகள் குறித்து வெகு சொற்ப விவரங்களே அறியப்படுகின்றன. காரணம், அவை பற்றிய தகவல்கள் நம்மிடம் அரிதாகவே இருக்கின்றன. ஸௌதாந்திரிகா மற்றும் ஸமீதியா கோட்பாடுகள் பொதுக் காலகட்டத்தின் (கி.பி.) ஆரம்பத்திற்குப் பிறகு தழைத்தோங்கின. இரண்டிற்குமே சீரிய மேம்பாடடைந்த வாழ்நெறி வழிமுறைகள், விதிமுறைகளின் கட்டமைப்புகள் வளர்த்தெடுக்கப் பட்டிருக்க வழியுண்டு என்றாலும் அவற்றைப் பற்றிய விரிவான தகவல்கள் எதுவும் இப்போது கிடைக்கவில்லை. ஐ-சிங் இந்தியாவிற்கு வருவதற்காக காண்டோனிலிருந்து (Canton) 671ல் புறப்பட்ட போது தேரவாதா, ஸர்வஸ்திவாதா, ஸம்மதீயா மற்றும் மஹாசங்கிகா பள்ளிகள் இன்னமும் உயிர்ப்போடு செயல்பட்ட வண்ணமிருந்தன. பின்னர், அவையெல்லாம் படிப்படியாக மஹாயானபௌத்தத்துடன் இரண்டறக் கலந்து கொண்டன. இதனோடு கூட, கிளை பிரிந்த பௌத்தமும், மஹாயான பௌத்தமும் மறைபொருள் பௌதத்தத்தின் தாக்கத்திற்கும் உள்ளாயின. துரதிருஷ்டவசமாக, பிரிவினைவாத பௌத்தத்தின் பிற்பகுதி, வரலாறு பற்றி எதுவும் அறியக் கிடைக்கவில்லை.

மஹாயான சமய நூல்கள் கி.மு. முதலாம் நூற்றாண்டி லிருந்தே வழக்கிலிருந்து வந்தன. இதிலிருந்து, கி.பி. (பொதுக்கால கட்டம் (Commonera) தொடக்க காலத்தில் மஹாயான பௌத்தம் தோன்றியிருக்க வேண்டும் என்பதும், அவ்வமயம் பிரிவினைவாத பௌத்தம் (Sectarian Buddhism) வளர்ச்சிப் போக்கில் இருந்து கொண்டிருக்கவேண்டும் என்பதும் தெரிய வருகிறது. ஆரம்ப கால மஹாயான பௌத்தத்தின் வழி ஒழுகியவர்கள் நிலையாமை அல்லது சூன்யம் பற்றிய போதனைகளைக் கற்றறிவதில் மிகுந்த ஆர்வமாயிருந் தார்கள். ஆரம்ப கால பௌத்த மறைநெறிகளில் நிலையாமை குறித்த கருத்துக்களைக் காணமுடிகிறது என்ற போதும் மஹாயான பௌத்தத்தைப் பின்பற்றி நடந்தவர்கள் இந்தக் கருப்பொருளை ஆரம்ப கால அல்லது நிகாயா பௌத்தத்தில் காணப்படுவதை விட மிக அதிகமான அளவு ஆழமாக வலியுறுத்தி வளர்த்தெடுத்தார்கள்.

மஹாயான பௌத்தர்கள் புத்தரின் வழியே நடக்க முயன்றனர்; எல்லா வழிகளிலும் புத்தரைப் பின்பற்றப் புகுந்தனர்; அதே பாதையில் சென்று புத்தர் அடைந்த போதி சத்வ நிலையை, அடைந்த அதே உயர்நிலையை எட்டி, மற்றெல்லா உயிர்களையும் புரந்து காக்கப் பாடுபடுவது என்பதாய் புத்தரின் அடியொற்றி நடந்தனர். மஹாயானர்கள் பிரிவினைவாத பௌத்தர்களை இகழ்ச்சியாகப் பேசினர். அவர்கள் புத்தரின் சீடர்களாக இருப்பதிலேயே திருப்தியடைந்து விடுவதாகவும், புத்தரின் சாதனையை எட்ட முயற்சிப்பதில்லை எனவும் கேவலம் செய்தனர். மஹாயான பௌத்தர்கள் பிரிவினைவாத பௌத்தப் (Sectarian, Buddhism) பிரிவை ஸ்ராவகயான (சீடர்களுக்கு அல்லது செவிமடுப்பவர்களுக்கான 'வழி)' என்று குறிப்பிட்டனர். இப்படிக் கூறுவதன்மூலம் மஹாயானர்களைப் போல் அவர்களுக்கு உயர்ந்த நோக்கங்கள், இலட்சியங்கள் இல்லை எனவும், பிரிவினைவாத பௌத்தத்தினர் உத்வேகமற்ற மந்தகதியினர் எனவும் குறிப்பாலுணர்த்தினர். பிரிவினைவாத பௌத்தர்கள் தங்களுடைய சுய

ஆதாயத்திற்காய் மட்டும் கற்றுத் தேர்ந்தால் போதும் என்று இருப்பவர்கள் என்பதாகவும் மஹாயானர்கள் அப்படியில்லாமல் மற்றவர்களுக்கும் ஞானமார்க்கத்தைக் கற்றுக் கொடுத்து அவர்களுக்கு மீட்சியை சாத்தியமாக்கப் பாடுபடுபவர்கள் என்பதாகவும் மஹாயானர்கள் முதல் பிரிவினைரக்குறை கூறினர். மேலும், மஹாயனர்கள் தங்களை போதி சத்வர்கள் என்று அழைத்துக் கொண்டனர் (மஹாஞான விளக்கத்தை உணரப் பாடுபடும் உயிர்கள்). தங்களது போதனைகளை 'போதிசத்வயானா' (போதிசத்வர் களின் மார்க்கம்) என்று வழங்கிக் கொண்டனர். போதி சத்வம் என்ற சொற் பிரயோகம் ஏற்கனவே ஆரம்பகால பிரிவினைவாத பௌத்தர்களால் பயன்படுத்தப்பட்டது. அது, வரலாற்று ரீதியான மகத்தான பௌத்தத் தைக்குறிக்க, அவர்ஞானம் எய்த இன்னமும் பாடுபட்டுக் கொண்டிருக்கையில், பயன்படுத்தப் பட்டு வந்த போதும், மஹாயானர்களின் பிரயோகத் தில் அந்த சொல் வேறு பலரையும் குறிக்கப் பயன்படுவதாகியது. அதன் பின்னர், ஸ்ராவகயானா மற்றும் போதி சத்வயானா என்ற பதங்கள் 'ஹீனயானம் (சிறிய அல்லது தரங்குறைந்த மார்க்கம்) மற்றும் 'மஹாயானம்' (உயர்ந்த மார்க்கம்) முதலிய சொற்பிரயோகங் களால் இடம் பெயர்க்கப்படுவது அடிக்கடி நிகழ்வதாகியது. ஏறத்தாழ கி.மு 100 முதல் கி.பி. 100 வரை அதிக அளவு எண்ணிக்கையிலான மஹாயான சமய நூல்கள் பெயரறியா போதிசத்வர்களால் தொகுக்கப்பட்டன.

இந்த ஆய்வில் மூன்றாவது பகுதியில், தொடக்க கால மஹாயான பௌத்தம் பற்றிய அளவில் மஹாயானத்தின் தோற்றுவாய்களும், தொடக்ககால மஹாயான சமய நூல்களின் உள்ளடக்கங்களும் பரிசீலிக்கப்படுகின்றன.

இந்திய பௌத்தத்தின்கடைசி இரண்டு காலகட்டங்கள் இந்த நூலில் விவாதிக்கப்படவில்லை. என்றாலும், பிந்தைய நாட்களிலான வளர்ச்சி மேம்பாடு குறித்த சுருக்கமான தொகுப்புரை மேலே எடுத்துத் கொள்ளப்பட்ட விஷயங்களை சரியான பார்வையில் உள்வாங்கிக் கொள்ள உதவும். நான்காவது

காலகட்டத்தில், அதாவது மஹாயான பௌத்தத்தின் பிற்பகுதியில், நான்கு பிரதான சிந்தனைப் போக்குகள் வளர்ந்தன. (1) மத்யமிகா, இரண்டாம் நூற்றாண்டு C.E. (கி.பி.)க்குப் பிறகு உதயமானது. (2) யோககாரா போதனை முறையான, கோட்பாடுகளை மட்டும் கற்பித்தல். இது மத்யமிகாவுக்குப் பிறகு தோன்றியது. (3) தத்தாகடகர்பா போதனைகள்: (Tathagatagarbha) இது யோககாரா சிந்தனை மரபிற்கு இணையாக வளர்த்தெடுக்கப் பட்டது. (4) பௌத்த ரீதியான தர்க்கம், இது மேற்கண்ட மூன்று மரபுகளுக்கும் பிறகு எழுந்தது. மத்யமிகா மரபு முடிவில் இருவேறு சிந்தனை மரபுகளாகப் பிளவுபட்டது: ஸ்வாதந்த்ரிகா மற்றும் ப்ரஸங்கிகா. பின்னாளில் சில மத்யமிகாக் குழுக்களும், யோககாரா குழுக்களும் ஒருங்கிணைந்து யோககாராமத்யமிகா மரபு ஒன்றை உருவாக்கின. ஆறாம், ஏழாம் நூற்றாண்டுகளின் காலத்தில் ‘மறைபொருள் பௌத்தம்’ உதயமாகி மத்யமிகா மற்றும் யோககாராமரபுகளின் ஆதரவாளர்கள் சிலருடைய கவனத்தை தன்பக்கம் ஈர்த்துக் கொண்டிருந்தது. என்றபோதும், ‘ஹாயானபௌத்தம்’ மற்றும் ‘மறைபொருள் பௌத்த’த்திற்கிடையேயான தொடர்புறவின் பல அம்சங்கள் இன்னமும் தெளிவாகாமலேயே இருந்து வருகின்றன.

இந்திய பௌத்தத்தின் ஐந்தாவது காலகட்டம் மறைபொருள் பௌத்தக் காலகட்டமாகும். இந்த பௌத்த சிந்தனை மரபு தொடர்பான தீவிர கல்வித்துறை ஆய்வுகள் இன்னமும் தொடக்கக் கட்டங்களிலேயே இருந்து வருகின்றன. பல பிரச்சனைகள் காரணமாய் ஆய்வுப்பணியில் தேக்கநிலை ஏற்படுகிறது. மறைபொருள் பௌத்த ‘நெறிமுறை’ தொடர்பான மறைநூல்கள் பல இன்னமும் வழக்கொழிந்து போகாமல் இருக்கின்றன. என்றாலும், அவை எந்தவிதமான ஒழுங்கமைவுக்கும், வரிசைப்படுத்தலுக்கும் இன்னமும் உட்படுத்தப்படவில்லை. இவற்றோடு கூட, மறைபொருள் பௌத்தம் இந்து மதத்தின் தாக்கத்தை ஏற்றிருந்த காரணத்தால், இந்து மதம் பற்றிய இன்னமும் அகல்விரிவான ஆய்வுகளும் அவசியமாகிறது.

இறுதியாக, 'மறைபொருள் பௌத்தம்' என்பது முழுமையாகப் புரிந்து கொள்ளப்பட வேண்டுமென்றால் சடங்கு சம்பிரதாயங்கள், மற்றும், மறைநெறிகள் முதலியவை பரிசீலிக்கப் பட வேண்டியது இன்றியமையாததாகிறது. 'மறைபொருள் பௌத்தப்' பிரதிகளில், போதனைகள் என்பவை சில சமயங்களில் மறைபொருள்' என்றே குறிக்கப்பட்டு, வெளிப்படையாகப் புரியும் 'மஹாயான போதனைக'ளிலிருந்து வேறுபடுத்திக் காட்டப்பட்டு, அவ்வகையில், மறைபொருள் ஆக்கங்களைத் தொகுத்தவர்கள் அவற்றில் மஹாயான மரபில் இல்லாத அம்சங்கள் இடம் பெற்றிருப்பதாக நம்பினார்கள் என்பது குறிப்பாலுணர்த்தப் படுகிறது. இதன் விளைவாக, மறைபொருள் பௌத்தம் இந்திய பௌத்தத்தில் தனியான காலகட்டத்திற் குரியதாகக் கொள்ளப்படுகிறது.

இந்த ஆய்வில் மேற்படி காலகட்டங்களின் பகுப்பு என்பது இந்திய பௌத்தத்தின்வளர்ச்சியின் அடிப்படையில் உருவாக்கப்பட்டிருக்கிறது. ஏனெனில், இந்த ஆய்வின் நோக்கம் இந்திய பௌத்தக் கொள்கையின் வளர்ச்சியை விவரிப்பதேயாகும். ஆனால், இந்த 'ஆய்வில் பிறவகையான மாதிரிகளின்' மீதும் தனது கவனத்தைத் திருப்பியிருக்க வழியுண்டு என்பதோடு இந்திய மன்னராட்சிப் பரம்பரை வரலாற்றின்படி வரிசைப் படுத்தப் பட்டிருக்கவும் வழியுண்டு.

கி.மு. ஐந்தாம் நூற்றாண்டு முதல் கி.பி. 10ஆம் நூற்றாண்டு முடிந்த பிறகு வரையிலும் இந்தியாவில் பௌத்தம் மிகுந்த செல்வாக்கு பெற்று விளங்கி வந்தாலும் கூட இந்தக் காலகட்டம் இந்திய வரலாற்றின் ஒரு பாதியை மட்டுமே உள்ளடக்கியுள்ளது. பெரும்பாலான இந்திய வரலாற்றா சிரியர்கள் துருக்கிய வம்சாவளியைச் சேர்ந்த பதினோறாம் நூற்றாண்டு இஸ்லாமியர்கள் இந்தியா மீது படையெடுத்ததையே பண்டைய, மற்றும், இடைக்கால இந்திய வரலாறுகளுக் கிடையேயான பிரிகோடாகக் கொள்கிறார்கள். நவீன இந்திய வரலாறு 18ஆம் நூற்றாண்டில் இந்தியா ஆங்கிலேயே ஆதிக்கத்தின் கீழ் வந்ததிலிருந்து தொடங்குகிறது. இவ்வாறாய்,

பௌத்த இந்தியாவின் கதை பண்டைய வரலாற்றைச் சேர்ந்ததாகிறது. அந்தக் காலகட்டத்தில் இருந்த இந்திய மதங்கள் சிலவற்றில் அதுவும் ஒன்றாக இருந்து வந்தது. எனவே, இந்த இந்திய பௌத்தம் பற்றிய ஆய்வில் இந்திய சிந்தனை வரலாற்றின் ஒரு பகுதியை மட்டுமே உள்ளடக்கியிருக்கிறது என்பதை வாசகர் கவனத்தில் கொள்ள வேண்டியது அவசியமாகிறது.

குறிப்பு: இந்தக் கட்டுரையில் பிரிவினைவாத பௌத்தம் (Sectarian Buddhism) என்று குறிப்பிடுவது 'ஹீனயானா பௌத்த'த்தைக் குறிப்பதாகும்.

புத்தரின் காலத்தில் இந்திய சமயம்

ஹிரகவா அகிரா

தமிழில் : லதாராமகிருஷ்ணன்

பௌத்தத்திற்கு முந்தைய இந்தியா

பௌத்தம், அது எந்த சமூக, மதஞ்சாரா சூழலில் உருவாகி வளர்ந்ததோ அந்த சூழலின்தாக்கத்திற்கு ஆளாகியிருந்தது. ஏறத்தாழ கி.மு. 1500ல் ஆரியர்கள் இந்துகுஷ் மலைகளைக் கடந்து இந்தியாவின் மீது படையெடுத்தனர். அவர்கள் வந்தபோது முண்டாக்கள் மற்றும் திராவிடர்கள் போன்ற தொல்பழங்குடி மக்கள் அங்கே இருக்கக் கண்டனர். திராவிடர்கள் மிக உயரிய வளர்ச்சியடைந்த கலாச்சாரம் உடையவர்களாயிருந்ததோடு மக்கட்தொகையின் பெரும்பகுதியினராகவும் இருந்தனர். அவர்கள் ஆரியர்களால் இரண்டாந்தரப் பிரஜைகளாக்கப்பட்டு அடிமை வர்க்கங்களாய் சமுதாயத்தில் ஒருங்கிணைக்கப் பட்டாலும் கூட திராவிடர்கள் பின்னாளைய இந்திய கலாச்சாரத்தில் பலவகைகளில் தாக்கம் ஏற்படுத்தினர். அவர்களுடைய மதத்தின் ஆக்கக் கூறுகளான 'பெண் கடவுளை வழிபடுதல்', பாம்புத் தெய்வங்கள் மற்றும் மரங்களிலான ஆவிகள், அல்லது, அமானுஷ்ய சக்திகள் முதலியன பிந்தைய நூற்றாண்டு களிலான இந்து மதத்தில் குறிப்பிடத்தக்க வகையிலான ஒரு முக்கியப் பங்காற்றின.

வேறொரு பிரிவு மக்களும் ஆரியர்களின் வருகைக்கு முன்பு இந்தியாவில் வாழ்ந்து வந்தனர். அவர்கள் தான் சிந்து சமவெளி நாகரீகத்தைத் தோற்றுவித்த மக்கள். மிக உயரிய இந்த மனித நாகரீகம் சிந்து நதிக்கரையில் இடம்பெற்றதாகவும்,

ஏறத்தாழ கி.மு. 2500 முதல் 1500 வரை அங்கே செழித்தோங்கி வளர்ந்ததாகவும் கருதப்படுகிறது. இதன் இரண்டு நகரங்கள், ஹரப்பா மற்றும் மொகஞ்சோதரோ ஆகியவை, அகழ்வாராய்ச்சித் தலங்களாகப் பரவலாகப் பிரசித்தி பெற்றவை. அகழ்வாராய்ச்சித் தேடல்களும், ஆய்வுகளும் இந்த நாகரீகம் ஒரு பரந்துபட்ட பரப்பெல்லையை உள்ளடக்கியிருந்தது என்பதையும், வெண்கலத்தைக் கொண்டு பல வேலைகளைச் செய்தது என்பதையும், நன்கு திட்டமிடப்பட்ட, ஒழுங்கமைவு கூடிய நகரங்களை நிர்மாணித்தது என்பதையும் புலப்படுத்தி யிருக்கின்றன. அகழ்வாராய்ச்சியில் கண்டெடுக்கப் பட்டப் பல பொருட்களின் மூலம் சிந்து சமவெளி நாகரீகம் கணிசமான அளவு இந்து மதத்தில் தாக்கம் செலுத்தியிருப்பது தெளிவாகிறது. ஆனால் இந்த நாகரீகம் திடீரென வீழ்ச்சி யடைந்ததனால் இந்த நாகரீகத்தைச் சேர்ந்த மக்கள் பின்னாளைய இந்திய நாகரீகம் மற்றும் கலாச்சார வளர்ச்சிக்கு எத்தகைய பங்காற்றினார்கள் என்பது குறித்த கேள்விகளுக்கு விடை கிடைக்க வழியில்லாமல் போய்விட்டது.

ஆர்யர்கள் வடமேற்குத் திசை வழியாக இந்தியாவிற்குள் நுழைந்தனர். கி.மு.1200 சமயம் அவர்கள் பஞ்சாபிலுள்ள கங்கை நதியின் மேன்முகட்டெல்லைப் பகுதிகளில் குடியேறியாகி விட்டது. அவர்களுடைய மதம் ரிக் வேதத்தின் அடிப்படையில் அமைந்தது, ஒரு வகையான 'பலதெய்வ வழிபாட்டு முறையாக இருந்தது. அதில் இயற்கைச் சக்திகளான ஆகாயம், மழை, காற்று, இடி முதலியவை கடவுளாகப் போற்றப்பட்டன. கி.மு.1000 முதல், அவர்கள் கிழக்கு முகமாக தங்கள் பரப்பெல்லையை விரித்துக் கொண்டே சென்று, படிப்படியாக கங்கை மற்றும் யமுனை நதிகளுக்கிடையேயான செழிப்பான பகுதியில் வசிக்கத் தொடங்கினர். அந்தப் பகுதி இயற்கைவள ஆதாரங்கள் அபரிமிதமாகக் கிடைக்கும்படியாக அருள்பாலிக்கப் பட்ட இடமாக இருந்ததோடு, புறத்தேயிருந்து வரக்கூடிய பகைவர் பயமும் இல்லாமல் இருந்ததால் கி.மு.1000 முதல் 500 வரை ஆர்யர்கள் ஒரு செழிப்பானகலாச்சாரத்தை வளர்த்தெடுத்தனர்.

இந்தக்காலகட்டத்தின் பல வளர்ச்சித் திட்டங்களும், செயல்பாடுகளும் பின்னாளைய இந்திய நாகரீகத்திற்கு ஆதாரமாகவும், வழிகாட்டிகளாகவும் விளங்கின. கி.மு.1000-த்தில் ரிக் வேதத்தின் வழித் தோன்றல்களான மூன்று பிரதிகள் - சாம வேதம், யஜுர் வேதம் மற்றும் அதர்வண வேதம் ஆகியவை தொகுக்கப்பட்டன. ப்ராம்மணர்கள் (Brahamanas) என்ற, வேதிய பலிச்சடங்குகளை நிறைவேற்றும் வழிமுறைகளை விளக்கும் நெறிமுறைகள் ஏறத்தாழ கி.மு.800 ல் தொகுக்கப் பட்டன. ஆரம்பகால உபநிடதங்களின் தத்துவார்த்தப் பிரதிகள் அல்லது நூல்கள் ஏறத்தாழ கி.மு.500 சமயம் தொகுக்கப்பட்டன.

இந்த காலகட்டத்தில் ஆரியர்கள் பிரதானமாக விவசாயம், மற்றும் மேய்ச்சல் தொழிலில் ஈடுபட்டு வந்த ஒரு பழங்குடியின மக்களாக இருந்தனர். வியாபார மற்றும் கைவினைஞர் வர்க்கங்கள் தோன்றத் தொடங்கியிருந்தன. பெரிய நகரங்கள் இன்னமும் உருவாகியிருக்கவில்லை. உழைப்பு என்பது அதிக அளவு துறை நுணுக்கம் கொண்டதாக மாறிக் கொண்டிருந்தது. சமூகம் நான்கு வர்க்கங்களாகப் பகுக்கப் பட்டிருந்தது. அவை, வர்ணங்கள் (நிறங்கள்) என்று அழைக்கப்பட்டன. உயர்மட்டத்தில் இரண்டு வர்க்கங்கள் இருந்தன. மதகுருக்கள், பூசாரிகள் வர்க்கம் (ப்ராம்மணன்). இந்த வர்க்கத்தில் கடவுளுக்குத் தங்களை ஒப்புக் கொடுத்துக் கொண்டவர்கள் இடம் பெற்றனர். மற்றும் ஆட்சி பீடத்திலிருக்கும் வர்க்கத்தினர் - க்ஷத்திரியர்கள். இந்த இரண்டு வர்க்கத்தினருக்குக்கீழேவைசிய வர்க்கம். இந்தப்பிரிவில் விவசாயிகள், மேய்ச்சல் தொழில் செய்பவர்கள், வர்த்தகர்கள் மற்றும் கைவினைஞர்கள் அடங்குவர். அடிமை வர்க்கத்தினரின் (சூத்திரர்கள்) கடமை மற்ற மூன்று வர்க்கத்தினருக்கு சேவை செய்வது. முடிவில் இந்த அமைப்புமுறை இன்னமும் நுட்பமடைந்து இன்று நிலவி வரும் சாதியமைப்பை நிர்மாணிக்கும் பல்வேறு பகுப்புகளைக் கொண்டு வந்தது. ஒரு வர்க்கத்தைச் சேர்ந்தவர் பொதுவாக வேறொரு வர்க்கத்தைச்

சேர்ந்தவரை மணப்பதற்கோ, இல்லை, அவரோடு சேர்ந்து அமர்ந்து உண்பதற்குக்கூட அனுமதி கிடையாது.

எதேச்சாதிகாரங்கள் கொண்ட மன்னர்களால் ஆளப்பட்ட ராஜ்யங்கள் உருவாயின. அத்தகைய ராஜ்யங்களுக்கிடையேயான கூட்டணிகள் மற்றும் போட்டிகள் வளர்ந்தோங்கின. 'இந்தியக் காவியமான மகாபாரதம்' இருவேறு இனங்களுக்கிடையேயான போரின் விளைவுகளைப் பற்றிப் பேசுகிறது. பரதர்களுக்கும், பூருசர்களுக்கும் இடையேயான போர். இந்தக் காலகட்டத்தின் பிரசித்தி பெற்ற மன்னர்களில் விதேக நாட்டின் - பிராம்மணீயத்தின் மத்திய நிலங்களுக்கு (மத்திய தேசம்) கிழக்கேயுள்ள நாடு - மன்னரான ஜனகரும் ஒருவர். மத்திய தேசம் என்று வழங்கப் பெறும் இந்த நிலப்பரப்பு கங்கை, யமுனை நதிகளுக்கிடையே அமைந்திருந்தது. விதேக நாட்டில் கலாச்சாரம் மற்றும் சிந்தனைப்போக்கு ஆகியவை அதிகாரமும், செல்வாக்கும் கூடிய மன்னர்களை மையமாகக் கொண்டு உருப்பெற்றிருந்தன. மத்திய நிலங்களில் மத குருக்களே சமூகத்தின் அச்சாணியாகத் திகழ்ந்தனர். ஆரியர்கள் கிழக்கு முகமாக முன்னேறி கங்கை நீரால் பாசனம் செய்யப்பட்ட மத்திய நிலப்பகுதிகளை ஆக்கிரமித்ததும் அவர்கள் தங்கள் ஆட்சிப் பரப்பெல்லையை விரிவு படுத்திக் கொண்டதுடன் தங்கள் அரசாட்சிக்குட்பட்ட சாம்ராஜ்யங் களையும் வலுப்படுத்திக் கொண்டனர். வெற்றி கொள்ளப்பட்ட மக்களுடனான தொடர்புறவுகள் மத்திய நிலப்பகுதிகளில் இருந்ததை விட இங்கே அதிகளவு நெருக்கமாக இருந்தன. காரணம், இங்கிருந்த கலாச்சாரமும், சமூக அமைப்பும் அத்தனையளவு ஆரியக் கலாச்சாரத்தின் தாக்கத்தை ஏற்றிருக்கவில்லை. விதேக நாடு போன்ற நிலப்பரப்புகளில் இத்தகைய அரசியல் மற்றும் சமூக மாற்றங்கள் நிகழ்ந்து கொண்டிருக்கும் போதுதான் பௌத்தம் தோன்றியது.

புத்தரின் காலத்தில் இந்திய மதம்

மத்திய இந்தியாவில் முக்கியமான சமூக மற்றும் மதஞ்சார் மாற்றங்கள் தோன்றிக் கொண்டிருந்த காலகட்டத்தில்தான் புத்தர் பிறந்தார். இந்த மாற்றங்கள் பின்னாளில் பௌத்தம் இந்தியா முழுமைக்கும் பரவச் செய்வதில் முக்கியப் பங்காற்றின. வேதங்களை அடிப்படையாகக் கொண்ட மதமும், அதனுடைய குருக்கள் வர்க்கமும் வட இந்தியாவில் மிகவும் செல்வாக்கு பெற்றதாகவும், அதிகாரங்கள் கொண்டதாகவும் இருந்து வந்த போதிலும் அவை சமீபத்தில் கைக்கொள்ளப்பட்ட மத்திய இந்திய நிலப்பரப்புகளில் அப்பொழுதுதான் பரவத் தொடங்கி யிருந்தன. அந்த இடங்களில் இன்னமும் போர்வீரர்களின் வர்க்கங்களே அதிகாரம் செலுத்தி வந்தன.

ஆரியர்கள் படிப்படியாக வட இந்தியாவிலிருந்து கீழ்ப்புறமாக மத்திய இந்தியாவிற்குள் முன்னேறிய போது சிறிய இனங்கள் ஒருங்கிணைந்து ராஜ்யங்களை உருவாக்கின. புத்தரின் காலத்தில் மத்திய இந்தியாவில் பதினாறு நாடுகள் இருந்து வந்தன. ஆனால், அவற்றில் பலவீனமான நாடுகள் காலப்போக்கில் அவற்றைவிட வலுவான அரசுகளால் வெற்றி கொள்ளப்பட்டன. இத்தகையப் பெரிய நாடுகளில் மிக முக்கியமானது கோசல நாடு. இது மத்திய இந்தியாவின் வடமேற்குப் பகுதியில் அமைந்திருந்தது. ஸ்ரவஸ்தி என்ற இடத்தில் இதன் தலைநகர் அமைந்திருந்தது. மகதநாடு இன்னொரு முக்கிய நாடு. இது கங்கைந்தியின் மத்தியப் பகுதியின்தெற்காய் அமைந்திருந்தது. அதன் தலைநகர்ராஜக்ரகா (Rajagrha) மகதநாடு இறுதியில் இந்தியாவை ஒருங்கிணைத்தது. இந்தியாவின்செழிப்பான பயிர் நிலப்பகுதிகள் அதனுடைய அதிகாரத்தை நிலைப்படுத்திக் கொள்ளவும், வலுப்படுத்திக் கொள்ளவும் தேவையாக இருந்தது. புத்தர் தோன்றிய சமயம் அதிகாரமிக்க அரசர்கள் ஏற்கனவே உருவாக ஆரம்பித்தாயிற்று.

கங்கைச் சமவெளி, அங்கு நிலவிய வெப்பமான நிலையும், அபரிமிதமான மழைப்பொழிவுமாக மிகவும் செழிப்பான

பயிர்நிலப் பகுதியாக விளங்கியது. ஆரம்பத்தில், விவசாயிகள் மற்றும் நிலச்சுவாந்தாரர்களின் ஆதிக்கம் அங்கு மேலோங்கி யிருந்தது. ஆனால், செல்வவளம் மிக்க வர்க்கங்கள் வளர்ந்ததன் விளைவாய் வர்த்தகர்கள் மற்றும் கைவினைஞர்கள் கங்கைச் சமவெளியில் குடியேறி, நகரங்கள் வளர்த்தெடுக்கப்பட்டன. வர்த்தகர்களும், கைவினைஞர்களும் கூட்டமைப்புக்களாகவும், சங்கங்களாகவும் தங்களை ஒருங்கமைத்துக் கொண்டனர். பின்னர், செல்வவளம் மிக்க வணிகர்கள் (Sresthin) என்ற ஒரு வர்க்கம் உருவானது. இவ்வாறாய், புத்தரின் தோற்றத்தின் போது முக்கியமான பல அரசியல், மற்றும் பொருளாதார மாற்றங்கள் மத்திய இந்தியாவில் தோன்றிக் கொண்டிருந்தன. சமூகரீதியான வர்க்கங்களின் பழைய அமைப்புமுறை தகர்ந்து கொண்டிருந்தது.

பிராம்மணர் என்ற ‘குருக்கள் வர்க்கம்’ அதன் மதிப்பு, மரியாதையில் பெருமளவு இழந்து போயிருந்தது. இதன் மூலம், இயற்கை சக்திகளை வழிபடும் முறையைப் பின்பற்றி வந்த வேதங்களின் மதம் பண்டைய நாளில் அதற்கிருந்த செல்வாக்கையும், ஈர்ப்பையும் இழந்து போயிருந்தது குறிப்பாலுணர்த்தப்படுகிறது. இந்தக் காலகட்டத்தின் அறிவுஜீவி வர்க்கங்கள், உபநிடதங்களில் இடம் பெற்றிருக்கும் தத்துவக் கோட்பாடுகளில் ஆர்வங் கொண்டிருந்தன. இந்தத்தத்துவக் கோட்பாடுகளில் ஆத்மன் (தனியொரு ஆத்மா) பிரம்மத்துடன் (பிரபஞ்சவியல் கோட்பாடு) இணைந்த ஒன்றாய் இனங் காணப்பட்டது. அவர்களால் இனியும் இயற்கைச் சக்திகளைக் கடவுளாகக் கண்டு வழிபட்ட கற்காலத்ததாய் தெரியும் சமய நம்பிக்கைகளால் திருப்தியடைய முடியாமல் போய்விட்டது. இதனோடு கூட, ஆரியர்கள் திராவிட சமயத்துடன் பரிச்சயம் கொண்டு அதனுடைய தாக்கத்திற்கு ஆளாகியிருந்தனர். இத்தகைய காரணிகள் அனைத்துமாகச் சேர்ந்து புதிய மத நம்பிக்கைகள் தோன்றி உருவாவதற்கு ஏற்ற சூழலை உருவாக்க உதவின.

அந்தக் காலகட்டத்தில் மத்திய இந்தியா பயிர்த்தொழிலில் மிகவும் செழிப்பான பிரதேசமாக விளங்கியது. அபரிமிதமான

உணவு விளைச் சலைக் கொண்டதாய், உழைத்தாக வேண்டிய நிர்ப்பந்தமில்லாத வர்க்கங்களையும், மற்றும், ஏராளமான எண்ணிக்கையில் துறவிகளையும் ஆதரிக்கும் சக்தி பெற்றிருந்தது. மத சம்பந்தப்பட்ட விஷயங்களில் ஆர்வங்கொண்ட மக்கள் பல நேரங்களில் வீடு வாசல்களைத் துறந்து ஊர்ஊராய்த் திரியும் 'சமய பிக்கு'களாக (பரிவ்ராஜகா) இல்லற மக்களிட மிருந்து பிச்சை பெற்று அதைக் கொண்டு தங்கள் வயிற்றுப் பசியைத் தீர்த்துக் கொண்டவாறு, உண்மைக்கான தேடலில் தங்களை ஆழ மூழ்கடித்துக் கொண்டு வாழ்ந்து வந்தார்கள். இந்த காலகட்டத்தில் மக்கள் பொதுவாகதங்கள் வாழ்வாதாரத்தைப் பற்றிய நம்பிக்கையோடு இருக்க முடிந்ததென்றாலும் இந்தக் காலகட்டம் அதிக பொழுதுபோக்கு அம்சங்களோ, கவனத்தைத் திருப்பிக்கொண்டு இளைப்பாறத்தக்க மாற்று விஷயங்களோ இல்லாததாகவும் விளங்கியது. இதன் விளைவாக, குறிப்பாக இளம் பருவத்தினர் தினசரி வாழ்க்கையிலிருந்து விலகி மதத்தில் உண்மையைத் தேடிச் சென்றனர். நல்ல குடும்பங்களைச் சேர்ந்த பல ஆண்களும், பெண்களும் சமயத் துறவிகளாகவும், போதகர்களாகவும் மாறினர்.

புத்தரின் காலத்தில் இந்தியாவில் பிரதானமாக இருவகையான மத வழிமுறைகளைப் பின்பற்றுபவர்கள் இருந்தார்கள். பிராம்மணர்கள் மற்றும் ஸ்ராமணர்கள். பிராம்மணர்கள், கூடுதலான அளவு மரபார்ந்த வகையிலான மத வழிமுறைகளைக் கடைப்பிடிப்பவரைப் பிரதிநிதித்துவப் படுத்துபவர்களாய், பலி, யாகம் முதலான சடங்குகளை முன்னின்று நடத்தி வைப்பவர்களாய் இருந்தார்கள். அதேசமயம், அவர்கள் ஆத்மன், மற்றும் ப்ரம்மனை அடயாளங் காட்டும் தத்துவவியலைக் கற்பதன் வாயிலாய் 'முழுநிறைவானவனை' நாடி அடைவதிலும் தங்களை முழுமூச்சாக ஈடுபடுத்திக் கொண்டிருந்தனர். ப்ராம்மணர் ஒருவரின் வாழ்க்கை என்பது கருத்தாக்க அளவில் நான்கு காலநிலைகளாகப் பகுக்கப் பட்டிருந்தது. சிறியவனாக இருக்கும்போது, அவன் ஒரு குருவால் சீடனாக ஏற்றுக் கொள்ளப்பட்டு வேதங்களைக்

கற்றுத் தேர்வதில் தன்னை முழுமூச்சாக ஈடுபடுத்திக் கொள்கிறான். அவனுடைய கல்வி, கேள்விப் பயிற்சிகள் முடிவுற்று, பின், அவன் மீண்டும் வீடு திரும்பி, திருமணம் செய்துகொண்டு குடும்ப ஸ்தனாகிறான். முதியவனானதும் அவன் குடும்பப் பொறுப்பைத் தன் மகனுடைய கையில் ஒப்படைத்து விட்டு, கானகத்திற்குச் சென்று அங்கு மதரீதியான சடங்கு, சம்பிரதாயங்களை நிறைவேற்றி வாழ்ந்து வருகிறான். இறுதியாக, கானகத்திலுள்ள தனது வீட்டையும் துறந்து ஊர் ஊராக அலைந்து திரிந்து அவ்விதமே இறந்து போகிறான்.

இரண்டாவது வகையில் மதத்தைப் பின்பற்றி நடப்பவர்கள், ஸ்ராமணர் அல்லது கடுமையாக முயற்சி செய்யும் நபர்; பண்டைய உபநிடதங்களில் பேசப்படாத ஒரு புதுவகை மனிதர். அவர் தனது வீட்டைத் துறந்து, அலைந்து திரிந்து, உஞ்சவிருத்தி செய்து பசியாற்றிக் கொள்கிறார். பல நேரங்களில் இளம் பருவத்திலேயே அவர் இத்தகைய வாழ்க்கை முறையைத் தெரிவு செய்து கொள்கிறார். ஸ்ராமணராக மாறுவதற்கு முன் அவர் வாழ்வின் பிறவேறு கட்டங்களைக் கடந்து வர வேண்டும் என்ற கட்டாயமில்லை. அவர் தனது இச்சைகளைக் கட்டுப்படுத்துவதிலும், குறைப்பதிலும் மற்றும் யோகநிலைகளைக் கடைப்பிடிப்பதிலும், மற்றும், கானகத்தில் கடுமையான மத அனுஷ்டானங்களை நிறைவேற்றுவதிலும் தன்னை முழுமனதாக ஈடுபடுத்திக் கொண்டு அவ்விதத்தில் முழுநிறைவான உண்மையை அனுபவரீதியாய் உணர்ந்து தெளிந்து, அவ்விதமாய் மரணத்தைத் தவிர்ப்பதில் தன்னை முழுமனதாக ஈடுபடுத்திக்கொண்டார்.

ஏறத்தாழ புத்தரின் காலத்தில் வாழ்ந்து வந்த ஆறு பிரசித்தி பெற்ற ஸ்ராமணர்கள் பௌத்த மறை நூல்களில் குறிப்பிடப் பட்டுள்ளனர். அவர்கள் ‘ஆறு மாற்றுக் கொள்கை’ ஆசான்கள் என்று அழைக்கப்பட்டனர். அவர்களுள் ஒவ்வொரு வரும் சீடர்குழு ஒன்றின் தலைவராக (ganin) இருந்தனர். அந்த ஆறு பேரும் பின்வருமாறு: பூரணகாஸ்யபா, மஸ்கரின் கோஸாலிபுத்ர, அஜிதா கேஸாகம்பலா, ககுடாகாத்யாயன, ஸஞ்ஜயன் வைரதிபுத்ரா மற்றும் நிர்க்ரந்த நாடீபுத்ர.

இந்த ஸ்ராமணர்களின் பிரதான அக்கறைகளில் ஒன்று ஒழுக்க நெறிசார் செயல்பாடுகள் அவற்றை நிறைவேற்றுபவன் மீது எந்தத் தாக்கத்தையாவது ஏற்படுத்த வல்லதா என்ற கேள்விக்கு விடை காண்பது. முதல் மாற்றுக்கொள்கை ஆசான், பூரணன், நல்ல மற்றும் தீயசெய்கைகள் அவற்றை மேற்கொள்பவர் மீது எந்தவொரு குறிப்பான தாக்கத்தையும் ஏற்படுத்துவதில்லை என்று வாதிட்டார். ஒழுக்கநெறி என்ற ஒன்றின் இருப்பை மறுதலித்த அவர் ஒரு மனிதன் கொலை செய்து, திருடுகிறானென்றால் அவை தீய செய்கைகள் என்று கொள்ளப்பட வேண்டிய அவசியம் இல்லை எனவும், ஏனெனில் அவை எவ்வித ஒழுக்கஞ்சார் பாதிப்புகளையும் ஏற்படுத்துவதில்லை எனவும் வாதிட்டார்.

இரண்டாம் 'மாற்றுக் கொள்கை ஆசான்' மஸ்கரின் கோஸாலிபுத்ரர்; காரணகாரிய தொடர்புறவு என்று எதுவும் இல்லை என்றார். அவரைப் பொறுத்தவரை ஒரு மனிதனின் உயர்வு அல்லது சரிவு விதியால் நிர்ணயிக்கப்பட்டுள்ளது; அவனுடைய செய்கைகளால் அல்ல. அவருடைய சீடர்கள் 'அஜீவிகர்கள்' என்று அழைக்கப்பட்டனர். 'அஜீவிகர்' என்ற சொல் சீன பௌத்த மறைநூல்களில், ஒரு 'மாற்றுக் கொள்கை' மதம் எனவும், அதனுடைய உறுப்பினர்கள் தீய வாழ்க்கையை நடத்தி வருபவர்கள் எனவும் மொழிபெயர்க்கப்பட்டுள்ளது. (hsiehming wai-tao). என்றபோதும், அதன் இந்தியச் சொல், 'கடுமையான வாழ்க்கை முறை ஒன்றை அனுசரிப்பவர்கள்', என்ற அர்த்தத்தில் இடம் பெறுவதாக இருக்கலாம். அஜீவிகசீடர்களால் நிறைவேற்றி வைக்கப்படும் கடுமையான, இறுக்கமான, மதஞ்சார் அனுஷ்டானங்களைக் குறிக்கும் விதத்தில் அந்த வார்த்தை பயன்படுத்தப்பட்டிருக்கக்கூடும். இந்தப் பிரிவு அசோகருடைய படிவங்களிலும், அர்த்த சாஸ்திரத்திலும் குறிப்பிடப்பட்டிருக்கிறது. புத்தர்கள், ஜைனர்களோடு கூட அஜீவிகளும் பின்வந்த நூற்றாண்டுகளில் இந்தியாவில் ஒரு முக்கிய மக்கட் பிரிவாக நிலைத்திருந்தனர். கோஸாலிபுத்ரர்ஜைனமதத்தைத் தோற்றுவித்தவர்களில்

ஒருவரான மகாவீரரோடு மதச்சடங்குகள், நியமங்களை ஒருங்கிணைந்த அளவில் மேற்கொண்டார் எனவும், அவற்றின் மூலம்தான் மோட்சமடைய முடியும் என்று அவர் நம்பியதாகவும் கூறப்படுகிறது.

மூன்றாவது மாற்றுக் கொள்கை 'ஆசான்' அஜிதா கேஸாகம்பளா (Ajita Kesa Kambala) லோகாயுதரீயான நிலைப்பாடு ஒன்றை கைக்கொண்டு எல்லாமே நான்கே நான்கு ஆக்கக்கூறுகளால் தொகுக்கப்பட்டிருக்கின்றன என்று வாதிட்டார். நிலம், நீர், நெருப்பு மற்றும் காற்று. இதன்காரணமாய், ஒழுக்க ரீதியான நடத்தைகள், செய்கைகள் என்பவை பொருளற்றதாகின. இந்த இயங்கியல் நிலைப்பாடு பின்னர் லோகாயதா அல்லது சார்வாகா மரபால் கைக்கொள்ளப் பட்டது.

நான்காவது மாற்றுக் கொள்கை 'ஆசான்', 'காகுடா காத்யாயினா' (Kakuda Katyayana) ஏழு ஆக்கக்கூறுகளை அங்கீகரித்தார். நிலம், நீர், நெருப்பு, காற்று, வலி, இன்பம் மற்றும் உயிர். இந்த ஏழு ஆக்கக் கூறுகளும் என்றும் மாறாதவை என்பதால் ஒரு மனிதன் கத்தியால் குத்தப்பட்டு இறக்கும்போது அந்த கத்தி மேற்படி ஆக்கக்கூறுகளுக்கு இடையேயான வெளிகளில் மட்டுமே நுழைகிறதாகிறது என்ற வாதத்தை முன்வைத்தார் அவர். 'இந்த ஆக்கக்கூறுகள், ஒரே மெய்யான முழுமைகள், பாதிப்படையாமல் இருப்பதால் மேற்படி கொலை எந்த வகையிலும் முக்கியத்துவம் வாய்ந்ததல்ல; பின் விளைவுகளை ஏற்படுத்தக் கூடியதல்ல'. காகுடாவின் 'ஆக்கக்கூறுகள்' தொடர்பான கருத்தாக்கம் வைசேசிகா கோட்பாடுகளுக்கு ஒரு முன்னோடியாக விளங்குகிறது.

ஐந்தாம் 'மாற்றுக்கொள்கை ஆசான்' ஸஞ்ஜயன் வைரதிபுத்ரர் எல்லாவற்றையும் சந்தேகக் கண் கொண்டு பார்ப்பவர். அவர் கேள்விகளுக்கு திட்டவட்டமாக பதில்கள் என்று தருவதை மறுதலித்தார். பதிலாக, தெளிவற்ற, பிடி கொடுக்காது நழுவும் கூற்றுகளே அவரிடமிருந்து பதிலாகப்

பெறப்பட்டது. இந்த 'சந்தேகிகளின் நிலைப்பாடு' என்பது அறிவு விளக்கத்தின் தன்மை குறித்த தீவிரமான ஐயங்களின் மீதும், தர்க்கம் குறித்த அவர்களுடைய துப்புத் துலக்கல்களின் மீதும் கட்டப்பட்டிருந்தது. புத்தரின் இரண்டு முக்கிய சீடர்களான ஸாரீபுத்ரர் மற்றும் மகாமவுத்கல்யாயனரும் இந்த மரபிலிருந்து வந்தவர்கள்.

ஆறாவது 'மாற்றுக் கொள்கை ஆசான்' நிர்க்ரந்த நாடிபுத்ரர் (Nirgrantha Jnatiputra) மகாவீரர் என்று அழைக்கப் பட்டார். இவர் ஜைன மதத்தைத் தோற்றுவித்தவர்களில் ஒருவர். நிர்க்ரந்தர் என்ற சொல் தளைகளிலிருந்து விடுபடும் நிலையைக் குறிக்கிறது. மகாவீரர் அடிப்படையில் நிர்க்ரந்தர் பள்ளியைச் சேர்ந்தவர். இந்தப் பள்ளி அல்லது குழுவைச் சேர்ந்தவர்கள் கடுமையான மத அனுஷ்டானங்கள் மூலம் தங்களை உடலளவு மற்றும் உள்ளத் தளவிலான தளைகளிலிருந்து விடுவித்துக் கொள்ள முயன்றவர்கள். மகாவீரர்விடாமுயற்சியினால் ஞானமடைந்து தன்னை ஒரு ஜைனராக (அறியாமையை வெற்றி கண்டு விட்டவர்) உணர்ந்து கொண்டார். அவருடைய மரணத்திற்குப் பிறகு அவருடைய பள்ளி அல்லது பார்வை 'ஜைனநெறி' என்று பாவிக்கப்பட்டது. நிர்க்ரந்தக் கோட்பாடு மகாவீரரின் காலத்திற்கு முன்னாலேயே ஒரு நீண்ட வரலாறுடையதாகக் கூறப்பட்டது. இன்னும் சொல்லப் போனால் பார்ஸ்வா (அல்லது பாஸா), ஜைனமதத்தின் இருபத்திநான்கு ஸ்தாபகர்கள் என்ற, பெருமளவில் புராணிகஞ்சார் வம்சாவளியில் மகாவீரரின் முன்னோடியாக இருப்பவர், வரலாற்று ரீதியான மனிதராகவே இருந்தார் என்பது குறிப்பிடத்தக்கது.

ஜைன மதமும், பௌத்த மதமும் பிராம்மணீயமல்லாத மதங்களில் மிகவும் வலுவானவையாக இருந்தன. பல கோட்பாடுகள், மறைநெறிகள் மற்றும் பிரத்யேகச் சொல் வழக்குகளில் அவை தங்களுக்கிடையே பெருமளவு ஒத்துப் போகின்றன. ஜைனர்களின் குறிக்கோள் பௌதிக உடம்பிலிருந்து கிளரும் உள்ளுந்துதல்களையும், இச்சைகளையும் கட்டுப்

படுத்துவதன் மூலம் ஆன்மாவை விடுதலையடையச் செய்வது. இவ்வாறு ஜைனர்கள் உடலின் சக்தியை பலவீனப்படுத்த கடுமையான அனுஷ்டானங்களை மேற்கொள்கின்றனர். ஜைன மதக் கோட்பாடுகளைக் கடைப்பிடிப்பவர்கள் ஐந்து சீரிய சங்கல்பங்களை மேற்கொள்ள வேண்டும். அவையே அவருடைய ஒழுக்கநெறியின் அடிப்படையாகும். கொல்லாமை என்ற கோட்பாடு மிகவும் தீவிரமாக வலியுறுத்தப் படுகிறது. உடைமைகளுக்கு எதிரான விதிமுறை என்பது மிகவும் உச்சபட்சமாக, திகம்பரர்கள் என்ற பிரிவினரால் பாவிக்கப்பட்டு, உடைகள் கூட உடைமைகளாகக் கொள்ளப்பட்டு துறக்கப் படுகின்றன. இந்தப் பிரிவிலுள்ள ஆண்கள் தங்கள் அனுஷ்டானங்களை நிர்வாணிகளாகவே கடைப்பிடித் தொழுகுகிறார்கள். ஜைன மறைநெறி மற்றும் அறிவாதார முறை இயல் மிகவும் மேம்பட்டது. ஜைனர்கள் ஒரு திருமறையை சீரிய முறையில் இன்றளவும் நிலைத்திருக்கும்படியாகத் தொகுத்து வைத்தருக்கின்றனர். அவர்களுடைய மிகப் பழமையான மறைநெறிகள் 'அந்தமாகதீ' மொழியில் எழுதப் பட்டிருக்கின்றன.

    ஏறத்தாழ கி.மு. ஐந்தாம் நூற்றாண்டின்காலத்தில் மத்திய இந்தியாவில், இந்திய சிந்தனை வரலாற்றில் பெரும் உத்வேகமும், செயல்பாடுகளும் இருந்தன என்பதை மேற்படி மாற்றுக் கொள்கை ஆசான்களின் பட்டியல் குறிப்பாலுணர்த்துகிறது. நாம் ஏற்கனவே பார்த்தபடி, இந்த காலகட்டத்தில் மதஞ்சார் சிந்தனாவாதிகளால் விவாதத்திற்கு எடுத்துக்கொள்ளப்பட்ட மிக முக்கியமான கேள்விகளில் ஒன்று ஒழுக்கநெறிசார் நடவடிக்கைகள் அவற்றை மேற்கொண்ட மனிதனை பாதிக்குமா, பாதிக்காதா என்பது. வேறு வார்த்தைகளில் சொல்வதென்றால் கர்மரீதியான காரணமும், காரியமும் அல்லது செயலும் அதன்விளைவும், இருக்கும் தன்மையையும் அவை இயங்கும் தன்மையையும் பற்றிய கேள்வி, அது தொடர்பான விவாதங்களில் தங்களை ஈடுபடுத்திக் கொண்டார்கள். ஒழுக்கஞ்சார் செயல்பாடுகள் உண்மையிலேயே தாக்கம் ஏற்படுத்துவதாயிருப்பின் மதவழி ஒழுகுபவர் எவ்விதம்

தன்னுடைய கர்மவினைத் தளைகளை அறுத்து தனது மனம் அல்லது ஆத்மாவை விடுதலை செய்வது என்பது பற்றிய ஆய்வில் இறங்க வேண்டியது இன்றியமையாததாகிறது. இந்தக் கேள்வி, மறுபிறவி தொடர்பான போதனைகளோடு நெருங்கிய தொடர்புடையாக இருந்தது. மறுபிறவி தொடர்பான நெறிமுறைகள், கோட்பாடுகள் முதலியன வேதங்களில் காணக்கிடைக்கவில்லை என்றாலும், உபநிடதங்களின் போதனைகள் புழக்கத்தில் வந்த சமயம் மறுபிறவி குறித்த போதனைகளும் தோன்ற ஆரம்பித்து விட்டன. ‘மறுபிறவிக்கு’ ‘சம்சாரா’ என்ற சொற்பிரயோகம் மிகத் தொன்மையான உபநிடதங்களில் காணப்படுவதில்லை. ஆனால் புத்தருடைய காலகட்டத்திற்குப் பிறகு உருவாக்கப்பட்ட உபநிடதங்களில் அது அடிக்கடி உபயோகிக்கப் பட்டுள்ளது. இதிலிருந்து, பௌத்தம் நிறுவப்பட்டுக் கொண்டிருக்கும் அதே சமயத்தில் பிறப்பு - இறப்பு என்பவை மாறி மாறி வரும் தொடர் சுழற்சிகள் என்பதான பார்வைக்கு அதனுடைய சீரிய வடிவம் தரப்பட்டுக் கொண்டிருந்தது என்பதை அறிய முடிகிறது.

மறுபிறவி என்ற கோட்பாடு நிலைநாட்டப்பட்டு விட்டதும் மக்கள், மனிதனின் ஏதாவது ஒரு ஆக்கக்கூறு அல்லது ஆத்மா, பிறப்பு, இறப்புகளின் தொடர் சுழற்சிகளினூடாய் பயணமாகி வரக் கூடுமோ என்ற விதமான அனுமானங்களில் இயல்பாகத் தங்களை ஈடுபடுத்திக் கொண்டனர்.

புத்தரின் காலத்தில் மக்கள் கர்மவினை குறித்து விவாதித்துக் கொண்டிருந்தார்கள் என்பது உண்மைதான். ஆனால், கர்மவினைப் பயனான ‘கனிகள்’ என்ற கண்ணோட்டம் அந்த சமயத்தில் அங்கீகரிக்கப் பட்டிருக்கவில்லை. கர்மவினை என்பது குறித்த தெளிவற்ற கருத்தோட்டங்கள் பௌத்தத்தில் இணைக்கப்பட்டு காரண-காரியம், அல்லது செயல்-விளைவு என்பதன் விதியாக ஒருவித பிரத்யேகமான பௌத்த பாணியில் திட்டமிட்ட ரீதியில் பொருள் பெயர்த்து தரப்பட்டன. ஜைனர்களும் கூட கர்மவினை சம்பந்தமான காரியங்கள் அவற்றின் விளைவுகள் என்ற விஷயத்தை அங்கீகரித்தனர்

என்றாலும் அவர்களுடைய கண்ணோட்டத்தில் செயல்களின் விளைவுகள் என்பவை பொதுவாக 'தண்டனை'களாகவே பகுத்துரைக்கப்பட்டன (தண்டா).

பிறப்புகள்-இறப்புகளின் ஊடாய் பயணமாகும் 'தான்' அல்லது 'முழுநிறைவான சுயம்' (ஆத்மன், ஜீவா) முதலியவை தொடர்பான கருத்தியல்கள் ஏராளமாய் முன்வைக்கப்பட்டன. அவ்விதமே 'தான்' அல்லது 'ஆத்மன்' என்ற ஒன்று இருந்து வரும் ராஜ்யம் (லோகம்) பற்றியும் ஏராளமான கருத்தியல்கள் முன்வைக்கப்பட்டன. பாலி மொழியிலான ப்ரம்மஜாலசுட்டா (Brahmajaalasutta)வில் இந்த விஷயங்கள் பற்றி அறுபத்தியிரண்டு வெவ்வேறு நிலைப்பாடுகளுக்குக் குறையாமல் விவரிக்கப் பட்டுள்ளன. குறிப்பிடத்தக்க அளவு முக்கியமான விஷயம் ஒன்று, தொடர்ந்த ரீதியில் மாறிக் கொண்டேயிருக்கும் மனம் அதற்குப் பின்னால் இருப்பதாகக்கருதப்படும் நிரந்தராமான ஆத்மனை பார்க்கவோ, பற்றிக் கொள்ளவோ இயலும்படியான வழிவகைகள் பற்றி அலசியது. ஜைன ஆதாரங்களைப் பொறுத்தமட்டில் இந்த விஷயம் தொடர்பாய் *363* வெவ்வேறு வெவ்வேறு பார்வைகளைக் கொண்ட சிந்தனை யோட்டங்கள், பள்ளிகள் இருந்தன. அவற்றை நான்கு அடிப்பவையான பிரிவுகளில் இடம் பெறச் செய்ய முடியும். கர்மா என்ற ஒன்றை ஏற்றுக் கொண்ட பிரிவு, கர்மா என்ற ஒன்றை ஏற்றுக்கொள்ளாத பிரிவு. கடவுள் மறுப்புக் கொள்கையாளர்கள் மற்றும் அறவியலாளர்கள்,

பௌத்த மறைநூல்களில் புத்தருடைய சிந்தனை யோட்டங்களைச் சாராத சிந்தனைப் போக்குகள் மூன்று முக்கியப் பிரிவுகளாகப் பகுகப்பட்டுள்ளன. எல்லாமே கடவுளுடைய விருப்பப்படி நடப்பது என்று நம்பும் பிரிவினர். (P. issaranimana-vada), ஒவ்வொரு செயலும் முன்வினைப் பயனால் முன்கூட்டியே தீர்மானிக்கப்பட்டு விட்ட ஒன்று என்று நம்புபவர்கள் (P.Pubbekatahetu), மற்றும் எல்லாமே யதேச்சையாக நடைபெறுவது என்ற பார்வையுடையவர்கள் (P. ahetv, appacaya). புத்தர் இந்த மூன்று மாற்றுகளையும் மறுதலித்தார். அவை

சுயமான சிந்தனை, செயல் மற்றும் மனித முயற்சிகளின் திறனாற்றல்கள், சாத்தியப் பாடுகளை மறுப்பதால் அவர் அவற்றை அங்கீகரிக்கவில்லை; மாறாக, அவர் இந்த மூன்று நிலைப்பாடுகளையும் கடந்த அளவிலான ஒரு காரண-காரிய அறிவியல் கோட்பாடு விதியை போதித்தார்.

பௌத்த மதத்தினது அல்லாத நிலைப்பாடுகள் அல்லது பார்வைகள் வேறு விதங்களில் பகுத்துரைக்கப்பட்டன. அவற்றில் மிக முக்கியமான ஒன்று இரண்டு தத்துவரீதியான நிலைப் பாடுகளுக்குட்பட்ட அளவிலான ஒரு பகுப்பு. முதலாவது, பரிணாமவாத (parinama-vada) நிலை, பழமைவாத பிராம்மணீய சிந்தனாவாதிகளால் கைக்கொள்ளப்பட்டது. தான் என்ற ஆத்மனும், உலகமும் ஆகிய இரண்டுமே முழுமுதற் பொருளான பிரம்மனிடமிருந்து உருவாகி, வளர்ச்சியடைந்தவையே என்ற வாதத்தின் படியானது. இரண்டாவது, காகுடா காத்யாயனா (Kakuda Katyayana) போன்ற சிந்தனாவாதிகளால் கைக்கொள்ளப் பட்டது. அவர்கள் முழுமுதற் பொருள் என்ற ஒன்றை ஏற்றுக் கொள்ளவில்லை. பதிலாக, மக்களும், உலகமும், நிரந்தர ஆக்கக் கூறுகளின் திறள்களால் உருவாக்கப்பட்டவர்கள், தொகுக்கப்பட்டவர்கள் என்ற வாதத்தை அவர்கள் முன் வைத்தார்கள். அவர்களுடைய நிலைப்பாடு 'ஆரம்ப-வாதா' என்று வழங்கப்பட்டது. இந்த இரண்டு நிலைப்பாடுகளுமே புத்தரின் காலத்தில் ஒழுங்கமைக்கப்பட்டு, சீராக வடிவமைக்கப் பட்டுக் கொண்டிருந்தன.

இந்தக் காலகட்டத்திலான மதச்சடங்குகள், சம்பிரதாயங்கள் முதலியனவும் கூட இரண்டு பிரதான குழுக்களாகப் பகுக்கப் பட்டிருந்தன. தியானம் மற்றும் நோன்புகள் என்ற வகையான செயல்பாடுகள். தியானம் செய்வதைப் பரிந்துரை செய்தவர்கள் உள்வயமான ஆழ்ந்த ஆய்வு மற்றும், மனதை அமைதிப் படுத்துதல் முதலியவற்றின் மூலம் மீட்சியை அடைய முயன்றனர். நோன்புகள் முதலான செயல்பாடுகளைக் கடைப்பிடித்தவர்கள், மனதை வசப்படுத்தி ஆட்டுவிக்கும் மாயைகளை வேரறுக்க கடுமையான விரதங்கள், நோன்புகள் முதலிய

செயல்பாடுகளைக் கைக்கொள்வதன் மூலம் மீட்சியை அடைய முயன்றனர்.

முடிவாக, புத்தரின் காலகட்டத்தின் வேதீய மதம் மக்களை ஈர்க்கக்கூடிய தனது சக்தித்திறனாற்றல்களில் பெரும்பகுதியை ஏற்கனவே இழந்து விட்டிருந்தது. ஆனால், வேறு புதிய மதஞ்சார் அதிகார அமைப்பு எதுவும் அதை இன்னமும் இடம் பெயர்த்திருக்கவில்லை. மதஞ்சார் எழுச்சியும், உத்வேகமும் கூடிய இந்தக் காலகட்டத்தில், பல சிந்தனை வாதிகள், ஒவ்வொருவரும் தத்தமக்குள் இருக்கும் அந்த பூரணனைத் தமக்கேயுரிய வழிகளில் தேடியவாறு, தோன்றினர்.

முன்னுரை

புத்தர் பெருமான், ஆறு ஆண்டுகள் அருந்தவம் செய்து, தமது முப்பத்தைந்தாவது வயதில், கி.மு. 538, வைகாசி, 6 -ஆம் தேதி, புதன்கிழமை, 'மதிநாண் முற்றிய மங்கலத் திருநா'ளான பூர்ணிமையன்று, மெய்ஞ்ஞானமாகிய போதியடைந்தார். அவர் அமர்ந்திருந்த போதி மரத்தடியிலும், அருகிலும், ஏழு வாரங்கள் தங்கியிருந்து விட்டு, அவர் காசிமாநகரை அடுத்திருந்த சாரநாத்தில் மான்சோலை என்னுமிடத்திற்குச் சென்றார். அங்கே தங்கியிருந்த கௌண்டின்யர், காசியபர், பாஷ்பர், அசுவஜித், பத்திரகர் என்ற ஐந்து தாபதர்களும் முன்னால் கௌதம புத்தரோடு உருவேலா வனத்தில் தவம் செய்து கொண்டிருந்தவர்கள். புத்தர் அவர்களைக் கண்டு, முதன் முதலாகத் தமது தருமத்தை அவர்களுக்கு உபதேசம் செய்தார். இதுதான் தரும சக்கரப் பிரவர்த்தனம் - பெருமான் பௌத்த தருமமாகிய அற ஆழியை உருட்ட ஆரம்பித்தமை, சுமார் 2,500 ஆண்டுகளாக அந்த ஆழி சுழன்று கொண்டே இருக்கின்றது.

ஊர் ஊராக நடந்துசென்று, நாடும் நகரும் நன்கறியும்படி புத்தர் எண்பது வயதுவரை தமது தருமத்தை உபதேசித்து வந்தார். அதை ஏற்றுக்கொண்டு மக்கள் பௌத்த தரும உபாசகர்களாயினர்; அதன்படி வீட்டை விட்டு வெளியேறிய துறவிகள் சீவர உடையணிந்து, சீலம் மிக்க பிக்குகளாயினர்; பெண்களும் துறவு பூண்டு பிக்குணிகளாயினர். இவர்கள் அனைவரையும் கொண்டதுதான் பௌத்த சங்கம்.

பௌத்தர்களுக்குப் புத்தர், தருமம், சங்கம் ஆகிய மூன்று சரணங்கள் உண்டு. பெருமானின் உபதேசங்கள் திரிபிடகங்கள்

என்ற பௌத்தத் திருமுறைகளாக அமைந்து தருமத்திற்கு வழிகாட்டி வருகின்றன. சங்கத்திற்குரிய விநய விதிகளும் அவர் காலத்திலேயே அமைந்திருந்தன.

11 -ஆம் நூற்றாண்டு வரை பாரத நாடு முழுதும் பரவியிருந்த தருமம், பின்னால் இந்நாட்டை விட்டே மறைந்து போய், மற்ற ஆசிய நாடுகள் பலவற்றில் வளர்ந்து வந்தது. 25 -நூற்றாண்டு களுக்குப் பின் இப்போது பௌத்த தருமத்தைப் பற்றியும், போதி வேந்தராகிய புத்தரைப் பற்றியும், இந்தியாவிலும் உலகிலேயும் பெருவிழிப்பு ஏற்பட்டுள்ளது. இது உலகின் மாபெரும் விந்தைகளிலே ஒன்று. பௌத்த தருமம், பழமை பழமையென்று ஒதுக்கித் தள்ளப் பெறாமல், பின்னைப் புதுமைக்கும் புதுமையாக விளங்கிவரும் பெருமைக்குக் காரணம் அதிலுள்ள உண்மையும், அதன் ஆற்றலுமேயாம். இந்த நவநாகரிகக் காலத்திலும், நமது அணுயுகத்திற்கு அப்பாலும், பேரறிவாளர்கள் கண்டுபிடிக்கக் கூடிய விஞ்ஞானப் புதுமைகளால் பௌத்த தருமத்தை அசைக்க முடியாது. ஏனெனில், அதுவே விஞ்ஞான ஆராய்ச்சிக்குப் பொருத்தமாகவும், பகுத்தறிவை ஆதாரமாய்க் கொண்டும் அமைந்த தருமமாகும்.

உலகிலே சமயங்கள் பெரும்பாலும் பரம்பொருள், ஆன்மா இரண்டையும் அடிப்படையாகக் கொண்டு அமைந்திருக்கின்றன, பரம்பொருளை விட்டுவிட்டு, ஆன்மாவே நிலையானது என்றும், அதுவே பரம்பொருளாகும் என்றும் ஒரு கொள்கையுண்டு. பூதவாதம், பொருளியல்வாதம், நாத்திகம் ஆகியவை, மாறுதலையும் அழிவையும் இயல்பாய்க் கொண்ட பொருள்களைத் தவிர உலகிலே வேறு நித்தியமான எதுவுமில்லை என்றும், ஜடப் பொருளிலிருந்தே உயிரும் தோன்றியது என்றும் கூறுவன. இவை அனைத்திலிருந்தும் பௌத்த தருமம் மாறுபட்டது. அதில் இறைவனுமில்லை, ஆன்மாவுமில்லை - எனினும் அது வெறும் நாத்திகமன்று. பிரபஞ்ச இயல்புக்கு மேலான ஒரு பதம் - துக்கமில்லாத சாந்திநிலையம்- நிருவாணம் - இருப்பதாக அது கூறுகின்றது. 'நானே பிருமம்' என்ற நிலையை ஜீவான்மா அடையக் கூடிய நிலையைப் போதிக்கும் வேதாந்த

அத்வைதத்தோடு நெருங்கிய தொடர்பு கொண்டதாகத் தோன்றும் பௌத்த தருமம் அத்வைதமும் அன்று. சரீரத்துள் இருந்துகொண்டே, அதனோடு ஒட்டாமல், பார்ப்பவனாயும், கேட்பவனாயும், 'அநுபவிப் பவனாயும் ஆத்மன்' விளங்குகிறான் என்றால், 'அந்த ஆத்மன் செவிகளால் பார்க்க முடியுமா, கண்களால் கேட்க முடியுமா?' என்று பிற்காலத்துப் பௌத்த ஆசாரியர் நாகசேனர் கேள்வியை எழுப்பினார். சருவவல்லமை யுள்ள ஆன்மா செவிகளில்லாமலே கேட்கவும், கண்களில்லாமலே காணவும் சக்தி பெற்றிருக்க வேண்டுமல்லவா? ஆகவே, பௌத்த தருமத்தைப் பற்றி அவசரப்பட்டு முடிவுகளைச் சொல்லாமல், ஆராய்ந்து பார்க்க வேண்டியது அவசியமாகும். ஆராய்ச்சி முடிவுகளில் கருத்து வேற்றுமைகள் இருப்பதும் இயல்பே.

ஆனால், பொதுவாகப் புத்தர் போதித்த ஒரு பேருண்மையை நாம் நினைவிலிறுத்திக் கொள்ள வேண்டும். ஒவ்வொருவரும் தமது சொந்த முயற்சியாலேயே *(துக்கத்திலிருந்து)* விடுதலை பெற வேண்டும். மரணத் தருவாயில் அவர் செய்த இறுதி உபதேசம்: 'உங்களுடைய விமோசனத்திற்காக இடைவிடாமல் கருத்தோடு உழையுங்கள்!'

இன்றைய உலகில் அன்பும் அருளும் அருகி, வெறுப்பும் பகையுமே செறிந்து வளர்ந்துள்ளன. அணுகுண்டு, வாயுகுண்டு களால் சருவநாசம் ஒருபுறம், அன்பு, நேசம், சகிப்புத்தன்மை, நல்லொழுக்கம் முதலியவற்றால் எல்லா நாடுகளையும் ஒரே உலகமாக ஒன்றுசேர்ந்துச் சாந்தியோடும், சமத்துவத்தோடும் வாழச்செய்தல் மற்றொருபுறம் - இந்த இரண்டு நிலைகளே இருக்கின்றன. உலகத்தை வாழவைக்கப் புத்தர் போதித்த அருளறம் இன்று மிகவும் பயன்படும். தனி மனிதரோ, நாடோ, 'நான், நான்' என்று அகங்காரம் கொண்டிருக்கும் வரை அன்புக்கு இடமில்லை.

'ஒருதுளி தண்ணீர் எக்காலத்திலும் காய்ந்து போய் விடாமல் காப்பது எப்படி?' என்று ஒரு சமயம் புத்தர் சீடர்களை வினவினார். எவர்க்கும் வழி தெரியவில்லை. பெருமானே

வழியையும் தெரிவித்தார்.: 'அதைக் கடலுள் சேர்ப்பதால்!' உண்மைதான். மனிதன் தன்னை மானிட சமூகமாகிய கடலுள் சேர்த்துக் கொள்ளாவிட்டால் வறண்டு தான் போவான்.

இந்நூலைப்படிக்கு முன்னால் தெரிந்து கொள்ள வேண்டிய புத்தருடைய திவ்விய சரிதையைப் 'போதி மாதவன்' என்ற நூலாக எழுதியுள்ளேன். அவர் உபதேசங்களும் தனி நூல்களாக வெளிவந்துள்ளன. உலகில் தோன்றிய ஆறு தீர்க்கதரிசிகளிடையே பெருமானின் நிலை பற்றிப் 'புத்த ஞாயிறு' என்ற நூலில் விவரித்துள்ளேன். அவரைப் பற்றி ஓரளவு தெரிந்து கொண்ட பின்பு இந்நூலைப்படித்தல் பெரும் பயனாகும்.

நெல்லை **ப. ராமஸ்வாமி**

உள்ளடக்கம்

	சிறப்புக் கட்டுரைகள்	04
	புத்தரின் காலத்தில் இந்திய சமயம்	24
	முன்னுரை	40
	பௌத்த தரும சம்பந்தமான முக்கியமான சொற்களும் சொற்றொடர்களும்	45
1.	நான்கு வாய்மைகள்	56
2.	அஷ்டாங்க மார்க்கம்	80
3.	அடிப்படைக் கொள்கைகள்	112
4.	நிருவாணம்	150
5.	பௌத்தமும் சாதிப் பிரிவினையும்	161
6.	பௌத்த சங்கம்	183
7.	பௌத்தத் திருமுறைகள்	194
8.	உதவிய – நூல்கள்	222

பௌத்த தரும சம்பந்தமான முக்கியமான சொற்களும் சொற்றொடர்களும்

அத்தா - ஆன்மா

அநத்தா - ஆன்மா இல்லாதது

அநாகாமி - இனிப் பிறப்பில்லாத நிலையை அடைந்தவர்

அநாத்மம் - ஆன்மா அற்றது.

அநித்தம்
அநித்தியம்] - நிலையில்லாமை.

அபிதருமம் - பௌத்த சமயக் கொள்கைகளின் நுட்பங்களை விளக்கும் திரிபிடகப் பகுதி.

அப்பமாதம் - கருத்துடைமை, இடைவிடாத முயற்சியுடன் கூடிய சிரத்தை; 'அப்பமாதோ அமத பதம் - கருத்துடைமையே நித்தியமான நிருவாண மோட்சத்திற்கு வழி' என்பது புத்தர் திருவாக்கு; இதற்கு நேர் எதிரானது பமாதம் - மடிமை.

அமிதாபா - எல்லையற்ற ஜோதி நிறைந்தவர்; புத்தர்.

அருகத்து - நிருவாணத்திற்கு உரியராகும் நிலையிலுள்ளவர்.

அருவுரு - நாமமும் உருவமும்.

அவதானம் - வீர வரலாறு, புகழத்தக்க செயல்.

அவா - திருஷ்ணை, ஆசை, வேட்கை.

அவித்தை - பேதைமை, அஞ்ஞானம்.

அஷ்டாங்க மார்க்கம் - நிருவாண மார்க்கத்திற்குரிய எட்டுப் படிகள்.

ஆசை - அவா. ஆனந்தம் - புத்தர் வகுத்த வழிகளின்படி, விலக்க வேண்டிய பத்துத் தீவினைகளையும் விலக்கி, கொள்ளவேண்டிய பத்துச்சீலங்களையும் மேற்கொண்டு ஒழுகுவதில் அடையும் இன்பம்.

ஆன்மா - உடலை இடமாகக் கொண்டுள்ள அழிவில்லாத சரீரி, பிராணன், உயிர்.

இந்திரியங்கள் - சிரத்தை, வீரியம், ஸதி, சமாதி, பிரஞ்ஞை என்ற ஐந்து ஆற்றல்கள்.

இருத்திபாதங்கள் - சந்தம், வீரியம், சித்தம், மீமாம்சை என்ற மன நிகழ்ச்சிகளுக்கு அடிப்படையான ஆற்றல்கள்.

உணர்ச்சி - விஞ்ஞானம் உணர்வு - சைதந்யம் என்ற உள்ள உணர்வு.

உதானம் - உயிர்ப்பித்தது, கூறியது என்று பொருள் - கட்டுரைத் தொகுதி.

உபவஸதம் - (உபோசதம்) உபவாசம்; விரத நாள்.

உபஸம்பதை - பிக்குவாகச் சேர்ந்து பயிற்சி பெற்றவர் முழுத்தீக்கையும் பெறுதல்.

உபேட்சை - விருப்பு வெறுப்பின்றி சமமாகப் பார்க்கும் நிலை.

உருவம் - நிலம், நீர் முதலியவை சேர்ந்த ரூபஸ்கந்தம்.

ஊறு - ஸ்பரிசம்.

கந்தகை - பகுதி.

கந்தங்கள் - ஸ்கந்தங்கள் பார்க்கவும்.

கருமம் - செயல், வினை: வினைகள் காரணமாக எழும் பயன்.

கருமத் தொகுதி - வினைப் பயன்கள், பவம்.

காதை - கவிதை, செய்யுள்.

காமம் - ஆசை.

காயானுபாஸனை - உடல் அசுத்தமானது என்று கருத்தைச் செலுத்துதல்.

குத்தகம் - சிறிது.

குறி - ஆறு புலன்களின் மூலம் பெறும் அறிவு.

சங்கம் - பௌத்த பிக்குகளின் திருக்கூட்டம்.

சந்தம் - ஒருமையுடன் மனோதத்துவ ஆற்றலின் சிகரத்தை அடைய ஆவலளிப்பது.

சமாதி - நல்லமைதி, தியானம். சம்சயவாதி - பரம்பொருள், நித்தியமான ஆன்மா பற்றி உறுதியான முடிவில்லாமல் சந்தேகப்படுவோர்.

சம்சார சக்கரம் - இறப்பும் பிறப்புமாக மாறி மாறி வரும் வளையம். சம்யுத்தம் - தொடர்புள்ளது.

சார்புகள் - நிதானங்கள் பார்க்கவும்.

சித்தம் - உள்ளம் பரிசுத்தமாயுள்ள நிலை.

சித்தானுபாஸனை - சிந்தனைகளைப் பிரித்துப் பரிசீலனை செய்தல்.

சிரத்தை - நம்பிக்கை.

சிராவக போதி - அருகத்தாகிப் போதியடைதல்.

சீலங்கள் - பத்து ஒழுக்கங்கள்: கொல்லாமை, திருடாமை, வியபசாரம் செய்யாமை, பொய்யாமை, போதை தரும் பொருள்களை உண்ணாமை, இரவில் தூய உணவை மிதமாக உண்ணல், அணிகள் முதலிய வற்றை விலக்கல், தரையில் பாய்மீது உறங்குதல், களியாட்டங்களைத் தவிர்த்தல், பொன், வெள்ளியைத் தீண்டாமை.

சுத்தம் - சூத்திரம், உபதேசவசனங்கள்.

கள்ளம் - கள்ளம். சிறிய கே சூனியம் - வெறுமை. சூனியவாதி - வாழ்வு மரணத்தோடு முடிந்துவிட்டது, வேறு நிலை செய்கை - ஸம்ஸ்காரங்கள்.

தகோபா - தாதுகோபம், அஸ்தி போன்ற அங்கங்களைப் புதைத்து வைத்து மேலே கட்டும் ஸ்தூபம்.

க தசசீலங்கள் - சீலங்கள் பார்க்கவும். ததாகதர் - புத்தர், முன்னோர் வழியிலே செல்பவர்.

ததாகத கர்ப்பம் - புத்தக் கரு. தத்துவங்கள் - முப்பத்தேழுதத்துவங்கள் பார்க்கவும். தம்மம் - தருமம்.

தருமம் - பொருள்கள், உயிர்களின் தன்மை, அவைகளுக்குரிய நியமம், உண்மை, ஒழுக்க முறைகள், சமயக் கொள்கைகளின் தொகுதி, சமயம்.

தருமசக்கரப் பிரவர்த்தனம் - அற ஆழி உருட்டுதல்.

தருமவிசாரம் - திரிபிடகங்கள் முதலிய நூல்களின் ஆராய்ச்சி. தருமானுபாஸனை - தளைகள், போத்தியாங்கங்கள், புலன்களைப் பகுத்துப்பரிசீலனை செய்தல்.

தாதுகோபம் - தகோபா பார்க்கவும். தானம் - ஈகை.

தியானம் - சிந்தையை ஒரு நிலைப்படுத்தும் சமாதி. திரிசரணங்கள் - புத்தர், பௌத்த தருமம், பௌத்த சங்கம் ஆகிய மூன்று அடைக்கலங்கள்.

திரிபிடகங்கள் - மூன்று தொகுதிகளான திருமுறைகள்.

தீக - நீண்ட.

தீவினைகள் - பாவங்கள் பத்து: பிறர் பொருளை விரும்புதல், கோபம், பொல்லாக்காட்சி, பொய், கோள், கடுஞ்சொல், வீண்பேச்சு, கொலை, காமம், களவு.

துக்கம் - பிறவி காரணமான பிணி, மூப்பு, பிரிவு, சாக்காடு, நிலையாமை ஆகியவற்றால் வரும் துக்கம்.

துக்க காரணம் - பிறப்பு துக்கத்திற்குக் காரணம், பிறப்புக்குக் காரணம் பேதைமை, அவா முதலிய 12 சார்புகள் அல்லது நிதானங்கள்.

துக்க நிவாரணம் - அவா, பேதைமை முதலிய சார்புகளை ஒழித்தல்

துக்க நிவாரண மார்க்கம் - அஷ்டாங்க மார்க்கத்தின் மூலம் தியானத்தில் நிலைத்து, நிருவாணம் பெறுதல்.

துடிதலோகம் - துஷித உலகம்; பூவுலகுக்கு வரு முன்னால் புத்தர் அங்கு தங்கியிருந்தார்.

தேரர் - ஸ்தவிரர், பௌத்த சங்கத்தில் பத்து ஆண்டுகட்குக் குறையாமல் பிக்குவாயிருந்தவர்.

தேரவாதம் - பௌத்தத் திரிபிடகங்களை ஆதாரமாய்க் கொண்டு, புத்தர் போதித்த ஆதிக் கொள்கைகளைச் சிறிதும் மாற்றாமல் பின்பற்றுவோரின் சித்தாந்தம்.

தேரி - தேரருக்குப் பெண்பால்.

தோற்றம் - பிறப்பு.

நல்லமைதி - தியானம், சமாதி, யோகம் என்பது; நிர்விருத்தி என்ற சாந்திநிலை.

நல்லூக்கம் - தீய எண்ணங்களை அவித்து, அவை எழாதபடி காத்து, நல்லெண்ணங்களை வளர்த்தல்.

நல்லூற்றம் - நல் விருப்பங்கள், நல் ஆர்வம், நற் சிந்தனை என் ஆகியவை; புலன் இன்பங்களைத் துறந்து, துவேஷமின்றி, அஹிம்சையோடு உறுதியாக நிற்றல்.

நல் வாய்மை - சத்தியமான வாக்கு; பொய், புறம் பேசுதல், பயனற்ற பேச்சு ஆகியவற்றை விலக்கி, நயம்பட உரைத்தல்.

நல் வாழ்க்கை - ஜீவனத்திற்கு வேண்டிய வருவாயை நியாயமான வழிகளில் சம்பாதித்து வாழ்தல்.

நற்கடைப்பிடி - நல்ல உறுதியும், நன்னினைவும்; கருத்தோடு, உறுதியோடு, நினைவோடு, ஊக்கத்தோடு செயல்புரிதல். நற்காட்சி - தெளிந்த மெய்க் காட்சி, பொருள்களின் உண்மை நிலையைப் பகுத்துணர்தல், இதற்கு எதிர்மறையானது பொய் அல்லது பொல்லாக் காட்சி, தவறான பார்வை.

நற்செய்கை - கொலை, களவு, முறை தவறிய சிற்றின்ப உணர்ச்சிகளை ஒதுக்கி, நல்வினைபுரிதல்.

நாம ரூபங்கள் - ஐந்து கந்தங்களின் சேர்க்கையால் தோன்றும் அருவும் உருவும்.

நால்வகை (நான்கு) வாய்மைகள் - துக்கம், துக்க காரணம், துக்க நிவாரணம், துக்கநிவாரணமார்க்கம் என்ற சத்வாரி ஆரிய (மேலான) சத்தியங்கள்.

நிகந்தநாத புத்தர் - ஜைனசமயத் தலைவரான மகாவீரர்.

நிகாயம் - தொகுதி.

நிதானங்கள் - பேதைமை, செய்கை, உணர்ச்சி, அருவுரு, வாயில், ஊறு, நுகர்ச்சி, வேட்கை, பற்று, கருமத் தொகுதி, தோற்றம், வினைப்பயன் என்ற பிறப்புக்குக் காரணமான 12 - சார்புகள்.

நித்தேசம் - விளக்கம்.

நிபாதம் - தொகுதி.

நியமங்கள் - விதிகள், முறைகள்.

நிருவாணம் - பௌத்த தருமத்தின்படி மனிதன் பெறக்கூடிய பேரின்ப நிலை.

நுகர்ச்சி - புலன்களின் மூலம் பெறும் உணர்வு, வேதனை.

பகவர் - பகவான், புத்தர்.

பஞ்சசீலங்கள் - கொல்லாமை, திருடாமை, முறை தவறிய சிற்றின்பம் விலக்கல், பொய்யாமை, இலாகிரிப் பொருள்களை விலக்கல் ஆகிய ஐந்து ஒழுக்கங்கள்.

பௌத்த சங்கத்தில் சேருவோர், புத்தர், தருமம், சங்கம் ஆகிய மூன்று சரணங்களையும் மும்முறை கூறி, இந்த விரதங்களை மேற்கொள்ள வேண்டும்.

படிச்சசமுப்பாதம் - பிரதித்ய சமுத்பாதம் பார்க்கவும்.

பதம் - வழி, மார்க்கம்.

பமாதம் - மடிமை, அசிரத்தை; மனிதன் மடிமையில் வீழ்ந்துவிடக் கூடாதென்று புத்தர்வாழ்நாள் முழுதும் உபதேசித்துக் கொண்டே இருந்தார்; பமாதோ மச்சுநோ பதம் - மடிமையே மரணத்திற்கு வழி.

இதற்கு எதிரான மொழி அப்பமாதம் - கருத்துடைமை, இடைவிடாத முயற்சியுடன்கூடிய சிரத்தை.

பரி நிருவாணம் - நிருவாணமடைந்து வாழ்வு முற்றுப் பெறுதல்.

பலங்கள் - சிரத்தை, வீரியம், ஸதி, சமாதி, பிரஞ்ஞை என்ற ஐந்து ஆற்றல்கள்.

பற்று - உபாதானம். பன்னா - (பன்ஹா) கேள்வி.

பன்னிரு நிதானங்கள் - பேதைமை, செய்கை, உணர்ச்சி, அருவுரு, வாயில், ஊறு, நுகர்ச்சி, வேட்கை, பற்று, கருமத்தொகுதி, தோற்றம், வினைப்பயன் ஆகிய 12 சார்புகள்.

பாதி மொக்கம் - பிராதி மோட்சம். பாரமிதைகள் - தானம், சீலம், பொறுமை, வீரியம், தியானம், பிரக்ஞை, உபாயம், தயை, பலம், ஞானம் ஆகிய பத்து.

பாவனை - மன, மொழி, மெய்களால் உண்டாகும் வினைகள்.

பிக்கு - பௌத்த துறவி.

பிக்குணி - பெண்பால்.

பிடகம் - பெட்டி, கூடை.

பிரஞ்ஞை - சமாதியின்பயனாகப் பேரறிவு பெற்ற நிலை.

பிரதித்ய சமுத்பாதம் - நிலையாமையுடன் ஓயாமல் மாறிக் கொண்டிருப்பதே பிரபஞ்ச இயற்கை: ஒன்றின் காரணமாக மற்றொன்று; அதைக் காரணமாகக் கொண்டு வேறு ஒன்று என்று மாறுவதே இயற்கை; ஆனால், ஒன்றே மற்றொன்றாக ஆவதில்லை; இந்தத் 'தொடர்பற்ற தொடர்ச்சி'யைக் குறிப்பிடப் புத்தர் பெருமான் இந்தச் சொற்றொடரை அமைத்தார். இதை "dependent origination' "discontinuous continuation" எனலாம்.

பிரத்தியேக போதி - ஒருவர்தாம் மட்டும் போதியடைந்து, உலகிற்குப் போதிக்காமல் தனித்திருத்தல்.

பிரவ்ரஜ்யை - (பப்பஜ்ஜா) சங்கத்தில் பிக்குவாகச் சேரும் சடங்கு; வீடற்ற வாழ்க்கையை மேற்கொள்ளல்.

பிராதி மோட்சம் - அமாவாசியை, பௌர்ணமி ஆகிய தினங்களில் சங்கம் கூடிப் பிக்குகளும், பிக்குணிகளும் தங்கள் குற்றங்களை ஒப்புக்கொண்டு திருந்த உறுதி கொள்ளும் ஒரு சடங்கு; அவர்களின் ஒழுக்கத்திற்குரிய விநய விதிகளடங்கிய நூலின்பெயர்.

பிராமணர் - வேதியர்.

பிராம்மணங்கள் - வேதங்களை அடுத்து இரண்டாவதாகத் தோன்றிய வசனத்தொகுப்பு நூல்கள்; இவற்றைத் தொடர்ந்து ஆரண்யகங்களும், உபநிடதங்களும் தோன்றின.

பிருமம் - பிரமம், பரம்பொருள்.

புக்கலம் - ஆன்மா அல்லது உயிர்.

புங்கி - புகழுக்குரியவர், பர்மிய தேரர்.

புத்தர் - போதியடைந்த கௌதம புத்தர்.

புத்தர்கள் - பல பிறவிகளில் சீலங்கள் பேணிப் போதி சத்துவராயிருந்து, மெய்ஞ்ஞானம் பெற்றவர்கள்.

பேதைமை - அறியாமை, அவித்தை.

பொருளியல் வாதி - பௌதிகவாதி.

பொறிகள் - மனத்தோடு சேர்ந்து ஆறு பொறிகள்.

போதி - மெய்ஞ்ஞானம். போதிசத்துவர் - புத்த நிலைக்கு உரிய தகுதியை அடைந்தவர்.

போத்தியாங்கங்கள் - போதி அடைவதற்குரிய ஸதி, தரும விசாரம், வீரியம், ஆனந்தம், மனனம், சமாதி, உபேட்சை ஆகிய ஏழு.

பௌதிகவாதி - பௌதிகப் பொருள்களைத் தவிர உலகில் நிலையானவேறு எதுவுமில்லை என்ற கொள்கை யுடையவர்.

பௌத்த உபாசகர் - பௌத்த தருமத்தைச் சேர்ந்த இல்வாழ்வோர்.

பௌத்த தருமம் - புத்தர் போதித்த அருளறம்.

பௌத்தம் - பௌத்த தருமம்.

பௌத்தர் - பௌத்த சமயத்தைச் சேர்ந்தோர்.

மகாயானம் - பெரிய அல்லது உயர்ந்த வாகனம், பௌத்த சமயப் பிரிவுகளில் முக்கியமான ஒன்று.

மகாஸ்தவிரர் - மகாதேரர், 20 ஆண்டுகளுக்கு மேல் பிக்குவாயிருந்தவர்.

மக்கம் - மார்க்கம், வழி.

மனனம் - தெளிவோடு அமைதியாய் இருத்தல்.

மஜ்ஜிம - மத்திய, நடுத்தர.

மாரன் - நல்லொழுக்கத்தின் விரோதி, சயித்தானைப் போன்றவன்.

மீமாம்சை - உண்மையை நாடும் ஆராய்ச்சி.

முப்பத்தேழு தத்துவங்கள் - ஸ்திப் பிரஸ்தானங்கள் 4, ஸம்யக் பிரதானங்கள் 4, இருத்தி பாதங்கள் 4, இந்திரியங்கள் 5, பலங்கள் 5, போத்தியாங்கங்கள் 7, அஷ்டாங்க மார்க்கம் 8 ஆக 37 நியமங்கள்.

வக்கம் - வர்க்கம். வத்து - வஸ்து. வாயில் - ஆறு பொறிகள். விகாரை - பிக்குகள், பிக்குணிகள் தங்கும் பௌத்தப் பள்ளி, மடாலயம், கோயில்.

விசுத்தி மார்க்கம் - பரிசுத்தமான வழி : புத்த கோஷர் எழுதிய நூல்.

விஞ்ஞானம் - (விக்ஞானம்) - பிரக்ஞை, மறுபிறப்புக்குரிய தாது, ஐந்து கந்தங்களில் ஒன்று, 12 நிதானங்களில் ஒன்று.

விபங்கம் - தொகுதி.

வினை - செயல், கருமம்.

வினைப் பயன் - கருமத்தின் விளைவு.

வீசிகித்ஸை - சந்தேகம், ஐயப்பாடு.

வீரியம் - இடைவிடா முயற்சி. வேட்கை - அவா, திருஷ்ணை.

வேதனானுபாஸனை - பொறிகளின் மூலம் ஏற்படும் உணர்ச்சிகளைப் பாகுபடுத்திப் பார்த்தல்.

வேதனை - கந்தங்களுள் ஒன்று.

ஜென்பௌத்தம் - சீனா, ஜப்பானிலுள்ள பௌத்தர்களின் தியான மார்க்கம்.

ஸக்ருதாகாமி - (ஸகதாகாமி) மேற்கொண்டு ஒரு பிறப்புக்கு மட்டுமே உரிய பிக்கு.

ஸதி - நற்கடைப்பிடி.

ஸதிப் பிரஸ்தானங்கள் - உடல், புலன்களின் உணர்ச்சிகள், மனம், - நிருவாணம் ஆகியவை சம்பந்தமான மனோதத்துவ உண்மைகள்: இவை காயானுபாஸனை, வேதனானு பாஸனை, சித்தானுபாஸனை என நான்கு.

ஸத்காய திருஷ்டி - உடலை நிலையானது என்று நம்புதல்.

ம்ம் ஸமாதி - நல்லமைதி.

ஸம்யக் பிரதானங்கள் - தீய எண்ணங்களைக் களைந்து, நல்லெண்ணங்களை வளர்க்கும் முறைகள்.

ஸம்மாஸம்போதி - புத்தர்தாமாகப் போதியடைந்து, மற்ற மக்களுக்கும் வழிகாட்டியது.

ஸ்கந்தங்கள் - உருவம், நுகர்ச்சி, குறி, பாவனை, உணர்வு ஆகிய ஐந்து.

ஸ்தவிரர் - தேரர் பார்க்கவும்.

ஸ்ரோதாபன்னர் - (ஸோதாபன்னர்) - நிருவாணமார்க்கத்தில் முதற்படியில் தேறியவர்.

தங்கம் ஷடாயதனங்கள் (சளாயதனங்கள்) ஆறுபுலன்கள் அல்லது வாயில்கள்.

ஹேது - காரணம்

முதல் இயல்
நான்கு வாய்மைகள்

> "சகல பாவங்களையும் நீக்குதல்
> நற் கருமங்களைக் கடைப்பிடித்தல்,
> உள்ளத்தைச் சுத்தம் செய்தல்
> இதுதான் புத்தருடைய உபதேசம்." - புத்தர்

புத்தர் பெருமான் போதித்து வந்த அறம் பௌத்த தருமம். அதை மதம், சமயம் என்று கூறுவதைப் பார்க்கிலும், அறம், அல்லது தருமம் என்று குறித்தலே அதிகப் பொருத்தமாகும். ஏனெனில், அது வாழ்க்கை முறை அல்லது நெறியேயாம்.

பௌத்த தருமத்தில் பரம்பொருள், ஆன்மாக்கள், பிரபஞ்சத்தின் தோற்றம், நிலைபேறு, ஒடுக்கம் ஆகியவை பற்றி விரிவான தத்துவ நூல்கள் இல்லை, தருக்க சாத்திரங்களும் இல்லை. புத்தர் ஆண்டவனின் தூதரும் அல்லர்; அவரும் தம்மை அவ்வாறு கூறிக்கொள்ளவில்லை. அவர் மனிதராகவே பிறந்து, மனிதராகவே மறைந்தார். ஆனால் எத்தகைய மனிதர்? 'மெய்ஞ்ஞானம் பெறுவதற்கு முன் புத்தர்களும் சாதாரண மனிதர்களே; ஞானமடைந்த பின்சாதாரணமனிதர்களும் புத்தர்களே!' என்று சீன அறிஞர் ஒருவர்கூறியுள்ளது போல், புத்தர் சாதாரணமனிதரல்லர், மெய்ஞ்ஞானம் பெற்ற அதியற்புத மனிதர்! அவருடைய உபதேசங்கள் யாவும் தலைசிறந்த ஒரு மெய்ஞ்ஞானி, மற்ற மக்களுக்காக அருள் சுரந்து அருளிய வழிகாட்டிகள் என்றே கொள்ளத்தக்கவை.

மெய்யறிவு பெற்ற புத்தருடைய உபதேசங்களின் உயர்வுக்கு முதன்மையான காரணம், அவை அனைத்தும்

அவருடைய சொந்த அநுபவத்திலிருந்து விளைந்தவை என்பது. தாம் மெய்யாகக் கண்டவற்றைத் தவிர, அவர் அநுமானங் களையோ, சாத்திரங்களையோ ஆதாரமாய்க் கூறவில்லை. தாம் கூறியவைகளை மக்கள் அப்படியே ஏற்றுக்கொள்ள வேண்டும் என்று அவர் வற்புறுத்தவில்லை; அவைகளைத் தத்தம் அறிவு அனுபவங்களைக்கொண்டு ஆராய்ந்து பார்த்த பிறகே ஏற்றுக்கொள்ளும்படி சொல்லிவந்தார்.

புத்தர் சரிதையிலே இயற்கைக்கு மாறுதலான புராண வரலாறுகளும், மானிட இயல்புக்கு மேம்பட்ட ஆற்றல்களைப் பற்றிய செய்திகளும் பல குறிக்கப் பெற்றுள்ளன. ஆயினும், அவைகளையெல்லாம் புத்தர் வாழ்க்கையின் முக்கிய சம்பவங்களாகக் கொள்ள வேண்டியதில்லை. பகுத்தறிவு வளர்ந்து பெருகிவரும் இக்காலத்தில் பலர், அவைகளை ஒதுக்கிவிட்டு, முக்கியமான சரித்திர சம்பவங்களையே எடுத்துக் கொள்ளக்கூடும்.

உலகின் பல பாகங்களில் புத்தருடைய தாது கோபங் களையும், சிலைகளையும் பௌத்தர்கள் வணங்குகிறார்கள் என்பதைக் கொண்டும் அவரை ஓர் அவதார புருஷர் என்று கொள்ள வேண்டியதில்லை. மக்களின் வணக்கம் கட்டிடங்களுக்கும் கற்சிலைகளுக்கும் அன்று; அவை குறிக்கும் பெருமானின் சீரிய ஒழுக்கம், நல்லுபதேசங்கள் ஆகியவற்றிற்கே யாகும். இது போன்றது தான், 'புத்தம் சரணம் கச்சாமி' என்று புத்தரைச் சரணமடைதலும். போதியடைந்து அறவழியை உணர்த்திய புத்தரை அடைக்கலமாகக் கொண்டு நன்றி தெரிவித்தலே இச்சரணமாகும். மேலும் 'புத்தர்' என்பதும் புத்தர் ஒருவரை மட்டும் குறிப்பதுமன்று. போதியடைந்த எல்லாப் புத்தர்களையும் அது குறிக்கும்.

புத்தருடைய உபதேசங்களிலே பிரும்மா, இந்திரன், தேவர்கள், முதலியோரைப் பற்றியும், சுவர்க்கம், நரகம், தேவலோகம், துடிதலோகம் முதலியவை பற்றியும் இடையிடையே கூறப்பட்டிருக்கின்றது. இந்தத் தேவர்களையும், உலகங்களையும் பற்றிப் புத்தர் காலத்தில் நாட்டிலே

மக்களிடையே உலவி வந்த கதைகளிலும், சாத்திரங்களிலும் காணப்பெற்ற விஷயங்களையே அவர் கையாண்டிருக்கிறார். பலதிறப்பட்ட மக்களுக்கு அவர் உபதேசம் செய்கையில், அவரவர் பக்குவத்திற்கு ஏற்ற கதைகள், செய்திகளைக் கூறித் தமது தருமத்தை விளக்கி வைப்பதற்காக அவைகளைக் கூறியதாகவே கொள்ள வேண்டும். தருமவிரோதியாகிய மாரன் புத்தரைப் பலமுறை கண்டதாகக் கூறப்பட்டிருக்கிறது. மாரன் நல்லனயாவற்றிற்கும் பகைவன். மரணத்தைக் குறிக்கும் 'மரு' என்ற அடியிலிருந்து பிறந்தது 'மாரன்' என்ற அவன் பெயர். அவா, அறியாமை, வெறுப்பு, வெகுளி, அடக்கமின்மை, அழுக்காறு, அயர்வு, அசத்தியம், அசிரத்தை முதலிய தீமைகளுக்கு அறிகுறியாகக் கற்பிக்கப்பட்டுள்ளவனே மாரன். அத்தீமைகளின் பயன் மரணம், அல்லது அழிவு. எனவே, மாரன் அழிவுப் பாதைக்கு வழிகாட்டி. புத்தர் குறித்துள்ள தேவர்கள் யாவரும் அநித்தியமானவர்கள்; மாறுதலுக்கும், மரணத்திற்கும் உட்பட்டவர்கள்; அவர்கள் அவரிடம் வந்து உபதேசம் பெறவேண்டியவர்களாயும், பெற்றவர்களாயும் இருந்தார்கள். அவர் குறித்த சுவர்க்கம், நரகம் முதலிய உலகங்களும் மாறுதல், அழிவு என்னும் விதிகளுக்கு உட்பட்டவைகளே. அவர் கருத்துப்படி நிருவாணம் ஒன்றே நிலையானது. மற்றவை யெல்லாம் நிலையற்றவை. ஆதலால் புத்தர் சரிதையிலும், மொழிகளிலும் ஏலாதனவற்றை ஒதுக்கிவிட்டு, அடிப்படையாக, ஆணித்தரமாக அவர் கூறியுள்ள முக்கியமான உறுதிப்பாடுகளை ஆராய்ந்து உண்மை காண்பதே நன்மை பயக்கும். அவருடைய பௌத்த தருமம் விவாதத்திற்காக அமைந்ததன்று. அது வாழும் வகை, எனவே அதன்படி வாழ்ந்து பார்த்தாலே அதன் உண்மையை உய்த்துணர முடியும்.

புத்தர் பெருமான், நூல்கள் எதையும் எழுதி வைக்கவில்லை. பல இடங்களுக்கு யாத்திரை சென்று, ஆங்காங்கே அவ்வப்போது அவர் கூறிய திருமொழிகளைக் கேட்டிருந்த அடியார்கள், பின்னால் அவைகளைத் தொகுத்து வைத்தார்கள். பெருமானோடு இடைவிடாது வாழ்ந்து வந்த ஆனந்தர், உபாலி, மகா காசியபர்

ஆகியோர் பௌத்த பிக்குகளின் பேரவையிலே அவைகளை முதலில் கூறி, யாவரும் அவைகளை ஏற்றுக்கொண்டபின்பு, அவைகளைத் தொகுத்து வைத்தார்கள். பெருமான் பூத உடலோடு இருக்கும் போதே அவருடைய உரையாடல்கள் உடனுக்குடன் குறித்து வைக்கப்படவில்லை. இதனால் தான் பின்னால் தொகுக்கப் பெற்ற சூத்திரம் ஒவ்வொன்றிலும், ஆரம்பத்தில், 'ஏவம் மா சுதம் - இவ்வாறு நான் கேள்வியுற்றேன்' என்று கூறப்பட்டுள்ளது. அந்தச் சூத்திரத்தைக் கூறியவர் தாம் கேட்டதைக் கூறினார்; அவர் கூறியது பின்னால் குறிக்கப் பெற்றது. இத்தகைய சூத்திரங்கள் யாவும் 'திரிபிடகங்கள்' என்று மூன்று பிரிவுகளாகத் தொகுக்கப் பெற்றன. இச்சூத்திரங்களில் ஆங்காங்கே சில முரண்பாடுகள் காணப்பெறினும், பொதுவாகப் பௌத்த தருமத்தின் அடிப்படைக் கொள்கை களையும், பிக்குகள் மேற்கொண்டு ஒழுக வேண்டிய முறைகளையும் பற்றி இவைகளிலே தெளிவாகத் தெரிந்து கொள்ளமுடியும். மேலும், ஒவ்வொரு விஷயத்தையும் பரிசீலனை செய்து பார்க்கையில், 'இது புத்தர் திருவாக்குத்தானா?' என்று சந்தேகம் தோன்றினால், 'எந்த விஷயமும் சரியான முறையில் தவறில்லாமல் கூறப்பட்டிருக்குமானால், அது புத்தருடைய உபதேச மென்றே கொள்ளத்தகும்'[1] என்று 'சிட்சா சமுச்சயம்' என்ற நூல் கூறுவது போல் நாம் உரையிலிருந்தே உண்மையைத் தெளிதலும் கூடும்.

உண்மையைக் கண்டுபிடித்து, அதன்படி ஒழுகுவதற்குப் புத்தர் கூறியுள்ள வழி இதுதான்:

சந்தேகம் தோன்றுவது இயற்கை. பல தலைமுறைகளாகப் பல இடங்களிலே தொடர்ந்து வந்துள்ளவை என்பதற்காக மட்டும் பழைய சம்பிரதாயங்களை நம்ப வேண்டாம்; பலர்கூடிப் பேசுகிறார்கள் என்றோ, பரப்பிவருகிறார்கள் என்றோ, வதந்திகளாகிய எதையும் நம்ப வேண்டாம்; எவரோ பழங்காலத்து முனிவர் ஒருவர் எழுதி வைத்ததைக் காட்டினால், அதை நம்பிவிட வேண்டாம்; நீங்களாகக் கற்பனை செய்து கொள்ளும் விஷயம் ஆச்சரியமானதாயிருப்பதைக்கொண்டு, அது ஒரு தேவனாலோ, வேறு அற்புதத் தேவதையாலோ,

தோற்றுவிக்கப் பெற்றது என்று நம்ப வேண்டாம். ஒரு விஷயத்தைக் கண்ணால் கண்டு, கருத்தால் ஆராய்ந்து, அது பகுத்தறிவுக்குப் பொருத்தமாயும், சகலருக்கும் நன்மை பயக்கக் கூடியதாயும் இருந்தால் அதை ஏற்றுக்கொண்டு, அதன்படி நடக்கவும்.[2]

நால்வகை வாய்மைகள்

பௌத்த தருமத்தின் மூலாதாரமான கொள்கைகள் நான்கு. அவை துக்கம், துக்க காரணம், துக்க நிவாரணம், துக்க நிவாரண மார்க்கம் என்ற நான்கு வாய்மைகள் (சத்வாரி ஆரிய சத்தியங்கள்) எனப்படும்.

துக்கம்

உலக வாழ்வு துக்கமயமானது என்பது முதலாவது உண்மை. பிறப்பு, இறப்பு, பிணி, மூப்பு, சாக்காடு எல்லாம் துன்பமே. அன்புக் குரியவர்களைப் பிரிதல் துன்பம், அன்பற்றவர்களின் தொடர்பும் துன்பம். விரும்பியவைகளைப் பெறாமை துன்பம், விரும்பாதவை களை அடைதலும் துன்பம். ஐம்புலன்களின் வழியே அறிந்து ஆசைகொண்ட யாவும் துன்பத்திலேயே முடிகின்றன. ஒருசமயம் இன்பமாகத் தோன்றுபவைகளும், பின்னால் துன்பமாக உணரப்படுகின்றன. வாழ்விலே பற்றுக் கொண்ட பொருள்களையும் உற்றார் உறவினரையும் விட்டுப் பிரிக்கும் மரணம் பெருந்துன்பமாகவே கருதப்படுகின்றது. மரணத்தின் உண்மையானகாரணம் பிறப்பே. உலகில் தோன்றிய எல்லாம் மாறி நசித்தலே இயல்பு. எனவே மரணத்திற்கும் மற்ற வேதனைகளுக்கும் காரணமாயுள்ளது பிறப்புத்தான். ஐந்து கந்தங்கள் சேர்ந்து தோன்றிய உடலைப் பெறுவது பிறப்பு. துக்கத்திற்குக் காரணம் பிறப்பு எனில், பிறவிக்குக் காரணம் எது என்பதைக் கண்டு கொண்டால், அதுவே துக்கத்திற்கு மூலகாரணமாகும்.

துக்க காரணம்

பிறவிக்குக் காரணமாயுள்ளது பேதைமை. அதனாலேயே பிறப்பும் இறப்பும் மாறி மாறி ஏற்பட்டு சம்சார[3] சக்கரம் சுழன்று

கொண்டே இருக்கின்றது. பேதைமை காரணமாகச் செய்கைகள் ஏற்படுகின்றன. செய்கைகள் காரணமாக உணர்ச்சி தோன்றுகின்றது. உணர்ச்சியிலிருந்து உயிரும் உடலும் தோன்றுகின்றன. உயிரோடு இயங்கும் உடலில் ஆறு பொறிகள்[4] செயல்படுகின்றன. இவற்றின் மூலமே உடலுக்கு வெளியுலகத் தொடர்பு ஏற்படுகின்றது. இத்தொடர்பிலிருந்து ஏற்படும் உணர்ச்சிகள் அனைத்தும் நுகர்ச்சியாம். நுகர்ச்சியினால் அவா ஏற்படுகின்றது. அவாவிலிருந்து பற்று உண்டாகின்றது. பற்றுக் காரணமாக கருமத் தொகுதி ஏற்படுகின்றது. கருமத் தொகுதி அடுத்த பிறவிக்குக் காரணமாகின்றது. பிறப்பினால் பிணி, மூப்பு, சாக்காடு முதலிய வினைப்பயன்கள் மீண்டும் விளைகின்றன. இவ்வாறு ஒன்றோடொன்று தொடர்புடைய இத்தனை சார்புகளும் 'பன்னிரண்டு நிதானங்கள்' எனப்படும். இவைகளை மொத்தமாகப் 'படிச்ச சமுப்பாதம்' *(சார்ந்து நின்று ஏககாலத்தில் தோன்றுவது)* என்று குறிப்பிடுவதுண்டு.

சார்புகள் பன்னிரண்டும்[5] வருமாறு:

பேதைமை	(அவித்தை - Ignorance)
செய்கை	(ஸம்ஸ்காரங்கள் - thought ideations)
உணர்ச்சி	(விஞ்ஞானம் - cognitions)
அருவுரு	(நாமரூபங்கள் - name and form)
வாயில்	(ஷடாயதனங்கள் - Six organs of sense)
ஊறு	(ஸ்பரிசம் - contact)
நுகர்ச்சி	(வேதனை - feelings or emotions)
வேட்கை	(திருஷ்ணை - craving)
பற்று	(உபாதானம் - attachment)
கருமத் தொகுதி	(பவம் - accumulated karma)
தோற்றம்	(பிறப்பு - birth)
வினைப்பயன்	(மரணம் - old age, death etc.)

இந்தச் சார்புகளில், முந்திய பேதைமை, செய்கைகளால் பிறவி ஏற்படுகிறது; இப்பிறவியில் உணர்ச்சி, அருவுரு, வாயில், ஊறு, நுகர்ச்சி, வேட்கை, பற்று, கருமத் தொகுதி ஆகிய எட்டும் ஏற்பட்டு, அடுத்த பிறவிக்குக் காரணமாக அமைகின்றன. தோற்றமும் வினைப் பயனும் பிந்திய பிறவிக்கு உரியவை என்பர்.

பேதைமை அடியோடு அழிந்தால், செய்கை நின்றுவிடும்; செய்கை நின்றால், உணர்சிக்கு இடமில்லை; உணர்ச்சியில்லா விடில், அருவுரு (நாமமும் உருவமும்) இல்லை; அருவுரு இல்லாத போது, வாயில்களும் இல்லை. வாயில்களாகிய புலன்கள் இல்லாமல் வெளியுலகத் தொடர்பான ஊறு இல்லா தொழிகின்றது. ஊறு ஒழிந்தால் நுகர்ச்சியில்லை; நுகர்ச்சி நீங்கியபின், வேட்கையில்லை; அதனால் பற்றும் ஒழிகின்றது. பற்று இல்லாத இடத்துக் கருமத் தொகுதி ஏற்பட இடமில்லை; கருமத் தொகுதி அற்றுப் போகையில், புதிய பிறப்பும் இல்லை; பிறப்பு ஒழிக்கப்பட்டால், மூப்பு, மரணம், துயரம், சோகம் முதலிய வினைப்பயன் இல்லா தொழிகின்றது. ஆகவே பரம்பரையாகத் தொடர்புடன் வரும் பிறவியை ஒழிப்பதற்கு முதற்கண் பேதைமையை அறிவால் - மெய்ஞ்ஞானத்தால் - ஒழிக்க வேண்டும். பின்னர் மற்றைச்சார்புகள் யாவும் முறையே ஒழிந்து விடுகின்றன.

மனிதன் எப்பொழுதுமே வாழ்வில் ஆசை கொண்டவன். உயிர்களிடத்தும் பொருள்களிடத்தும் அவனுக்குப் பற்று ஏற்படுகின்றது. அவன்மனம் இன்பத்தையே நாடுகின்றது. ஆயினும் அவனைச் சுற்றியிருக்கும் எல்லாப் பொருள்களும், உயிர்களும் ஓயாமல் மாறிக் கொண்டே வந்து அழிவடைவதையும் அவன் பார்த்துக் கொண்டே யிருக்கிறான். அவ்வாறிருப்பினும் தன் வாழ்வு மட்டும் நிலையானது - நித்தியமானது - என்று அவன்கருதுகிறான். உண்மையை உணர முடியாதபடி பேதைமை அவன்கண்களை மறைக்கின்றது. வாழ்க்கை நிலையானது என்ற கருத்தில் அவன் தன் ஆசைகளைப் பெருக்கிக் கொண்டே செல்கிறான். தேவைப்பட்ட

பொருள்களெல்லாம் கிடைப்பினும், பின்னும் வேறு பல தேவைகள் தோன்றுகின்றன. இவ்வாறு அவன் தன் வேட்கைக்கு - ஆசைக்கு - அவாவுக்கு - அடிமைப்பட்டே கிடக்கிறான். அவன் நாடிய இன்பங்களெல்லாம் துன்பங்களாக முடிகின்றன.

துன்பத்திலெல்லாம் பெருந்துன்பத்திற்குக் காரணமாயுள்ளது நிலையற்ற வாழ்வை அவன் நிலையானதென்று கருதுவதுதான். திடீரென்று மரணமும் நேருகின்றது; அப்பொழுதுகூட அவனுடைய 'நான்' என்ற ஆணவம் போவதில்லை.

உலகிலே பெரும்பாலான மக்கள் பசியாலும் பயத்தாலும் எப்பொழுதுமே வாடி வதங்குவதைப் பார்க்கிறோம். வைத்திய சாலைகளிலும், சிறைச்சாலைகளிலும், அநாதை விடுதிகளிலும், மக்கள் படும் அவதிகளைக் கண்டால், உலகின் துக்கம் எத்தகையது என்பதை ஓரளவு உணரலாம். போர்க்களங்களிலே அரிந்து தள்ளப் பெறும் மக்களையும், இரத்த ஆறுகள் ஓடுவதையும் பார்த்தல் இன்பக் காட்சியன்று. மொத்தத்தில் செல்வர், வறியோர், யாவருடைய வாழ்விலும் துக்கமே செறிந்து விளங்குகின்றது.

தனி மனிதர்கள் 'நான்' 'எனது' என்று கொள்ளும் அகங்கார மமகாரங்களினாலேயே, அவர்களுக்கும் மக்கள் சமுதாயத்திற்கும் பெருங்கேடு விளைவிக்கிறார்கள். சுய நலத்தால் அவர்கள் தேடிச் சேர்க்கும் பொருள் எதுவும் முடிவில் அவர்களோடு செல்வதில்லை. ஆயினும் அவர்கள் இந்தச் சுயநலத்தையே அடிப்படையாகக் கொண்டு, இரவும், பகலும், வெறிபிடித்தது போல் உழைத்து வருகிறார்கள்.

மனிதனின் அவாவுக்கு அடிப்படையாயுள்ளது 'நான்' என்ற அகம் - ஆணவம். ஒவ்வொரு மனிதனும் தன் நலம் வேறு, சமுதாயம் வேறு என்று கருதுகிறான். 'நான் என்பது நிலையான ஒன்றா? உண்மையில் 'நான்' என்பதே இல்லை என்று உபதேசித்தார் புத்தர் பெருமான். உலக முறையில் ஒருவரிலிருந்து மற்றவர்களை வேற்றுமைப்படுத்தித் தெரிந்துகொள்ள 'நான்' 'நீ' என்று

கூறிக்கொள்வதைத் தவிர, 'நான்' என்பது உண்மையற்ற ஒரு தோற்றமேயாம்.

மனிதன் உருவு, நுகர்ச்சி, குறி, பாவனை, உள்ள அறிவு ஆகிய ஐவகைக் கந்தங்களின் சேர்க்கையால் தோன்றியவன். நாமமும் உருவமும் பெற்று விளங்கும் போது, அவன் 'நான்' என்ற அகங்காரத்தை மேற்கொள்கிறான். பொறிகளாலும், புலன்களாலும் அவன் பெறும் அநுபவங்களையெல்லாம் இந்த 'நான்' என்ற அகங்காரத்திற்கே அவன் அர்ப்பணித்து வருகிறான். 'நான்' என்று சொல்லத்தக்க மாறாத, அழியாத, ஒரு பொருள் அவனுள்ளே தனித்து நிலைபெற்றிருக்கிறதா? உடல் மாறும் போதெல்லாம் அவனுடைய 'நானும்' மாறிக்கொண்டே இருக்கின்றது; உடல் அழியும்போது 'நானும்' மாண்டு போகின்றது. ஒரு தேரைப் பிரித்துப் பலகைகள், சக்கரங்களையெல்லாம் வேறு வேறாக அடுக்கி வைத்து விட்டால், அந்தக் குவியலை யாரும் தேர் என்று சொல்லமாட்டார். இதைப்போலவேதான் மனிதன் நிலையும். நாம ரூபங்களை வைத்தே அவன் தன்னுள் நிலையான 'நான்' என்ற அகம் தங்கியிருப்பதாக எண்ணுகிறான்.

மனிதனின் உடலில் ஒவ்வொரு கணத்திலும் கோடிக் கணக்கான உயிர் அணுக்கள் மடிந்து, கோடிக்கணக்கான புது அணுக்கள் தோன்றிக் கொண்டேயிருக்கின்றன. பழைய அங்கங்கள் யாவும் மாறிவிடுகின்றன. குழந்தைப் பருவத்தில் இருந்த மனிதன் வேறு, பிற்காலத்தில் விளங்கும் மனிதன் வேறு - இடையில் உருவத்திலும், குணத்திலும் எத்தனை எத்தனையோ மாறுதல்கள் ஏற்பட்டிருக்கின்றன. ஆயினும் அவன் எந்தப் பருவத்திலும், 'நான்' என்பதை மட்டும் கைவிடாமல், ஒரே 'நான்' என்பவனே எல்லாத் தசைகளிலும் நிலைத்திருப்பதாக நம்புகிறான். இது வெறும் மயக்கமேயாகும்.

உலகில் எங்கும் ஜீவராசிகள் ஒவ்வொரு கணத்திலும் மாறிக்கொண்டே இருக்கின்றன. பிறப்பிலிருந்து வாழ்க்கை வழியாக மரணத்தை நோக்கிப் போய்க்கொண்டே இருக்கின்றன.

மலைகள், ஆறுகள், மாட மாளிகைகள், யாவும் மாறிக்கொண்டே வந்து அழிவு விதிக்குள் அமைந்து விடுகின்றன.

மாற்றமே உலகின் நியதி. எல்லாப் பொருள்களும் உயிர்களும் அந்த விதிக்கு உட்பட்டு மாறிக்கொண்டே இருக்கின்றன. மாற்றம் ஏற்படாது ஒரு கண நேரங் கூடக் கழிவதில்லை. ஆதலால் ஒரே உருவாக, ஒரே தன்மை யுடையதாக, இங்கே நிலைத்திருப்பது எதுவுமில்லை. எனவே உலகம், சம்பவங்களின் பிரவாகமாக - இடையீடில்லாத நிகழ்ச்சிகளின் தொடர்ச்சியாகவே இருந்து வருகின்றது. சங்கிலிக் கோவை போல் எல்லாம் மாற்றங்களின் தொடர்ச்சியாக இருக்கின்றன. ஆனால் எதுவும் காரணமில்லாமல் நடைபெற வில்லை. காரணத்திலிருந்து காரியம், காரியத்திலிருந்து அடுத்த காரணம் என்ற முறையில் மாறுதல் ஏற்பட்டுக் கொண்டே இருக்கின்றது. உலகம் அனைத்திற்கும் இயற்கையின் சட்டம் - விதி - ஒன்று இருக்கின்றது; ஒன்றுக்கொன்று காரண - காரியத் தொடர்பாகவே எல்லாம் அமைந்துள்ளன; ஒரு பொருளின் பிந்திய நிலைமை முந்திய நிலைமைகளைக் காரணமாகக் கொண்டவை. நன்மை, தீமை, இன்பம், துன்பம், ஒழுக்கம், ஒழுக்கமின்மை - யாவும் காரணங்களால் தோன்றுபவை.

இந்நிலையில், மனிதன் தன்னை மட்டும் நிலையானவன் என்று கருதுவது எவ்வளவு பேதைமை! அவனுடைய அவா, நிலையற்ற துன்பகரமான வாழ்வையும் விரும்பும்படி செய்கின்றது. மெய்யான அறிவைப் பெறாததால், அவன் உண்மை நிலையை உணர முடியாமல் தத்தளிக்கிறான். அவாகாரணமாக வாழ்வில் அவன்பற்றுக் கொள்கிறான். பற்றினால் பல செயல்களைச் செய்கிறான். அந்த வினைகளின் பயன் ஒருமிக்கச் சேர்ந்து, அந்த வினைப்பயனை அனுபவிக்க அவன் மீண்டும் மீண்டும் பிறவி யெடுக்க நேருகின்றது.

அவாவே மனிதனின் துக்க காரணமாயுள்ளது. அதனாலேயே வள்ளுவப் பெருந்தகையும்,

> "அவாஎன்ப எல்லா உயிர்க்கும், எஞ்ஞான்றும்,
> தவாஅப் பிறப்பீனும் வித்து"

என்று கூறியுள்ளார். பிறப்புக்கு வித்து அவா. அவாவுக்கு மூல காரணம் பேதைமையே.

துக்க நிவாரணம்

ஆசைகளை வேரோடு அறுத்து அழித்தலே துக்கத்தி லிருந்து நீங்கும் வழி. துக்கத்தின் காரணத்தைத் தெரிந்து கொண்ட பின், அக்காரணத்தை அகற்ற உறுதி கொள்ள வேண்டும்.

அவா அறுத்தலைப்பற்றிப் புத்த பகவர் தம்மபதம்' என்ற நூலில் கூறியுள்ள சில வாக்கியங்கள் வருமாறு:

'கலங்கிய சிந்தனைகளும்' உணர்ச்சி வெறிகளும் இன்பத்தில் தேட்டமும் உள்ள மனிதனுக்கு அவா வளர்ந்து கொண்டேயிருக்கும்; அவன் தன் கட்டைப் பலப்படுத்திக் கொள்கிறான்.'

'ஒரு மரத்தை மட்டும் வெட்டினால் போதாது. ஆசைக் காட்டையே அரிந்து தள்ளுங்கள்! ஆசைக் காட்டிலிருந்தே அபாயம் வருகிறது. காட்டையும் புதர்களையும் வெட்டி வீழ்த்திய பிறகு நீங்கள் விடுதலை பெறுவீர்கள்.'

ஆசைப்பட்டதிலிருந்து சோகம் தோன்றுகிறது. ஆசைப்பட்டதிலிருந்து அச்சம் தோன்றுகிறது. ஆசையற்றவனுக்குச் சோகமில்லை - பயம்தான் ஏது?'

'கருத்தில்லாமல் இருக்க வேண்டாம். மனத்தின் சிந்தனை களை அடக்கிக் காக்கவும். சேற்றில் விழுந்த யானையைக் கரையேற்றுவது போல் தீய வழியிலிருந்து உன்னை மீட்டுக்கொள்க.'

'காமிய இன்பங்களைக்கைவிட்டு, எதையும் தனதென்று கொள்ளாமல், ஞானி மனமாசுகளை அகற்ற வேண்டும். அந்நிலையில் அவன் ஆனந்த மடைவான்.'

துக்க நிவாரண மார்க்கம்

புத்தர் பெருமான் மக்களின் துக்கத்தைக் கண்டு, அதன் காரணத்தையும், அதை நீக்கும் வழியையும் கண்டு பிடிப்பதற்காகவே, ஆறு வருடம் அருந்தவம் செய்து, சொல்லொணாத் துயரங்களை எல்லாம் அனுபவித்தார். முடிவில் ஆழ்ந்த தியானத்தில் அமர்ந்து மெய்ஞ்ஞானம் பெற்றவுடன், அவை அவருக்குத் தெளிவாகப் புலப்பட்டன. அவர் கருத்துப்படி துக்கத்தையும், துக்க காரணத்தையும், துக்க நிவாரணத்தையும் பற்றி மேலே குறித்துள்ளோம். இனிதுக்க நிவாரணமார்க்கத்தைப் பற்றிக் கவனிப்போம்.

பௌத்த தருமத்திலும், புத்தர்பெருமான் உபதேசங்களிலும் இத்தத் துக்க நிவாரண மார்க்கமே முதன்மையான சிறப்புடையது. 'சத்தியமே ஜயம்!' என்றும், 'அன்புடைமையே அருந்தவம்!' என்றும், 'எல்லோரும் இன்புற்றிருக்க வேண்டும்!' என்றும் வெறும் இலட்சியங்களைக் கூறி அவர்விட்டுவிடவில்லை. யாதொரு துக்கமும் அண்டமுடியாத, ஒப்பற்ற, அழிவில்லாத, சாந்தி நிறைந்த இன்பகரமான நிலையை அடைவதற்கு அவர் வழியைக் கூறியுள்ளார். அந்த வழியிலே சென்று மேற்கொண்டு பிறவியில்லாத பெரும்பதத்தை அடைய விரும்புவோர், முதலிலிருந்து முடிவு வரை என்னென்ன முறைகளைக் கையாளவேண்டும் என்பது பற்றி அவர் விரிவாக வகுத்துக் கூறியுள்ளார். மனிதனின் முடிவான இலட்சியம் பிறவா நிலையாகிய நிருவாணம் - அதுவே விடுதலை, வீடு, பேரின்பம். அந்த நிலையை அடைவதற்குரிய வழி நிருவாணவழி.

நிருவாணவழி எளிதான வழியன்று. உலக போகங்களில் ஆழ்ந்து, 'நான்' என்னும் முதலையின் வாயில் சிக்கிக் கொண்டு உழல்வதுதான் எளிதானவழி. அவ்வழியை விட்டுக்கடைத் தேற்றம் பெறுவது எளிதான வழியன்று.

நிருவாணவழியிலே செல்வோன் எப்பொழுதும் கருத்தோடு இருக்க வேண்டும். புத்தர் பெருமானுடைய உபதேசங்களைப் பரிசீலனை செய்தால், 'கருத்தோடு இருங்கள்! கருத்தோடு

இருங்கள்!' என்று அவர் அடிக்கடி, ஓயாமல் கூறிவந்திருப்பது தெரியவரும். கருத்துடைமையை 'அப்பமாதம்' என்றும், கருத்தின்மையாகிய மடிமையைப் 'பமாதம்' என்றும் அவர் (பாலி மொழியில்) குறித்து வந்தார். 'அப்பமாதோ அமத பதம், பமாதோ மச்சுநோ பதம் - கருத்துடைமையே நித்தியமான நிருவாண மோட்சத்திற்கு வழி, மடிமையே மரணத்திற்கு வழி' என்று அவர் கூறியுள்ளார். மடிமையுடையவர்கள் - சோம்பேறிகள் - கருத் தில்லாதவர்கள் - உயிரோடிருந்தும் இறந்தவர்களே என்பது அவர் கருத்து. கருத்துடைமையில் களிப்படைய வேண்டும், அதிலேயே திளைக்க வேண்டும், அதுவே முதன்மையான அருந்தனம். கருத்தோடிருப்பவன் இடைவிடாமல் முயற்சி செய்துகொண்டே இருப்பான்; உடைமைகளிலெல்லாம் சிறந்தது ஊக்கமுடைமையே. அயர்வு அவனைஅண்டாது; அவன் எப்போதும் விழிப்புடனிருப்பான். களிப்புடைமை, தெளிவான சித்தம், இடைவிடாத முயற்சி ஆகிய இணையற்ற செல்வங்களைப் பெற்றவனே இறுதியில் வெற்றி காண்பான்.

அறிவாளி, மடிமையில் ஆழ்ந்தவர் நடுவே, முயற்சி யுடையோனாகவும், உறங்குவோர் நடுவே விழிப்புள்ளவனாகவும் இருப்பான். பந்தயக் குதிரை, வாடகைக் குதிரையைப் பிந்த விட்டுவிட்டு முன்னேறிப் பாய்வது போல், அவன் மற்ற யாவர்க்கும் முன்னால் செல்கிறான்.

'மடிமையைக் கண்டு அஞ்சி, கருத்துடைமையில் களிப்படையும் பிக்கு தவறிவிழ முடியாது - அவன் நிருவாண மோட்சத்தின் அருகில் இருப்பவன்.[6]

இவ்வாறு பகவர் அருளியுள்ளார்.

நிருவாண வழியிலே செல்பவன் சீலம் - ஒழுக்கம் நிறைந்தவனா யிருக்க வேண்டும்; ஒழுக்கத்தை உயிரை விட மேலாகக் கருத வேண்டும். ஒழுக்கமே விழுப்பம்[7] தரும். நல்வாழ்வுக்கு - இன்பத்திற்கு - வித்து ஒழுக்கமே. ஒழுக்க முடையவன் தீவினைகளைத் தீயைப் பார்க்கினும் அதிகமாக

அஞ்சி ஒதுங்குவான்; நல்வினைகளைப் போற்றிச் செய்து வருவான்.

தீவினைகள் பத்து; அவை மூவகைப்படும். உள்ளத்தில் தோன்றும் தீவினைகள் மூன்று; வெஃகல் (பிறர் பொருளை விரும்புதல்), வெகுளல் (கோபம்), பொல்லாக் காட்சி (உண்மையை அறியாது மயங்குதல்). வாக்கில் தோன்றும் தீவினைகள் நான்கு: பொய், குறளை (கோட் சொல்லுதல்), கடுஞ்சொல், பயனில்சொல் (வீண் பேச்சு). உடம்பில் தோன்றும் தீவினைகள் மூன்று: கொலை, களவு, காமம்.

*மேலே கூறிய பத்துத் தீவினைகளையும் நீக்கிச் சீலங்களை மேற்கொண்டு, தானம் முதலிய நற்பணிகளைச் செய்து வருதல் நல்வினைகளாம். சீலங்களைப் பேணுதலே நிருவாணவழியில் முதற்படி; சீலங்கள் கோணினால், எல்லாம் கோணிவிடும். சீலங்களில் தவறியவன் பௌத்த தருமத்திற்கே உரியவனல்லன்.

சீலங்கள் ஆகிய ஒழுக்கங்கள் பத்து: கொல்லாமை, திருடாமை, வியபசாரம் செய்யாமை, பொய்யாமை, போதைதரும் பொருள்களை உண்ணாமை, இரவில் தூய உணவை மிதமாக உண்ணல், கந்தப் பொருள்கள், அணிகள், அலங்காரங்களை விலக்குதல்; சயனத்திற்குக் கட்டில், பஞ்சணை முதலியவற்றை நீக்கித் தரையிலே பாய் மீது உறங்குதல், இசை, நடனம் முதலிய களியாட்டங்களைத் தவிர்த்தல், பொன், வெள்ளி ஆகியவைகளை ஏற்றுக் கொள்ளாமை. முதல் தோற்றத்தில் இச்சீலங்கள் சாதாரண மானவையாகத் தோன்றினும், இவைகளை முறையாகக் கடைப்பிடித்து வருதல் மிகவும் கடினமே. எனவே புத்தர் பிரான் இவைகளை இரண்டு பிரிவுகளாகப் பிரித்து, முதல் ஐந்து சீலங்களையும் சாதாரண இல்லறத்தார்கள் மேற்கொள்ளவும், பத்து சீலங்களையும் துறவறத்திலுள்ள பிக்குகள் மேற்கொள்ளவும் விதி செய்தார். பிக்குகளுக்குச் சிற்றின்பம் அறவே ஒதுக்கப் பட்டுள்ளது; செல்வத்தையும் அவர்கள் தீண்டலாகாது.

சீலங்களைப் பேணுவதால் சகல உயிர்களிடத்திலும் அன்பு ஏற்படுகிறது. கனவிலும் பிறர் பொருள்களில் ஆசை ஏற்படுவதில்லை. அழுக்காறும் ஒழிகின்றது; வாய்மையால் உள்ளம் பரிசுத்தமாகின்றது; சோம்பரையும் வெறியையும் அளிக்கும் பொருள்களை உட்கொள்ளாததால் மனம் தெளிவாயிருக்கின்றது; மிதமான தூய உணவு உள்ளப் பண்பை வளர்க்க உதவுகின்றது; துக்கம் அடர்ந்துள்ள உலகிலே களியாட்டங்களையும் காட்சிகளையும் விலக்குவதால் கருத்துடைமைக்குக் கேடு வராமல் காக்கப்படுகின்றது; அலங்காரங்களைக் கைவிடுவதால் அடக்கம் வளர்கின்றது; உண்ணல், உறங்கல் எல்லாவற்றிலும் ஆடம்பரத்தை ஒழிப்பதால் எளிய வாழ்வு அமைகின்றது; விலைமதிப்புள்ள பொருள்களை மறுத்தல் எல்லா ஆசைகளையும் களைந்தெறிய உதவுகின்றது; சிற்றின்பத்தைத் துறத்தலால், உடலின் ஆற்றலையும் மன வலிமையையும் ஒரே குறிக்கோளாகிய நிருவாணத்தை அடைவதற்கு எவ்விதத்தடையுமின்றிப் பயன்படுத்த முடிகின்றது.

சீலங்களைக் கண்ணும் கருத்துமாய்ப் பேணிவருவதோடு, ஒருவன் தியான முறைகளில் பயிற்சி பெற வேண்டும். தனியிடத்தில் இருந்து கொண்டு, சிந்தையை ஒருநிலைப்படுத்திச் சமாதியில் நிலைத்து நின்று பழகவேண்டும். அந்நிலையிலே உடல், உலகம், வாழ்வு, மரணம் முதலியவைகளையும் பற்றிச் சிந்தித்து, விலக்க வேண்டியவைகளை விலக்கியும், கொள்ள வேண்டியவைகளைக் கொண்டும் பழகி வந்தால், ஆறு புலன்களினால் உண்டாகும் ஆசைகளையும், பற்று, பகை, கோபம், மறதி, சந்தேகம் முதலிய வற்றையும் அறவே களைந்து விட மிகவும் உதவியாகும். உள்ளப் பண்பாட்டிற்கும், உபசாந்திக்கும் தியானம் அல்லது சமாதியே உறுதுணையாகும். பௌத்த தருமத்தில் நால்வகைத் தியானங்கள் குறிக்கப் பெற்றுள்ளன.

வயலை உழுது பயிரிட்டு, எருவிட்டு, நீர் பாய்ச்சி, களை பறித்து, அல்லும் பகலும் அதனைக் காத்து வருதலைப் போலச் சமய வாழ்வும் ஒருவகை விவசாயமே. பின்னதில் நிலமாக

விளங்குவது மனம் அல்லது உள்ளம். மனத்தில் ஏற்படும் விகாரங்களைக் கணக்கிட முடியாது. கணந்தோறும் மனம் மாறிக்கொண்டே யிருக்கும். ஆசைகளும் பாசங்களும் அதிலே அடர்ந்து வளரவிட்டு விட்டால், பிறகு அந்தக்காட்டை அழிக்கவே முடியாமற் போகும். உலகிலே திடீரென்று எவரும் தீயோராவதில்லை; அதுபோலவே திடீரென்று எவரும் நல்லோராவதுமில்லை. இந்த நிலைகளை அடைவதற்குக் காரணம் பழக்கம் அல்லது பயிற்சியே. ஆகவே, நல்ல வழிகளிலே இந்தப் பயிற்சியைச் செய்து வந்தால், நன்கு பேணப் பெற்ற வயல் பயனளிப்பதைப் போல், மனமும் நல்ல பயனை அளிக்கும்.

மனத்தை வைத்தே மனிதனின் வாழ்வு. மனமது செம்மையானால், மனிதனுக்கு வேறு துணை தேவையில்லை. மனமது தீமையானால், அவனுடைய அழிவுக்கு வேறு பகைவன் தேவையில்லை. இதனால்தான் திருவள்ளுவரும், 'மனநலம் மன்னுயிர்க் (கு) ஆக்கம்' என்றும், 'மனநலத்தின் ஆகும் மறுமை' என்றும் கூறியுள்ளார். அறத்தைப் பற்றிக் கூறுகையில், 'மனத்துக்கண் மாசிலனாதல் அனைத்து அறன்' என்றும் அவர் முடிவு கட்டியுள்ளார்.

மனத்துக்கண் மாசுகள் உண்டாவதற்கு ஒரு முயற்சியும் செய்ய வேண்டியதில்லை; அவை தாமாகவே முளைத்துக் கொப்பும் கிளையுமாகப் பணைத்து வளர்ந்து விடக் கூடும். ஆனால் முளைத்த மாசுகளை நீக்குவதற்கு மட்டுமே முயற்சி வேண்டும். அது மட்டுமன்று; மாசுகளை நீக்கியபின் நல்லெண்ணங்கள், விழுமிய கருத்துக்கள் 'மனத்திலே முளைப்பதற்கு ஒரே சிந்தனையாக அரும்பாடு படவேண்டும். அவ்வாறு முளைத்த நல்லெண்ணங்களைப் பேணிக் காத்து வளர்க்க வேண்டும். தீயவைகளை விலக்கி, நல்லவைகளை வளர்ப்பதற்குப் புத்தர் பெருமான் மிக விரிவாகவும், மிகவும் நுணுக்கமாகவும், படிப்படியாக மேலேறுவதற்குரிய வழிகளை அறிவுறுத்தியிருக்கிறார்.

மனத்தின் முக்கியத்தையும், மன நிகழ்ச்சிகளில் தீயவை களுக்கும், நல்லவைகளுக்கும் ஏற்றபடி பயன்கள் விளைந்தே தீரும் என்பதையும் பற்றிப் பெருமான் 'தம்மபத'த்தின் முதல் இரண்டு சூத்திரங்களிலேயே குறிப்பிட்டுள்ளார்.

'மனிதனை மனோதர்மமே உருவாக்குகின்றது; சிந்தனைகளே அதன் அடிப்படை. சிந்தனைகளாலேயே அது ஆக்கப்படுகின்றது. மனிதன் தீய எண்ணத்தோடு பேசினாலும், செயல் புரிந்தாலும், வண்டிச் சக்கரம் மாட்டைத் தொடர்ந்து செல்வதுபோல், துக்கம் அவனைத் தொடர்ந்து செல்லும்.'

'மனிதனை மனோதர்மமே உருவாக்குகின்றது; சிந்தனைகளே அதன் அடிப்படை சிந்தனைகளாலேயே அது ஆக்கப்படுகின்றது. மனிதன் நல்லெண்ணத்துடன் பேசினாலும், செயல் புரிந்தாலும், நிழல் தொடர்ந்து செல்வதுபோல், இன்பம் அவனைத் தொடர்ந்து செல்லும்.'

தீய வினைகளைப் பற்றி அவர் தெளிவாகவும், திட்பமாகவும் கூறியுள்ளதாவது:

'மனிதன் பாவத்தைச் செய்துவிட்டால், அதையே திரும்பத் திரும்பச் செய்யாதிருப்பானாக. அவன் அதில் திளைத்திருக்க வேண்டாம். பாவ மூட்டை மிகவும் துக்ககரமானது.'

'....என் பக்கம் அண்டாது' என்று பாவத்தை இலேசாக எண்ண வேண்டாம். துளித் துளியாக விழும் தண்ணீராலேயே குடம் நிரம்பிவிடும். பேதை கொஞ்சம் கொஞ்சமாகப் பாவத்தைச் சேர்த்தாலும், அவன் பாவத்தால் நிரம்பிவிடுகிறான்.'

'மனிதன் தன் பாவ கருமத்தின் பிடியிலிருந்து தப்பவே முடியாது; தப்பித்துக்கொள்ளும் இடம் பரந்த வானத்திலும் இல்லை, ஆழ்ந்த கடலிலும் இல்லை, மலையின் குகைகளிலும் இல்லை.'

நல்வினைகளைப் பற்றி அவர் கூறியுள்ள சில வாக்கியங்கள் வருமாறு:

'நல்லதை விரைவாக நாடவேண்டும்; பாவத்திலிருந்து சித்தத்தை விலக்க வேண்டும். புண்ணிய கருமத்தைச் செய்வதில் தாமதித்தால் மனம் பாவத்தில்திளைக்க ஆரம்பித்துவிடும்.

'என் பக்கம் அண்டாது' என்று புண்ணியத்தை இலேசாக எண்ண வேண்டாம். துளித்துளியாக விழும் தண்ணீராலேயே குடம் நிரம்பிவிடும். ஞானி கொஞ்சம் கொஞ்சமாகப் புண்ணியத்தைச் சேர்த்தாலும், அவன் புண்ணியத்தால் நிரம்பி விடுகிறான்.'

'மனிதன் புண்ணியத்தைச் செய்வானாகில், அதையே திரும்பத் திரும்பச் செய்வானாக. அவன் அதில் திளைத்திருக் கட்டும். புண்ணிய மூட்டை மிகவும் இன்பகரமானது.[8]

சிரத்தையோடு சீலங்களைப் பேணி, தியானத்தில் பழகி வருபவன் உள்ளத்தில் எழும் தீய எண்ணங்களை அழித்து விட முடியும். அதனால் உள்ளமும் தூய்மையாகும். ஆனால், ஞானத்தின் உதவியில்லாவிடில், உள்ளத்தின் அடித்தலத்திலே மறைந்து நிற்கும் தீய எண்ணங்களும், மன உணர்ச்சிகளும் மறுபடி தலைதூக்கி மேலே வந்துவிடக் கூடும். நுண்ணறிவாகிய ஞானத்தினாலேயே அவைகளை வேரோடு அழிக்க முடியும். ஞானத்தைப் பாலிமொழியல் 'பஞ்ஞா' என்று கூறுவர். ஞானத்தினாலேயே நற்காட்சி - தெளிந்த பார்வை ஏற்படுகின்றது; அதனாலேயே உண்மை புலப்படுகின்றது.

தியானத்தையும் ஞானத்தையும் பற்றிப் புத்தருடைய வாக்கியங்கள் வருமாறு:

'தியானத்திலிருந்து ஞானம் உதயமாகின்றது; தியானமில்லா விடில் ஞானம் குறைகின்றது. ஆக்கமும் கேடும் வரக்கூடிய இந்த இரு வழிகளையும் அறிந்து அறிவு பெருகும் வழியை மனிதன் மேற்கொள்வானாக.'

'ஞானமில்லாதவனுக்குத் தியானம் இல்லை. தியானமில்லா தவனுக்கு ஞானம் இல்லை. தியானமும் ஞானமும் சேர்ந்திருப்பவனே நிருவாணத்தின் பக்கம் இருக்கிறான்.'

'எவன் தியானத்தின் முடிவான உபசாந்தியை அடைந்துள்ளானோ, எவன் பயத்தையும்' பாசத்தையும், பாவத்தையும் ஒழித்து விட்டானோ, அவன் பிறவியாகிய முட்களைக் களைந் தெறிந்தவன். இந்தச் சடலமே அவன் எடுக்க நேர்ந்த கடைசி உடம்பாம்.[9]

மனத்தின் போக்குகளை நன்கறிந்து, அதனைப் பண்படுத்து வதற்காகவே சீலம், தியானம், ஞானம் ஆகிய மூன்றையும் புத்தர் வற்புறுத்தியுள்ளார். மனம் ஓர் இளங்கன்று போன்றது. அது கண்ட இடங்களிலெல்லாம் துள்ளித்திரியும். அதை வசப்படுத்தி முறையாக இருக்கும்படி செய்வதற்கு, அதன் கழுத்தில் ஒரு கயிற்றைக் கட்டி, அக்கயிற்றை ஒரு முளையில் கட்டிவிட வேண்டும். ஆரம்பத்தில் வெகுநேரம் கன்று துள்ளிக் குதிக்கும். கயிறு எவ்வளவு நீளமுள்ளதோ அவ்வளவு தூரத்திற்கு ஓடி ஓடிச் செல்லும். அதற்கு மேலே செல்ல முடியாமல் திரும்ப முளையருகே வந்து சேரும். பின்னால் தன் முயற்சி வீணானது என்று கண்டு அது முளையடி யிலேயே படுத்துவிடும். தியான முறையில் பழக முயல்வோனைப் புத்தர் இத்தகைய கன்றுக்கு ஒப்பிடுகிறார். மன அடக்க மில்லாதவன் நல்ல விஷயம் ஒன்றைக் கருத்திற்கொண்டு தியானம் செய்ய அமர்கிறான். அந்த விஷயம்தான் முளை, அவன் மனம் முதலில் சுற்றிச் சுற்றித் திரிந்து வந்தாலும், சிறிது நேரத்திற்குப்பின் அந்த முளையடியில் வந்து படுத்துவிடும். இப்படியே பழகப் பழக, மனம் ஒருநிலைப்பட்டுக் குறித்த விஷயத்திலே நிலைத்து நின்றுவிடும்.

பௌத்த நூல்கள் மனத்தை ஒளியளிக்கும் தீபச்சுடருக்கு ஒப்பிட்டுக் கூறுகின்றன. இது மிகவும் பொருத்தமானதே. மனத்தின் ஒளியினாலேயே - ஒளிச் சக்தியினாலேயே - மனிதனின் காரியங்கள் யாவும் நடந்தேற வேண்டும். சாதாரண மனிதனின் மனத்தில் இந்தச் சுடர் நிலையாக நிற்பதேயில்லை. பல சிந்தனைகள், தீய கருத்துக்கள் ஆகிய காற்றினால் இச்சுடர் அடிக்கடி நடுங்கி ஆடுகின்றது; பல சமயங்களில் அணைந்தும் போகின்றது. ஒரு விநாடி நேரத்தில் இலட்சக் கணக்கான முறை

இப்படி நேருகின்றது. இவ்வாறு நேராமல், உள்ளத்தின் ஒளி குன்றாமல் சுடர்விட்டுக் கொண்டிருக்கத் தியானமே உற்றதுணையாகும்.

சித்தத்தை ஒருநிலைப்படுத்தும் தியானத்தினால் விளையும் ஆற்றல் அல்லது சக்தியினாலேயே மனித உடல் இயங்குகின்றது. சிறுகுழந்தை நடக்க முயல்வது, புதுப் புதுச் சொற்களைப் பேசப் பழகுவது முதலியவற்றைக் கவனித்தால், அவைகளும் ஒருவகைத் தியானம் என்பது தெரியவரும் - அதாவது மனத்தை ஒருநிலைப் படுத்தி விஷயங்களில் பயிற்சி பெறுதலாகும். மனிதனுக்குக் கிடைத்துள்ள இந்த ஆற்றலை அவன் முழுதும் பயன்படுத்திக் கொள்வதில்லை. அவன் ஒரு விஷயத்தைக் கருத்திலே பதிய வைத்துக்கொண்டிருக்கும் போது, அதற்கு எதிரான வேறொரு விஷயம் முளைக்க ஆரம்பிக்கிறது. முதல் விஷயத் திற்குச் செலவாகும் சக்தியை எதிரிடையான விஷயம் வீணாக்கி விடுகின்றது. அம்மனிதன் மனவுறுதியற்றவனாகிறான். கட்டிடம் கட்டுபவன் ஒரு கையால் கட்டுவதை மறுகையால் அழித்துக் கொண்டு வந்தால் என்ன பயனுண்டு? அந்தப் பயன்தான் மனவுறுதி யற்றவனுக்கும்.

ஆகவே சித்தம் தவறாமல், ஒரே உறுதியுடன் இருக்கப் பழக வேண்டும். தீய எண்ணங்கள் தோன்றுகையில், அவைகளுக்கு நேர் எதிரான நல்லெண்ணங்களைப் பற்றிச்சிந்திக்க வேண்டும். இவ்வாறு பழகி வந்தால் தீயவை அருகிவந்து ஒழிந்து விடக்கூடும். பின், மனத்தின் ஆற்றல் வீணாகாதபடி நல்லெண்ணங்களையே போற்றி வளர்த்து வர முடியும். மனிதனின் உறுப்புக்கள் யாவும் பழக்கத்திற்கு அடிமைப்பட்டவை. அவன் மனமும் அவ்வாறே உள்ளது. தீய கருத்துக்களை வேரோடு பறித்துவிட்டு, நற்கருத்துக்களையே சிந்தித்து வரப் பழகினால், நாளடைவில் நற்கருத்துக்கள் சிரமமில்லாமலே நிலைத்து நிற்கக் கூடியவை. முதலில் உலகப் பொருட்கள், நம் இயல்புகள் பற்றிச் சிந்தித்து, அவைகளின் உண்மையான தன்மைகளை அறிந்து கொண்டால், அவைகளிலிருந்து நற்கருத்துக்களைப் பற்றிச் சிந்தித்து, அவைகளின் வலிமையால் உள்ளத்தைப் பண்படையச்

செய்யலாம். இந்த இரண்டு நிலைகளையும் முறையே 'ஸம்மா ஸதி' 'ஸம்மா ஸமாதி' என்பர். தியானத்திற்குரிய விஷயங்கள் பலவற்றையும் நாற்பது தலைப்புக்களின் கீழே மிக விரிவாகப் பௌத்த நூல்கள் குறிப்பிடுகின்றன, சிந்திக்க வேண்டிய பொருள்களைத் தேர்ந்தெடுக்கவும், நன்மை தீமைகளைப் பகுத்தறியவும், எல்லாப் பொருள்களின் உண்மைத் தன்மை களையும் உணர்ந்து கொள்ளவும், தியானத்தோடு ஞானம் சேர்த்து உதவி புரிய வேண்டும்.

உள்ளப் பண்பாட்டைப் பற்றிப் புத்தர் பெருமான் தமது கருத்துக்களையெல்லாம் சுருக்கி ஒரே சூத்திரத்தில் தெளிவாகக் கூறியுள்ளார். அது வருமாறு:

'ஸப்ப பாபஸ்ஸ அகரணம்,
குஸலஸ்ஸ உபஸம்பதா,
ஸசித்த பரியோதபநம்
ஏதம் புத்தாநுஸாஸநம்.'[10]

'சகல பாவங்களையும் நீக்குதல்,
நற்கருமங்களைக் கடைப்பிடித்தல்,
உள்ளத்தைச் சுத்தம் செய்தல்–
இதுதான் புத்தருடைய உபதேசம்.' – தம்மபதம்

உள்ளத்தைச் சுத்தம் செய்தால் மனிதனின் சிந்தனையும், பேச்சும், செயலும்,வாழ்வு முழுதுமே சுத்தமாகி விடும். பின்னர் அவனிடம் 'நான்' என்னும் ஆணவப் பேய்க்கு இடமிராது. ஆணவம் ஒழியும்போது சுயநலம் அறவே ஒழிந்து, ஆசைகள் அவிந்து, அறியாமையும் அடியோடு ஒழியும். இந்த முறையே துக்கத்தை நீக்க ஏற்ற வழி.

மனோதத்துவத்தைப் பற்றி 2,500 ஆண்டுகட்கு முன்னர் புத்தர் பெருமான் ஆராய்ந்து கூறியுள்ள விவரம் இன்றுவரை அறிஞர்களால் பாராட்டிப் புகழப் பெறுகின்றது. விஞ்ஞான வளர்ச்சி பெருகியுள்ள இக்காலத்திலும் அது பொருத்தமா யுள்ளது. பெருமானுடைய உளநூல் ஆராய்ச்சி முறையைப் பற்றிப் பண்டித ஜவஹர்லால் நேரு, 'விஞ்ஞான சாத்திரங்களில்

மிகவும் நவீனமாக உள்ள இந்தச் சாத்திரத்துள்ளே அவருடைய நுண்ணிய விசாரணை எவ்வளவு ஆழமுடையதாக விளங்கிற்று என்பதைக் காண வியப்பாகவே இருக்கின்றது'[11] என்று குறித்துள்ளார். இதே போலப் புத்தருடைய தத்துவ விளக்கத்தைப் பற்றியும் அவர் பாராட்டியுள்ளார். நவீனகாலத்துப்பௌதிக நூல், நவீன தத்துவஞானம் ஆகியவற்றின் சில கொள்கைகளோடு அவ்விளக்கத்திற்கு எவ்வளவு நெருங்கிய ஒற்றுமையிருக்கிறது என்பது மிகவும் 'விசேஷமாகும்' என்று அவர் குறிப்பிட்டுள்ளார்...[12]

ஆங்கில நாட்டுப் பேரறிஞர் காலஞ் சென்ற திரு.எச்.ஜி. வெல்ஸும் புத்தருடைய உபதேசத்தைப் பாராட்டியுள்ளார். 'கௌதமருடைய ஆங்கில நாட்டுப் பேரறிஞர் காலஞ்சென்ற திரு.எச்.ஜி. வெல்ஸும் புத்தருடைய உபதேசத்தைப் பாராட்டியுள்ளார். 'கௌதமருடைய அடிப்படையான உபதேசம் தெளிவாயும் எளிதாயுமுள்ளது. நவீன காலத்துக் கருத்துக்களோடு மிக அதிகமான ஒற்றுமையுடையது. உலகம் இதுவரை அறிந்துள்ள அறிவாளர்களிலே தலைசிறந்த, ஆழ்ந்த அறிவுள்ள ஒருவருடைய பெரிய சாதனையே அது என்பதில் கருத்து வேற்றுமையே இருக்க முடியாது.'[13]

புத்தர் பெருமானின் உபதேசப்படி உள்ளத்தில் தோன்றும் தீய எண்ணங்களை அகற்றவும், நல்ல எண்ணங்களை வளர்க்கவும், எப்பொழுதும் உள்ளத்தைப் பரிசுத்தமாக வைத்துக்கொள்ளவும் பலநாள், பல ஆண்டுகள் பயிற்சி வேண்டும். அந்தப் பயிற்சிக்குரிய திட்டத்தையும் அவரே வகுத்துள்ளார். அதில் மிக மிக முக்கியமானது அஷ்டாங்க மார்க்கம். அம்மார்க்கம் வாழ்க்கை முழுவதையுமே அளாவி நிற்பது. அத்துடன் மற்ற முறைகளையும், அவற்றால் ஏற்படும் பயன்களையும் அவர் மேற்கொண்டு இருபத்தொன்பது தத்துவங்களாகக் குறிப்பிட்டுள்ளார். இந்த முப்பத்தேழு தத்துவங்களைப் பற்றியும் அடுத்த இயலில் தனியாக ஆராய்வோம்.

குறிப்புகள்

1. யத்கிஞ்சித் ஸுபாஷிதம் தத் புத்த பாஷிதம்.

2. 'காலாமா சூத்திரம், அங்குத்தர நிகாயம்'.

3. சம்சாரம் - பிறப்பும் இறப்பும்.

4. ஆறு பொறிகள் - ஐம் பொறிகளோடு மனத்தையும் சேர்த்து ஆறு பொறிகள்.

5. இந்தப் பன்னிரு சார்புகளையும் பற்றிப் புத்தர் பெருமான் தனித் தனியாக விளக்கிக் கூறியுள்ளார்.

   பேதைமை என்பது, துக்கம் எது என்பதையும், துக்க காரணத்தையும், துக்க நிவாரணத்தையும், துக்க நிவாரணத்திற்குரிய மார்க்கத்தையும் அறியாதிருத்தல்.

   மனம், மொழி, மெய் ஆகிய மூன்றில் ஒவ்வொன்றும் செயற்படுவதால் ஏற்படுவது செய்கை.

   கண், காது, நாசி, நா, மெய், மனம் ஒவ்வொன்றின் உணர்வும் உணர்ச்சியாகும்.

   உணர்ச்சி, பகுத்தறிதல், தீர்மானித்தல், வெளித் தொடர்பு கொள்ளல் ஆகிய மனநிகழ்ச்சிகள் அருவம் (நாமம்) எனப்படும். உரு அல்லது உருவம் என்பது ஐந்து கந்தங்களாலாகிய உடலைக் குறிக்கும். அருவுரு என்பது மனநிகழ்ச்சிகளையும் உடலையும் சேர்த்துக் குறிக்கும்.

   வாயில்கள் ஆறு பொறிகள்; அவை கண், காது, நாசி, நா, மெய், மனம்.

   ஊறு ஆறு வகைப்படும்; மேற்கூறிய ஆறு பொறிகளின் மூலம் ஏற்படும் தொடர்புதான் ஊறு.

   நுகர்ச்சியும் ஆறுவகை: அவை மேற்கூறிய ஆறு பொறிகளின் மூலம் ஏற்படும் தொடர்பினால் விளையும் உணர்வுகள்.

   வேட்கை என்பது அவா; இதைத் 'தண்ஹா' என்றும், 'திருஷ்ணை' என்றும் கூறுவர்.

   பற்று நான்கு வகைப்படும்: ஆசைகள், கருத்துக்கள் அல்லது கொள்கைகள், யக்ஞும் பூசை முதலிய கிரியைகள், 'நான்' என்ற அகங்காரம் ஆகியவைகளில் பற்றுக் கொண்டிருத்தலே அந்நால்வகை.

மரு பவம் என்ற கருமத் தொகுதி, அடுத்த பிறவிக்குக் காரணமான கருமங்களின் கூட்டம். சுவர்க்கம் முதலிய உலகங்களிலோ, பூவுலகம் போன்ற உலகங்களிலோ, கட்புலனாகாத உலகங்களிலோ தோன்றுவதை இது குறிக்கும். தோற்றம் என்பது பிறப்பு. வினைப் பயன் என்பது மூப்படைந்து, ஆயுள் குறைந்து அழிவுறுதல். சுத்த நிபாதம்

6. 'தம்மபதம்'
7. விழுப்பம் - மேன்மை
8. 'தம்மபதம்'
9. 'தம்மபதம்'
10. பௌத்தர்கள் இந்தச் சூத்திரத்தை மிகவும் சிரத்தையோடு ஓதுவார்கள். இதன் ஆங்கில மொழிபெயர்ப்பு:

    "Avoid all evil, Keep the mind; pure

    Fulfil all good, This is the teaching of the Buddha."
11. It is surprising to find how deep was his insight into this latest of modern sciences. - 'Discovery of India' - **Jawarhalal Nehru**
12. It is remarkable how near this philosophy of the Buddha brings us to some of the concepts of modern physics and modern philosophic thought. - 'Discovery of India' - **Jawarhala Nehru.**
13. "The fundamental teaching of Gauthama is clear and simple and in the closest harmony with modern ideas. it is beyond all dispute the achievement of one of the most penetrating intelligences the world has ever known." -'The Outline of History'- **H.G. Wells.**

இரண்டாம் இயல்
அஷ்டாங்க மார்க்கம்

'துன்பம் தோற்றம் பற்றே காரணம்;
இன்பம் வீடே பற்றிலி காரணம்...'   - மணிமேகலை

மெய்ஞ்ஞானம் பெறுவதற்குப் புத்தர் பெருமான் வகுத்துள்ள தத்துவங்கள் அல்லது நியமங்கள் முப்பத்தேழு. அவை ஏழு பிரிவுகளில் அடங்கியுள்ளன. அவையாவன:

பாலி மொழியில்

1. நான்கு ஸதிப்பிரஸ்தானங்கள் - ஸதிபட்டாணங்கள்
2. நான்கு ஸம்யக் பிரதானங்கள் - ஸம்மப்பதானங்கள்
3. நான்கு இருத்திபாதங்கள் - இத்திபாதங்கள்
4. ஐந்து இந்திரியங்கள் - இந்திரியங்கள்
5. ஐந்து பலங்கள் - பலங்கள்
6. ஏழு போத்தியாங்கங்கள் - போஜ்ஜங்கங்கள்
7. அஷ்டாங்க மார்க்கம் - ஆரிய அட்டாங்கிக மக்கம்

இவைகளைப் பற்றி அபிதரும பிடகத்தில் விரிவான விளக்கங்களைக் காணலாம். இவைகளே பௌத்த தருமம் விதித்துள்ள ஒழுக்க இயலாம். இவைகளை நன்கு தெரிந்து கொண்டு, கருத்தோடு கடைப்பிடித்து வந்தால், உள்ளத்தின் மலங்களைப் போக்கிப் பரிசுத்தமடைந்து, நன்மை பெருகி, மேலான ஆற்றல்களைப் பெற்று, போதியடைந்து, முடிவாகத் துக்கத்தை அறவே நீக்க முடியும்.

அஷ்டாங்க மார்க்கம்

மேற்கண்ட ஏழு பிரிவுகளில் துக்க நிவாரண மார்க்கமாக முதன்மையாகக் கூறப்படுகிறது அஷ்டாங்க மார்க்கம். அது எட்டுப் படிகளுள்ளது. சத்தியத்தை நாடிச்செல்லும் மனிதன் வழியிலே சோர்வுறாமலும் மயக்கமுறாமலும், முன்னேறிச் செல்வதற்கு அப்படிகள் உறுதுணையாக விளங்குபவை. அவைகளின் விவரம் வருமாறு:

படிகள்	பாலி	ஆங்கிலம்
1. நற்காட்சி	- ஸம்மாதிட்டி -	Right view
2. நல்லூற்றம்	- ஸம்மாஸங்கல்ப -	Right aspiration
3. நல்வாய்மை	- ஸம்மாவாசா -	Right speech
4. நற்செய்கை	- ஸம்மாகம்மந்த -	Right activity
5. நல்வாழ்க்கை	- ஸம்மாஜீவ -	Right living
6. நல்லூக்கம்	- ஸம்மாவாயா -	Right effort
7. நற்கடைப்பிடி	- ஸம்மாஸதி -	Right mindfulnes
8. நல்லமைதி	- ஸம்மா ஸம்மதி -	Right contemplation

இவைகளில் ஒவ்வொரு படியாகத் தாண்டிச் செல்ல வேண்டும் என்பதில்லை. வாழ்க்கையில் எப்பொழுதுமே இவை அனைத்தையும் கடைப்பிடித்து வரவேண்டும். இந்த எட்டு அங்கங்களும் வாழ்க்கையின் சகலதுறைகளையும் கட்டுப்படுத்தி, மன, மொழி, மெய்களைப் பரிசுத்தப்படுத்தக் கூடியவை. அகங்காரப் பொக்கிஷமாயும், கோபக் களஞ்சியமாயும், ஆணவத்தின் அரண்மனையாயும், பொய்க் கூடமாயும், காமவிலாசமாயும் விளங்கும் உடல், இந்த முறைகளால் மலங்கள் நீங்கி, மனத்திற்கு அடங்கி, நற்பணிகளைச்செய்யும் ஊழியனாக மாறும். மேலும்,

'ஓயாமற் பொய் சொல்வார், நல்லோரை நிந்திப்பர்,
உற்றுப்பெற்ற
தாயாரை வைவர், சதி ஆயிரம் செய்வர்,
சாத்திரங்கள்

ஆயார், பிறர்க்(கு)உப காரம்செய்யார், தமை
அண்டினர்க்(கு) ஒன்று
ஈயார்....'

என்று பட்டினத்தடிகள் பரிதாபத்துடன் கூறும் மாக்கள் இந்த எட்டு முறைகளையும் கையாண்டு வந்தால் உயர்ந்த மக்களாகி விட முடியும். உயர்ந்த பண்புகள் பெறுவதுடன், அவர்கள் மெய்யறிவு பெற்று, இனிப் பிறவாத பேரின்ப நிலையையும் அடைய முடியும்.

அசுவகோஷர் விவரித்துள்ளது போல, நிருவாண வழியில் செல்பவனுக்கு நற்காட்சியே ஒளியளிக்கும் தீபம்; நல்லூற்றமே வழிகாட்டி; நல்வாய்மையே இடை வழியில் தங்குமிடம்; நற்செய்கையே அவன் நிமிர்ந்து நிற்கும் நிலை; நல் வாழ்க்கையே பிரயாணத்தில் அருந்தும் உணவு; நல்லூக்கமே அவனது நடை; நற்கடைப்பிடியே அவனது சுவாசம்; நல்லமைதியே அவன் சாந்தியுடன் இளைப்பாறும் கட்டில்.

இனி அஷ்டாங்க மார்க்கத்தின் படிகளை ஒவ்வொன்றாகக் கவனிப்போம்.

நற்காட்சி: மனிதனுடைய தனிப் பெருமை பகுத்தறிவு. மனிதனைத் தவிர வேறு எந்தப் பிராணியும் தனது அனுபவத்தைத் தன்னிடமிருந்து வேறாகப் பிரித்து, அதைப் பற்றிச் சிந்திப்பதில்லை. தன்னையே சாட்சியாகவும் கருத்தாவாகவும் கருதி, 'நான் இதைச் செய்கிறேன்' என்று வேறு எந்த உயிரும் தனக்குள்ளே சொல்லிக் கொள்வதில்லை. ஒப்பற்ற பகுத்தறிவை உபயோகித்துக் கொண்டு பார்ப்பதே மனிதனுடைய காட்சி அல்லது பார்வை. இந்தப் பார்வையே கோளாறாயிருந்தால், பார்க்கப்படும் பொருளின் தன்மையும் மாறுபாடாகவே தோன்றும். தவறான காட்சி அல்லது பார்வையே எல்லாத் தீமைகளுக்கும் அடிப்படையாக அமைகின்றது. ஏனெனில் அதனால்தவறான நம்பிக்கைகள், கொள்கைகள், இலட்சியங்கள் ஏற்படுகின்றன. மானிட சரித்திரத்தின் போக்கு மனிதன் கொண்ட நம்பிக்கைகள், கொள்கைகளின் போக்காகும். அவனுடைய

செய்கைகள் பெரும்பாலும் இந்த நம்பிக்கைகளையே ஆதாரமாய்க் கொண்டவை. தவறான பார்வையுள்ளவன் பகுத்தறிவுக்கும் ஆராய்ச்சிக்கும் பொருத்தமில்லாத விஷயங்களிலெல்லாம் நம்பிக்கை கொள்ளக் கூடும். இதனாலேயே மூடநம்பிக்கைகள் முதிர்ந்து வளர்கின்றன. ஆராய்ச்சி அவமதித்து ஒதுக்கப்படுகின்றது.

பொருள்களின் உண்மையான இயல்பை அறிவதே நற்காட்சி. அதுவே அறிவு பெற்றிருப்பதன் பயன்:

'எப்பொருள் எத்தன்மைத் தாயினும் அப்பொருள்
மெய்ப்பொருள் காண்பது அறிவு.'[1]

ஒவ்வொரு செயலுக்கும் காரணமாவது நோக்கம் அல்லது இலட்சியம். நோக்கத்திற்குத் தூண்டுகோலாக விளங்குபவை நம்பிக்கையும் கொள்கையும். ஆதலால்தான் காட்சி நற்காட்சியாயிருக்க வேண்டும் என்று கூறப் பெற்றுள்ளது. நற்காட்சி என்பது உண்மையான பார்வை. சந்தேக மயக்கங்களுடன் பார்த்தல் தீக்காட்சி அல்லது பொய்க் காட்சியாகும். ஒருவன் ஒன்றில் நம்பிக்கை கொள்கிறான் என்றால், அவன் முதலில் அதை நன்கு அறிந்திருக்க வேண்டும். அந்த அறிவை அடித்தலமாகக் கொண்டே, மேற்கோட்டைகளாகிய பேச்சும், செயலும் கட்டப் பெறுகின்றன. அஸ்திவாரமே ஆட்டங் கொடுத்தால் மேற்கோட்டைகளின் கதி என்னவாகும்?

வாழ்க்கையின் உண்மைகளையும், பிரபஞ்சத்தைப் பற்றிய உண்மைகளையும், பொருள்கள், உயிர்கள் யாவற்றையும் சூழ்ந்து நிற்கும் விதிகளையும் ஆதாரமாகக் கொண்டு அவற்றிற்கு ஏற்றபடி அமைவதே மற்காட்சி - நல்லறிவு.

மனிதன் எதையும் தன் புத்தியைக்கொண்டு அறிந்திருந்தால் போதாது, அதனை அவன் தன் வாழ்க்கையிலேயே அநுபவித்தும் உணர்ந்திருக்க வேண்டும்.

பொய்க் காட்சியும், அறியாமையுமே உலகில் நிறைந்துள்ளன. தொட்டில் முதல் சுடுகாடு வரை பொய்களும்,

போலி உண்மைகளும், மூட நம்பிக்கைகளும், சுயநலங்களும் மனித வாழ்வைச் சூழ்ந்து அரித்துக் கொண்டேயிருக்கின்றன. மக்களின் கண்கள் உண்மையைப் பார்க்கக் கூசுகின்றன. விழித்துப் பார்த்தவுடன் தெள்ளத் தெளிவாகத் தெரியக்கூடிய உண்மையை விட்டுவிட்டு, அவர்கள் போலிகளையே நம்பி வாழ்கின்றனர். இதனால் தடுக்கிவிழும் இடங்களிலெல்லாம் மாடங்க'ளும் பீடங்களும் நிறைகின்றன; 'கல்லினும் செம்பிலுமோ இருப்பான் எங்கள் கண்ணுதலே?' என்று பாடிக் கொண்டே, உளியிட்ட கற்களையும், புளியிட்ட செப்புச் சிலைகளையும் வணங்கும் பெருங்கூட்டமான மக்கள் தம் வாழ்க்கையைச் சீர்திருத்தாமல் வீணாக்குகிறார்கள்; பல நாடுகளிலும், பல மக்களினங்களிலும் துவேஷமும் குரோதமும் பெருகி வருகின்றன; மானிட வாழ்வின் இலட்சியம் மறக்கப் பெற்று, மந்திரங்களிலும், தந்திரங்களிலும், பூசனைகளிலும், ஆராதனைகளிலும் பொழுதெல்லாம் போக்கப்படுகின்றது. மனித சமூகம் முழுதும் ஒரே குலம் என்ற உண்மையும் தேய்ந்து மறைந்து ஒழிகின்றது. பொய்க்காட்சியால் உலகில் ஏற்பட்ட போர்கள், உயிர்ச் சேதங்கள், துயரங்களைப் போல உலகிலே வேறு எதனாலும் ஏற்படவில்லை.

சத்தியம், தருமம் இரண்டும் மனித அறிவின் பரிணாமங்கள். ஆதலால், அவைகளைப் பற்றி முடிவு செய்வதற்குரிய அதிகாரி நமது புத்திதான். பல்லாயிரவர் சேர்ந்து ஒரு விஷயத்தை ஒப்புக் கொண்டபின், கடைசியிலுள்ள ஒருவனுக்கும் அது உண்மையாகி விட முடியாது. அந்த ஒருவனுடைய நல்லறிவு அதை ஏற்றுக் கொண்டால்தான் அவனுக்கு அது சத்தியமாகும். அறியாமை, பயம், பிடிவாதம், சுயநலம் முதலியவற்றாலேயே மதி மயக்கம் ஏற்படுகிறது. மயக்கத்தின் காரணங்களை நீக்கி, ஐயங்களைத் தெளிந்து காண்பதே நற்காட்சி. மக்களில் ஒவ்வொருவனும் ஒவ்வொரு விஷயத்தையும் தானே கண்டு தெளிய வேண்டும்; பிறர் அநுபவங்கள் அவனுக்கு உதவியாக இருக்க முடியுமே அன்றி, அவைகளே அவனுடைய அனுபவங்களாக ஆகிவிட முடியாது.

புத்தர் பெருமான் சமய வாழ்க்கையின் முதற்படியாக நற்காட்சியை அமைத்திருப்பதன்காரணம் என்ன? அதைக் கொண்டு தான் துக்கம், துக்க காரணம், துக்க நிவாரணம், துக்க நிவாரண மார்க்கம் ஆகிய அவர் அருளிய நான்கு வாய்மை களையும் பற்றி அறிந்துகொள்ள முடியும். அப்படி அறிந்து கொள்வதே நற்காட்சி என்று அவர் கூறியுள்ளார். நற்காட்சி யினாலேயே ஒவ்வொருவரும், 'நான்' என்ற ஆணவம் வெறும் கானல் நீர் என்றும், எல்லா உயிரும் ஒன்றே என்றும், இந்த உயிர்கரும நியதிக்கு உட்பட்டிருப்பது என்றும், வாழ்க்கைதுக்க மயம் என்றும் கண்டுகொள்ள முடியும். சல்வியும் ஞானமும் இல்லாமல் நற்காட்சி ஏற்பட முடியாது. கல்வி என்றால் வெறும் எழுத்தறிவன்று - மனத்தை ஒருநிலைப்படுத்தும் தியானம்வரை கொண்டு செல்லும் வித்தையையே கருத்திற் கொள்ளல் வேண்டும். பேதைக்கு நற்காட்சி அரிது:

'கற்றான் தளரின் எழுந்திருக்கும்; கல்லாத
பேதையான் வீழ்வானேல், கால்முரியும்.'[2]

மெய்யான கல்வியுடையவர்களுக்கே - வித்தையில் தேர்ந்தவர்களுக்கே - ஞானமும், அதிலிருந்து தனித் தனியாகப் பிரித்தறியும் விஞ்ஞானமும், விஞ்ஞானத்திலிருந்து ஒழுக்கம், தவம், தியானம் முதலியவைகளும் முறையாக உண்டாகின்றன.

நற்காட்சி பற்றித் திருவள்ளுவர் கருத்தைத் தெரிவிக்கும் குறள் வருமாறு:

'இருள் நீங்கி இன்பம் பயக்கும் மருள் நீங்கி
மாசறு காட்சியவர்க்கு.'

நல்லூற்றம் : 'நல்லூற்றம் என்பது என்ன, பிக்குகளே? (புலன் இன்பங்களைத்) துறத்தல், மனக் காழ்ப்புக் கொள்ளாமை, அஹிம்சை ஆகியவற்றில் உறுதியாக நிற்றலேயாகும்' என்று புத்தர் கூறியுள்ளார். மனிதன் எதில் நாட்டம் கொள்ள வேண்டும், எதில் ஆர்வம் கொள்ள வேண்டும் என்பது இதனால் விளக்கப் பெற்றுள்ளது. வாழ்விலே இன்பங்களைத் தேடித் திரிந்தால், துன்பங்கள் பலவாக அடர்ந்து வந்து பற்றிக் கொள்கின்றன.

ஆகவே புலன்களால் வரும் இன்பங்களைத் துறக்கப் பழக வேண்டும். பிறரால், பிற உயிர்களால் ஏற்படும் தீமைகள், இன்னல்களை யெல்லாம் மனத்திலே பதியவைத்துக் கொண்டு காழ்ப்புக் கொள்ளலாகாது.

"என்னை நிந்தித்தான், என்னை அடித்தான், என்னை வென்றான், என்னைக் கொள்ளையிட்டான்"- இத்தகைய எண்ணங்களை உடையாரிடம் துவேஷம் நீங்காது நிலைத்திருக்கும்.'

என்று 'தம்மபதம்' கூறுகின்றது. இன்னா செய்தார்க்கும் நன்னயம் செய்ய வேண்டுமென்றும், புண்ணில் தீயை வைப்பது போன்ற இன்னலிழைக்கப்படும் போதும் வெகுளாதிருத்தல் நலமென்றும் நாயனாரும் அறிவுறுத்தியுள்ளார். எந்த உயிர்க்கும் கேடு செய்யாமலும், செய்ய எண்ணாமலும் இருப்பதோடு, எல்லா உயிர்களிடத்தும் அன்பு செலுத்தப் பழகுவதே உண்மையான அஹிம்சை. ஆகவே நல்லூற்றம் என்பது சத்தியத்தை அடிப்படையாகக் கொண்ட உன்னதமான ஆசைகளை வளர்த்தல் என்று காணப்பெறுகின்றது.

நல்லூற்றம் நல் விருப்பங்கள் என்றும், நல் ஆர்வம் என்றும், நற்சிந்தனை என்றும் பலவாறு மொழிபெயர்க்கப் பட்டிருக்கின்றது. இவை எல்லாமுமே ஒன்றுக்கொன்று தொடர்புடைய சொற்றொடர்கள். நல்லூற்றம் நற்காட்சியோடு இணைப்புள்ளது. இவை இரண்டும் சேர்ந்து நிருவாண நிலைக்குரிய 'பிரஞ்ஞை' என்ற மெய்யறிவை அளிக்கவல்லவை. எனவே சத்தியத்தை நாடிச் செல்பவன், மகான்கள் என்றும், மகரிஷிகள் என்றும், எவரெவர்களோ, எவ்வெக்காலத்திலோ சொல்லி வைத்தவைகள் யாவும் உண்மை யென்று நம்பிக் கொண்டிராமல், தானாகமுயன்று ஆராய்ந்து பார்க்க வேண்டும். அறிவுக்குப் பொருத்தமில்லாதவைகளை உதறி விட வேண்டும். கல்வி கேள்விகளில் சிரத்தை கொண்டு, உலகியல் அறிவுகளைப் பெருக்கிக்கொள்ள வேண்டும். விருப்பு வெறுப்புக்கள், கோபம், அச்சம், மடமை ஆகியவைகளை விலக்க வேண்டும். மதவாதிகளின் முடிவில்லாத தத்துவங்கள், விவாதங்கள், மனப்

பண்பாட்டுக்கு இடையூறான ஏனைய விஷயங்கள் யாவற்றிலும் சிறிதும் தலையிடாது ஒதுங்க வேண்டும். எல்லாவற்றிற்கும் மேலாகத்தான் மேற்கொண்டுள்ள இலட்சியத்தை மறவாமல், அதை அடைவதற்குரிய மார்க்கத்தினின்றும் சிறிதும் விலகாமல், வேறு சிந்தனைகளுக்கோ ஆராய்ச்சிகளுக்கோ இடங்கொடாமல் இருந்து வர வேண்டும். மானிட அறிவுக்கும் ஆற்றலுக்கும் மேற்பட்டு, மனிதனால் யூகித்துக்கூட அறிய முடியாத ஜீவான்மா, பரமான்மா போன்ற விஷயங்களிலும், உலகிலே மலைமலையாக விளங்கும் சொற்குவியல்களான சாத்திரங்களின் ஆராய்ச்சியிலும் அவன் ஈடுபடுதல் ஒருகாலும் நன்மையளிப்ப தில்லை; அது அவன் முன்னேற்றத்திற்குப் பெருந்தடையுமாகும். வில், வாள், வேல் முதலிய கொலைக் கருவிகளோடும், பயங்கர மூர்த்திகளாயும், அழகு வழியும் ஆனந்த மூர்த்திகளாயும், உலகிலே சந்திகளிலும், வீதிகளிலும், சாலைகளிலும், சோலைகளிலும் விளங்கும் சிலைகளையெல்லாம் வணங்கிக் கொண்டிருந்தால், அவன் காலமெல்லாம் வீணாவதோடு, கருமத் தொகுதியும் பெருகிக் கொண்டேயிருக்கும். நீர், நெருப்பு, வாயு, வானம், பூமி முதலியவைகளிலே விளங்கும் எண்ணற்ற தெய்வங்கள், தேவதைகளைப் பற்றிய கதைகளிலே அவன் மனம் நாடலாகாது. அவன் வணங்க வேண்டிய தேவதைகள் அன்பு, தயை, அருள் முதலியவைகளே. செய்யத்தகாத பாவங்களையெல்லாம் செய்து கொண்டே ஒருவன் சில பக்திப் பாடல்களைப் பாடிப் பஜனை செய்து விட்டும், சில மந்திரங்களை முணுமுணுத்து விட்டும், பேரின்ப நிலைக்குப் பறந்து பாய்ந்து விட முடியாது. புனித வாழ்வுக்கோ, நிருவாணப் பேற்றுக்கோ குறுக்கு வழி கிடையாது; நீதியால் வந்த நெடிய தருமநெறியே அவற்றிற்குரிய பாதை. தாயுமானவர், உடலைக் ‘காமவேள் நடனசாலை’ என்றார். சமய வாழ்வில் ஈடுபடும் உபாசகனோ, துறவியோ, கருத்தை மயக்கும் ஆடம்பரமான தத்துவங்களை நம்பிக்கொண்டு, காமவேளின் நடனசாலையைப் பேய்களின் நடனசாலையாக மாற்றிக் கொள்ளக் கூடாது.

அறத்தில் ஆர்வமுள்ளவன், ஆசைகளை அறுப்பதில் ஆசை கொண்டவன், தெளிந்த அறிவும், குறிக்கோளில் கருத்தும், இடைவிடாத ஊக்கமும் கொண்டு முயற்சித்து வந்தால், சந்தேகங்களும், மயக்கங்களும், போலித் தத்துவங்களும் அவனைத் தடுத்து நிறுத்த முடியாது. அவன் துக்கத்தை மாற்ற வேண்டிய பெரும் பொறுப்பை நிறைவேற்ற வேண்டியிருப்பதால், அதற்குறிய சீலங்கள் யாவையும் அவன் போற்றிவருவான். செருக்கும், சினமும், சிறுமையும், அழுக்காறு, அவா, இன்னாச்சொல் முதலியவைகளும் நீங்கி, அவன் உள்ளம் பரிசுத்தமாயிருக்கும். தெளிவான காட்சியாலும், உயர்ந்த விஷயங்களில் உறுதியுடன் கொள்ளும் ஆர்வத்தாலும்,

‘கருமருவு குகையனைய
காயத்தின் நடுவுள்
களிம்பு தோய் செம்பனைய....’[3]

உள்ளங்கூட மாற்று மதிக்க முடியாத பசும்பொன்னாகி விடும். தானே தனக்கு உதவி என்றும், தான் சரணடையக்கூடிய இடம் தன்னைத் தவிர வெளியிலே எங்குமில்லை என்றும் பௌத்த உபாசகன் முழு நம்பிக்கை கொண்டிருப்பான். அதனாலேயே அவனுக்குக்கடைத்தேற்றம் உறுதி.

‘நன்னிலைக்கண் தன்னை நிறுப்பானும், தன்னை
நிலைகலக்கிக் கீழிடு வானும், – நிலையினும்
மேன்மேல் உயர்த்து நிறுப்பானும், தன்னைத்
தலையாகச் செய்வானும் தான்.’[4]

தன்னைச் செம்மைப்படுத்திக் கொண்ட ஒருவனின் உள்ளம் பரிசுத்தமாயிருக்கும். பரிசுத்தம் பயத்தை ஒழிக்கும். முகத்தை மலரச் செய்யும். சொல்லை இனிமையாக்கும், செயலை நெறிப்படுத்தும், அளவற்ற வலிமையை அளிக்கும், அன்பை விரிவடையச் செய்யும். அன்பு விரிவாகி விரிவாகி உயிர்கள் அனைத்தையுமே அணைத்துக் கொள்ளும். அந்த நிலையிலே, நல்லூற்றத்தில் நிலைத்துள்ள ஒருவன் விரும்பக் கூடிய இனிய நிலையைப் பற்றி ‘போதிசாரியா வதாரம்’ என்ற நூலில் ஓர் அரிய வசனம் காணப்படுகின்றது. அது வருமாறு:

'நோயாளருக்கு நான் நன்மருந்தாகப்பயன்பட வேண்டும்; நோய் மறுபடி வராமலிருக்கும் வரை, அவர்களுக்கு நான் மருத்துவனாகவும், ஊழியக் காரனாகவும் இருந்து வர வேண்டும்; உண்ணும் உண்டிகளையும் பருகும் பானங்களையும் மழையாகப் பொழிந்து பசி, தாகங்களாகிய துயரத்தை நான் தணிக்க வேண்டும்... என் செல்வமெல்லாம் ஏழைகளுக்கு உரிமையாயிருக் கட்டும்; அவர்களுடைய தேவைகளுக்கு நான் பல வழிகளிலும் தொண்டு புரிந்து வர வேண்டும். என்னையும், என் இன்பங் களையும், முற்பிறவியிலும், இப்பிறவியிலும், இனிவரும் பிறவியிலும் நான் செய்யும் புண்ணியங்களையும் நான்மன அமைதியோடு தத்தம் செய்கிறேன் - அதனால் எல்லா உயிர்களும் தத்தம் இலட்சியத்தை அடைய வேண்டும் என்பதற்காக.... என்னை நிந்திப்பவர்கள், எனக்குத் தீமை செய்பவர்கள், என்னை ஏளனம் செய்பவர்கள் யாவரும் போதியடைவார்களாக. பாதுகாப்பற்றவர்களுக்கு நான் பாதுகாப்பாளனாயும், வழிப் போக்கர்களுக்கு வழிகாட்டியாயும். ஆற்றின் மறுகரையாகிய நிருவாணத்தை அடைய விரும்புவோர்க்குக் கப்பலாயும், அணையாயும், பாலமாயும் விளங்குவேன். (வழியிலே) ஒளி வேண்டுவோர்க்கு நான் தீபமாயும், சயனிக்க அமளி விரும்புவோர்க்கு அமளியாயும், குற்றேவல் புரிய அடிமை தேவையாயுள்ளவர்களுக்கெல்லாம் நான் அடிமையாயும் விளங்குவேன்...'

நல்வாய்மை : சத்தியமான வசனமே நல்வாய்மை. 'பொய்யுரை யிலிருந்தும், புறங்கூறுவதிலிருந்தும், நிந்தைப் பேச்சிலிருந்தும், பயனற்ற சோம்பேறிப் பேச்சிலிருந்தும் ஒதுங்கியிருத்தல், பிக்குகளே, அதுவே நல்வாய்மை எனப்படுவது!' என்பது புத்தர் திருவாக்கு. எவர்க்கும் எத்தகைய தீமையும் இல்லாத சொற்களேவாய்மையென்று நம் வள்ளுவர் விளக்கி யுள்ளார். சிந்தனையிலிருந்தே பேச்சுப் பிறப்பதால், முதற்கண் நற்காட்சியும், நல்லூற்றமும் கூறப்பட்டன. தவறான சிந்தனை யிலிருந்து தவறான பேச்சேவெளிவரும், அதிலிருந்து தவறான செயல் விளையும்.

நாள்தோறும் வாழ்க்கையில் மக்கள் சிறிதும் கருத்தில்லாமல் கூறும் புளுகுகளும் பொய்களும் எத்தனை! நீதி மன்றங்களிலே கூறும் அசத்தியங்கள் எத்தனை! தொழில்களிலும், வாணிபத்திலும் பொய்களுக்கு ஒருவரையறையே இல்லாம லிருக்கிறது. இத்தகைய பொய்மைகள் அனைத்திற்கும் நல்வாய்மையில் இடமில்லை. வாய்மை என்பது வாயின் தன்மை - உண்மையே வாயின் இயல்பு[5] என்று தமிழர் முன்பே வகுத்துள்ளனர்.

நல்வாய்மை நயம்பட உரைத்தலுமாம். பேச்சில் அன்பும் மரியாதையும் கலந்திருக்க வேண்டும். வசைமொழி, பிறரை நோவச் செய்யும் கடுஞ்சொற்கள், முன்னால் நிற்கும்போது உளம் கனிய உரையாடி விட்டுப் பின்னால் இழித்துரைக்கும் பேடித்தன்மை ஆகியவைகளை அறவே விலக்கிப்பழக வேண்டும். கனிகள் பல இருக்கப் புளிக்கும் காய்களை உண்ணலாகாது; அதுபோல, மக்களினத்தை ஆதரத்துடன் அணைத்து வாழ்த்தக்கூடிய எண்ணற்ற இனிய சொற்கள் இருக்கும்போது, இன்னாச்சொற்களை ஏன் பேசவேண்டும்? பிறர்நம்மை நிந்தித்தால் அந்தத் தீமை அவர்களையே சாரும்படி விட்டுவிட வேண்டும். நாம் பதிலுக்கு ஏசினால், அக்குற்றம் நமக்கு வந்துவிடும். புத்தர் பெருமான் ஒருசமயம் பிட்சைக்குச் சென்றிருக்கையில், இல்வாழ் வோன் ஒருவன் அவரைப் பார்த்து நிந்தை மொழிகளைக் கூறினான், பிட்சையளிக்காமல், அவன் நிந்தனையையே அவருக்குத் தான மளித்தான். அவர் அதை ஏற்றுக் கொள்ள மறுத்தார். 'அப்பா! உனது நிந்தனையை நான் ஏற்றுக்கொள்ள முடியாது; அது உன்னிடத்திலேயே இருக்கட்டும்!' என்றார். கிருகஸ்தன் திகைத்தான். 'நீ பிட்சையளித்து, அதை நான் வேண்டாமென்று மறுத்து விட்டால், அது யாரைச் சார்ந்தது? உன்னையே சாரும். அதுபோல நீயளித்த நிந்தனையை நான் அங்கீகரிக்கவில்லை. அது உன்னிடமே இருக்கட்டும்!' என்று பெருமான் விளக்கியுரைத்தார். நிந்தைக்கு நிந்தை, ஏச்சுக்கு ஏச்சு என்ற முறையை மேற்கொள்ள நல்வாய் மையைக்கடைப்பபிடிப்பவனுக்கு உரிமையில்லை.

சொல்லின் சிறப்பைப்பற்றியும், முறையைப்பற்றியும் திருவள்ளுவர், 'இனியவை கூறல்', 'சொல்வன்மை', 'பயனில சொல்லாமை', 'புறங்கூறாமை', 'வாய்மை' என்ற ஐந்து தனி அதிகாரங்களிலும், பிறவிடங்களிலும் விளக்கிக் கூறியுள்ளார். அவருடைய கருத்துக்கள் யாவர்க்கும் நன்னெறி காட்டுபவை. மெய்ப்பொருள் கண்டவர்களின் வாய்ச்சொற்களில் வஞ்சனையின் வாசனை இராது, அவை அன்பிலே தோய்ந்து வரும் இனிய சொற்களாம். பணிவும் இன்சொல்லுமே ஒருவனுக்கு அழகு தரும் அணிகளாம். எதைக் காக்காவிடினும் நாவைக் காத்து வர வேண்டும். பண்புடையவர்கள் பயனற்ற சொற்களைக் கூறிவந்தால், அவர்களுடைய சீர்மையும் சிறப்பும் நீங்கிவிடும். பயனற்ற பேச்சிலேயே பழகியவன் மனிதனல்லன் - அவன் மக்களிலே பதர். வாய்மையைப் பற்றி வள்ளுவ முனிவர், 'பொய்யா விளக்கே விளக்கு' என்றும், 'பொய்யாமை அன்ன புகழில்லை' என்றும் பலவாறாகப் போற்றி உரைத்துள்ளார். நல்லவற்றை நாடி, இன்சொற்கள் பேசிவந்தால், அல்லவை (பாவங்கள்) தேயும், அறம் பெருகுமென்றும் அவர் வழி காட்டியுள்ளார்.

'நாற்றமுரைக்கும் மலருண்மை; கூறிய
மாற்றமுரைக்கும் வினைநலம்...'[6]

நற்செய்கை : நற்செய்கை யாதெனில், 'உயிர்க் கொலை, தமக்கு அளிக்கப் பெறாதவைகளைக் கவர்ந்து கொள்ளல், முறை தவறிய சிற்றின்ப உணர்ச்சிகள் ஆகியவற்றிலிருந்து விலகல்' என்று புத்தபகவர் தெரிவித்துள்ளார். உயர்தர வாழ்க்கையில் நோக்க முள்ளவன், அதற்கு முரணாயுள்ளவை அனைத்தையும் விலக்கி, நன்மையானவற்றையும் மேன்மையான வற்றையுமே செய்து வருவான். உள்ளத்தையும் நாவையும் நன்னிலையில் நிறுத்திக் கொண்டவனுடைய செய்கையும் நல்லதாகவே அமையும். புனித ஆறுகளிலும் குளங்களிலும் குளிப்பதால் புண்ணியம் வந்துவிடாது. கொல்லாமை முதலிய சீலங்களை வளர்த்துக் கொள்வதாலேயே புண்ணியம் பெறமுடியும். தீவினைகளை விலக்கி விட்டாற் போதாது. நல்வினைகளை ஊக்கத்தோடு செய்து வரவும் வேண்டும். அதுவே இல்வாழ்க்கையில் நாம் ஆற்ற வேண்டிய அருந்தவம்.

பௌத்த தருமத்தின் திட்டங்கள் ஏட்டுச்சுரைக் காய்களல்ல; அவை ஒவ்வொன்றும் வாழ்விலே, செயலிலே கடைப்பிடிக்க வேண்டியவை. எனவே கொல்லாமை என்ற விதியை, ஒருவன் தன் உயிரை இழக்க நேர்ந்தாலும், பின்பற்றியாக வேண்டும். காடுகளில் வசிக்கும் பிக்குகள் கூடக் கொடிய விலங்குகளையோ, விஷப் பாம்புகளையோ கொல்லுதல் ஆகாது. உயிரைக் காக்கவேண்டிய மனிதன் உயிர்வதை செய்யலாகாது. உயிர்கள் உயிர்களை உண்ணக் கூடாது. ஆறறிவு பெற்ற மனிதன், மனப்பண்பாடுகள் நிறைந்த மனிதன், மற்றெல்லா உயிர்களுக்கும் நண்பனாக விளங்க வேண்டும். அவன் அகத்திலே அன்பு அரும்பினால் தான், தருமம் மலரும். அகத்திலே அன்பில்லாத உயிர்வாழ்க்கை கற்பாறை மீது முளைத்த மரம் போல் பட்டுவிடும். அருளில்லாதவன் செய்யும் அறம் மனத் தெளிவில்லாதவன் மெய்ப்பொருளைக் கண்டு பிடிப்பது போலவே முடியும்.

'அறவினையாதெனில் கொல்லாமை' என்றார் வள்ளுவர். 'எல்லா இடத்தும் கொலைதீது' என்றும், 'திரு ஒக்கும் தீதில் ஒழுக்கம்' என்றும் 'நான்மணிக்கடிகை' கூறுகின்றது. இதே போலப் புத்தர் பெருமானும் பன்முறை கூறி வந்திருக்கிறார். உயிரைப் பலிகொடுத்துச் செய்யும் யாகங்களை அவர் தடுத்து வந்தார். ஆயினும் எக்காரணத்தாலோ, பிற்காலத்தில், பௌத்தர்கள் நிறைந்துள்ள நாடுகளில், கொலை மறுத்தல் நிலைத்திருந்த போதிலும், உயிர்க் கொலையால் கிடைக்கும் ஊனை உண்பது மட்டும் இதுவரை நிற்கவில்லை. எல்லா உயிர்களிடத்தும் அன்பு செலுத்துவதாகச் சொல்லிக்கொண்டு, வெளியே திரியும் உயிர்ப் பிராணிகளை வயிற்றுள் அடக்குதல் எந்த முறையில் நியாயமாகுமோ தெரியவில்லை. இத்தகைய நிலைமையை உணர்ந்தே நாயனார், கொல்லாமையைப் பற்றிக் கூறியது போலவே, புலால் மறுத்தலையும் வற்புறுத்திக் கூறியுள்ளார்.

'தினற் பொருட்டால் கொல்லாது உலகெனின் யாரும்
விலைப்பொருட்டால் ஊன் தருவார் இல்'

என்று அவர் எடுத்துக் காட்டியுள்ளார். பலகோடி மக்கள் புலாலுண் பதாலேயே, பிராணிகளை வதைத்தலும், வதைத்தவைகளின் ஊனை விற்றலும் நடைபெறுகின்றன.

பௌத்தர்கள் புலாலுண்பதைக் காந்தியடிகளும் கடிந்துள்ளார். உயிர்கள் அனைத்தையும் அன்போடு ஆதரிப்பது பற்றிப் புத்ததேவர் கண்டிப்பான முறையில் உபதேசித்ததைப் பாராட்டி விட்டு, வெளிநாடுகளிலுள்ள அவர் அடியார்கள் புலால் மறுத்தலை மேற்கொள்ளாமலிருப்பது முறையன்று என்பதை அவர் எடுத்துக் காட்டியுள்ளார். அவர் கூறியதாவது:

'உலகிலே எந்தச் சமயாசாரியராவது காரண - காரியத் தொடர்பு பற்றிய அசைக்கமுடியாத விதியை வற்புறுத்திக் கூறினார் என்றால், அவர் நிச்சயமாகக் கௌதமரேயாவார்; ஆயினும், இந்தியாவுக்கு வெளியேயுள்ள எனது பௌத்த நண்பர்கள், தங்களால் முடிந்தால், தங்கள் செயல்களின் கரும பலன்களிலிருந்து தப்பித்துக் கொள்ளலாம் என்று கருதுகிறார்கள். *[7]

தவறான முறையிலே பெறும் பொருளெல்லாம் களவால் வந்ததாகவே கருதலாம். பிறர் பொருளை உள்ளத்தால் நினைத்தலும் தீதாகும். பிறனுடைய செல்வத்தை மனத்தாலும் விரும்பாமையே நம் செல்வத்தைப் பேணும் முறை. இதே போலக் காம இன்பத்திலும் முறைதவறி நடத்தலாகாது. பிறர்மனை விரும்புதல், விலைமாதர் தொடர்பு முதலியவற்றை நற்செய்கை விரதத்தை மேற்கொண்டவன் ஒதுக்கிவிட வேண்டும். பொதுவாகப் புலன்களின் இன்பமாகிய வஞ்சனை வலையிலே சிக்கிக் கொள்ளாது அவன் தன் செயல் ஒவ்வொன்றிலும் கண்ணும் கருத்துமாயிருக்க வேண்டும். அவன் செய்யும் ஒவ்வொரு வினையும் தூயதாயிருக்க வேண்டும். 'வினை நலம் வேண்டிய எல்லாம் தரும்' என்றும்,

'என்றும் ஒருவுதல் வேண்டும் புகழோடு
நன்றி பயவா வினை'

என்றும் வள்ளுவர் வகுத்துள்ளார்.

நல்வாழ்க்கை : 'தவறான வழியில் வாழ்க்கை நடத்துவதை விட்டு, நியாயமான முறையில் ஆரியச் சீடன்[8] தன் ஜீவனத்திற்கு வேண்டிய வருவாயைப் பெறுகிறான் - பிக்குகளே, அதுவே நல் வாழ்க்கை' என்று புத்தர் அருளியுள்ளார். இது மிகச்சுருக்கமான உபதேசமாகத் தோன்றினும், மிகவும் முக்கியமானதாகும். ஒவ்வோர் உயிரும் உலகில் வாழப்பிறந்ததே! ஒவ்வொரு மனிதனும் வாழ உரிமை பெற்றவன். ஆனால் மனிதன் தன் வாழ்வுக்கு வேண்டிய தொழிலை மேற்கொள்வதில் இரண்டு வகைகள் இருக்கின்றன. அவன் தானும் தன் குடும்பத்தாரும் வாழ்வதற்காகத் தேர்ந்தெடுத்து நடத்தும் தொழிலால், தனக்கு ஊதியம் கிடைக்கும்படியும், தன்னைச்சுற்றியுள்ள சமுதாயத்தின் நன்மை பெருகும்படியும் செய்தல் முதல் வகை. இரண்டாம் வகை சமுதாயத்தின் நலத்தைப் புறக்கணித்து விட்டுத் தன்னலம் ஒன்றையே கருதுவது. இந்த இரண்டாவது முறையைப் பலரும் கையாள்வதால், கோடிக்கணக்கான மக்களுக்கு இடையூறு ஏற்படுகின்றது. சிலர் மட்டும் தம் தொழில்களில் கோடிக் கணக்கான செல்வத்தைப் பெறும்போது, இலட்சக்கணக்கான மக்கள் பட்டினியும் பசியுமாகத் துன்புற வேண்டியிருக்கின்றது. பெருந் தொழில்களிலும், வாணிபத்திலும் பிறரை வஞ்சித்துப் பொருள் ஈட்டுதல் சாதாரணமாகி விட்டது. ஒவ்வொருவனும் தன்னலம் ஒன்றையே கருதும்போது, அவனைச் சூழ்ந்து வசித்து வரும் மக்களின் நலம் பாழாகின்றது.

புலால் விற்றல், மீன் விற்றல், வெட்டுவதற்காக விலங்குகளை விற்றல், மதுவகைகளையும் மற்றும் இலாகிரிப் பொருள்களையும் விற்றல், விஷப்பொருள்கள், கொலைக் கருவிகள் முதலியவைகளில் வாணிபம் செய்தல், மனிதர்களை (அடிமைகளாக) விற்பனை செய்தல் முதலியவையெல்லாம் விலக்கப்பட்ட ஜீவனோபாயங்கள். இவை ஒருகாலும் நல்வாழ்க்கை ஆகமாட்டா. எந்த உயிருக்கும் தீமையாயில்லாத தொழிலே நல்வாழ்க்கையில் அமையும். ஜோசியம், ஆரூடம், மாந்திரிகம், வேடம் புனைந்து ஆடுதல் முதலிய தொழில்களும் தீவினையின்பாற் பட்டவை. பாமர மக்களையும், துயரத்தில்

உழலும் மக்களையும் ஏமாற்றி, எதையும் செய்து, எவ்வகையிலும் பணம் தேடுதல் கேடு விளைக்கும் வினையேயாம். சட்டமும், அதிகாரிகளும், நீதிமன்றமும் தலையிடாத வரை, எந்த அக்கிரமத்தையும் செய்யலாம் என்று துணிதல் முறையன்று. ஒவ்வொருவரும், தம் உள்ளத்தையே நீதிபதியாகக் கருதி, அதை வஞ்சியாமல் நேர்மையான தொழிலைச் செய்துவர வேண்டும். புத்தருடைய சீடன்பொன்னைப்பார்க்கிலும் சீலமே மேலெனக் கொள்ள வேண்டும். நேர்மையாகத்தொழில் செய்துவரும் மக்கள்தானதருமங்களில் முதன்மையாக நிற்பர்.

> 'இம்மி அரிசித் துணையானும் வைகலும்
> நும்மில் இயைவ கொடுத்துண்மின்!'

என்று 'நாலடியார்' கூறுவதுபோல், பசியோடு வாடும் மக்களை முதலிலே கவனிக்க வேண்டும். பேரறிவாளன்பெற்ற செல்வம், ஊருணிநீர் போல் யாவர்க்கும் பயனளிக்கும்.

நல்லூக்கம் : இதைப் பற்றிப் புத்தர் பெருமான் கூறியுள்ளது வருமாறு: 'பிக்குகளே! இதிலே, இதற்குமுன் தோன்றியிராத ஒழுக்கக் குறைவான நிலைமைகள் எழாதபடி சித்த உறுதியை ஏற்படுத்திக் கொள்கிறான். அவன் முயற்சி செய்கிறான். (அதற்குரிய) ஆற்றலைப் பயன்படுத்துகிறான். உள்ளத்தை (அதன்மீது) செலுத்திப் போராடுகிறான். இதேபோல, ஏற்கனவே எழுந்துள்ள தீய ஒழுக்கக் குறைவான நிலைமைகளை நீக்குவதற்கும் அவ்வாறே செய்கிறான். இதேபோல, இதுவரை தோன்றியிராத நல்ல நிலைமைகளைத் தோற்றுவிப்பதற்காக அவன் அவ்வாறே செய்கிறான். ஏற்கனவே எழுந்துள்ள நல்ல நிலைமைகள் நிலைபெறுவதற்காகவும், அவை பழுதாவதைத் தடுப்பதற்காகவும், அவை பெருகும்படி செய்வதற்காகவும், அவைகளைப் பழக்கப்படுத்திப் பயன் பெறுவதற்காகவும் அவன் அவ்வாறே செய்கிறான்.'

செம்பு, பித்தளைகளில் களிம்பு பற்றாமல் தினமும் அவை களைக் கவனமாக விளக்கச் சொல்வது போல, உள்ளத்தையும் விளக்கி வரவேண்டும் என்பதற்காகப் புத்தர் அதற்குரிய

முறைகளைக் கூறியுள்ளார். தீய எண்ணங்கள் முளைத்து மேல்வராமல் முன்கூட்டியே உள்ளத்தைக்காத்து வரவேண்டும் என்றும், முன்னால் முளைத்துள்ள தீய எண்ணங்களை அழித்துவர வேண்டும் என்றும் அவர் முதற் படியை விளக்கி யுள்ளார். இரண்டாம் படியாகிய நல்லெண்ணங்கள் முளைவிட்டு மேல் வருவதற்குரிய பக்குவத்தில் உள்ளத்தைப் பண்படுத்தி வரவேண்டும் என்றும், முன்கூட்டிமுளைத்துள்ள நல்லெண்ணங் களாகிய முளைகள் கருகிவிடாமல் கருத்தோடு வளர்த்து வரவேண்டும் என்றும் அவர்காட்டியுள்ளார். மனத்திலுள்ள தீய எண்ணங்களை அழித்து, அவை மீண்டும் தோன்றாமல் காத்து வருவதோடு நின்று விட்டால், ஒரு பயனும் கிடைக்காது; தீயவைகளுக்குப் பதிலாக நல்லெண்ணங்களை வளர்க்க வேண்டும். ஏனெனில் மனம் ஒருபோதும் ஒன்றுமில்லாமல் வெறுமையாக இருப்பதில்லை. அதில் ஏதாவது ஒன்று முளை விட்டுக் கொண்டே இருக்கும். புலன்களின் மூலம் ஏற்படும் அநுபவங்களால் உள்ளத்தில் புதுப் புது எண்ணங்கள் முளைத்துக் கொண்டேயிருப்பது இயல்பு. புலன்களை யானைகள் என்று கருதி, அவைகளை 'உரன் என்னும் தோட்டியால்'[9] காத்து வருபவன் பெருமையை வள்ளுவர் கூறியுள்ளார். ஆறு புலன்களாகிய ஆறுயானைகளும் அவைகளை அடக்குவதற்குரிய அங்குசம் இல்லாத மாவுத்தனுடன், மதம் பிடித்துத் தோன்றிய திசைகளி லெல்லாம் திரிந்து கொண்டிருந்தால், எவ்வளவு அழிவு ஏற்படும்! அவைகளால் உலகத்திற்கு ஏற்படும் அழிவு ஒருபுறமிருக்க, முடிவில் அவைகள் தங்களைத் தாங்களே அழித்துக் கொள்ளவும் கூடும். ஆகவே, நல்லூற்றத்தை உதவியாகக்கொண்டே நல்லூக்கம் செயற்பட வேண்டும். தெளிந்த ஞானமும், நல்லவைகளில் விருப்பமும் இல்லாமல், நல்லூக்கம் பயன்படாமற் போகும்.

நற் கடைப்பிடி : கடைப்பிடி என்பது உறுதி, கருத்துடைமை, நினைவு என்று பொருள்படும். எனவே நற்கடைப் பிடியை நல்ல உறுதி, நல்ல நினைவு என்று கொள்ளலாம். பாலி மொழியில் இதை ஸம்மாஸதி' என்பர். 'ஸதி'[10] என்ற சொல்

பௌத்த தரும விளக்கங்களில் அடிக்கடி காணப்பெறும். ஒவ்வொரு காரியத்தையும் கருத்தோடு, மனஉறுதியோடு, நினைவோடு, ஊக்கத்தோடு செய்தல் ஸதி ஆகும். சரியான சமயத்தில் சரியான வேலையைப் புரிதல் ஸதி. மனம் துளங்காமல், நிதானத்துடன், நினைவோடு திடமாக நிற்பது ஸதி. ஸதி மறதிக்கு எதிர்மறையானது. எப்போதும் விழிப்புடன் எச்சரிக்கையாக இருக்கும் நிலையை அது குறிக்கும். பூர்வஜன்மங் களைப் பற்றிய அறிவும் ஸதியுள் அடங்கும். எனவே 'ஸம்மாஸதி' என்பதற்கு முந்திய பிறவிகளின் நிகழ்ச்சிகளை அறிதல் என்றும் பொருள் கூறப்படுகின்றது. ஆனால் இந்த இடத்தில் மற்றப் பொருள்களைக் கொண்டாலே போதும், அதுவே பொருத்தமுமாகும்.

நற்கடைப்பிடி பற்றிப் புத்தர்பிரான் கூறியுள்ள விளக்கம் வருமாறு:

'பிக்குகளே! இதிலே ஒரு பிக்கு, உடல் (கந்தங்களாலாகிய) கலப்பு என்று கருதி ஊக்கத்துடனும், நிலைத்த சிந்தையுடனும், உலகிலுள்ள பேராசையையும் அயர்வையும் அடக்குவதன் மூலம் சாந்தி பெற்றும் வசித்திருப்பான். (உடலைப் போலவே) உணர்ச்சி சம்பந்தமாயும், புலன்களின் அறிவு (இந்திரிய - ஞானம்) சம்பந்தமாயும், செய்கைகள் சம்பந்தமாயும்.... மனத்தின் சிந்தனைகள் சம்பந்தமாயும் (அவன் அடக்க வேண்டியவை களை அடக்கி) - வாழ்ந்து வருவான்.'

கருத்துடைமை, ஊக்கம், உறுதி ஆகியவை ஒவ்வொரு வருக்கும் ஏற்படுவது இயல்புதான். ஆயினும் பெரும்பாலோர்க்கு இவை நீடித்து நிற்பதில்லை; ஆரம்பத்திலிருந்த உற்சாகம் போகப்போகத் தளர்ந்து விடும். பல்லாண்டுகள் கருத்தோடும் கவனத்தோடும் வாழ்ந்துவந்த போதிலும், ஒரு கண நேரம் சோர்வு ஏற்பட்டுக் கவனம் குறைந்து விட்டால், அளவற்ற நஷ்டம் ஏற்பட்டு விடும். குளம் நிறையப் பெருகியுள்ள நீர் கரையில் ஏற்படும் ஒரு சிறு துவாரத்தின் மூலம் வெளியே

வழிந்து காலியாகி விடும். கூரையைச் செம்மையாக வேயாதிருந்தால், வீட்டினுள் மழைநீர் பாய்ந்துவிடும். அதுபோல், உலகப்பொருள்களையும், நம் வாழ்வையும் பற்றிய உண்மைகளை உணர்ந்து, அவைகளைப் பற்றி ஆற அமரச் சிந்தனை செய்வதில் பயிற்சி பெறாதிருந்தால், திடீரென்று ஆசைப்புயலும் மழையும் நம்முள்ளே நுழைந்துவிடும்.

'நன்கு பழக்கப்பட்ட குதிரை, சவுக்கு மேலே பட்டதும் வேகமாக ஓடுவதுபோல், சிரத்தையுடனும், தீவிர முயற்சி யுடனும் இருப்பாயாக. நம்பிக்கையாலும், நற்சீலங்களாலும், வீரியத்தாலும், தியானத்தாலும், தருமத்தை ஆராய்ந்த நிச்சயத்தாலும், ஞானம், ஒழுக்கம், கருத்துடைமை ஆகியவற்றில் நிறைவு பெற்று (உலக வாழ்வான) இந்தத் துக்கத்தை ஒதுக்கிவிடமுடியும்.'

இவ்வாறு புத்தர் 'தம்மபத'த்தில் அறிவித்துள்ளார். பிறரை அடக்கி வெல்வது எளிது. தன்னைத் தான் அடக்கி வெல்வது தான் உலகிலே சிரமமான காரியம். அதனால்தான் விழிப்போடிருந்து பயிற்சி செய்ய வேண்டும் என்று பலமுறை வற்புறுத்தப்படு கின்றது. சோர்வில்லாதவர்களுக்கு அரியவை என்று எதுவுமில்லை. ஒருவன் எண்ணியதை இடைவிடாமல் சோர்வின்றி எண்ணிவந்தால் எளிதில் வெற்றியடைவான் என்பதைத் திருவள்ளுவரும்,

'உள்ளியது எய்தல் எளிதுமன் மற்றும்தான்
உள்ளியது உள்ளப் பெறின்'

என்ற குறளில் குறித்துள்ளார். நாம் நினைப்பது, பேசுவது, செய்வது முதலிய விஷயங்களைக் கவனித்து, அவைகளிலே நல்லவை, தீயவை, இரண்டுமற்றவை எவையெவை என்று குறித்துக் கொண்டே வரவேண்டும். அவைகளில் சுயநலம், ஆணவம், துராசைகள் முதலியவை இருக்கின்றனவா என்று பார்த்துப் பார்த்து அவைகளை நீக்கிவர வேண்டும்.

உடல், மன உணர்ச்சிகள், புலன் உணர்வுகள் ஆகியவற்றின் உண்மையான தன்மைகளை உணர்ந்து, அவைகளைப் பற்றிச்

சிந்தனை செய்து பயிற்சி பெற வேண்டும் என்று புத்தர் கூறியுள்ளார். உடல் சம்பந்தமான உண்மையைப் பற்றி ஓர் உதாரணத்தைப் பார்ப்போம். சாதாரணமாக ஒருவனது உடலைப் பார்த்தால், அதன் தோற்றம் அழகு முதலியவற்றையே நாம் கருதுவோம். புத்தர் கண்ணுக்கு மனித உடல் எப்படிக் காட்சியளித்திருக்கிறது? 'அஸ்திகளைக் கொண்டு ஒரு மாளிகை கட்டி, ஊனும் உதிரமும் கலந்த சாந்து பூசப்பட்டிருக்கிறது. இதிலே வசிக்கின்றன முதுமையும், மரணமும், கர்வமும், கபடமும்' என்று அவர் தம் கருத்தை வெளியிட்டிருக்கிறார். இந்த உடலாகிய வர்ணம் தீட்டிய பொம்மையைப் பார்!"[11] என்று உடலைப் பொம்மையாகவும் கூறியிருக்கிறார். இவ்வாறு காண்பதே உண்மையான தன்மையை உணரும் வழி.

நல்லமைதி : இது மேலே கூறிய ஏழு படிகளுக்கும் சிகரமாகும். ஞானத்தினால் நன்மை தீமைகளைப் பாகுபடுத்தி அறிந்து கொள்ள முடியுமே தவிர, அதனால் மனத்தை ஒருநிலைப் படுத்திவிட முடியாது. வெளியே ஓடித்திரியும் மனத்தை ஒரே நிலையில் அமர்ந்திருக்கச் செய்வது ஓர் அரிய கலை. அதைத் தியானம், சமாதி, யோகம் என்ற பெயர்களால் குறித்து வருகிறோம். உலகில் எத்தனையோ இன்பக் காட்சிகளையும், விசித்திரங்களையும் நாம் தினந்தோறும் பார்க்கிறோம். மேலே வானத்தை நிமிர்ந்து பார்த்தால், சூரியன், சந்திரன், நட்சத்திரங்கள் முதலியவை மிகவும் அற்புதமாக விளங்குகின்றன. ஆனால், நம் தினசரி வாழ்க்கையின் வேகத்தில், நாம் எதையும் நின்று நிதானமாகச் சிந்தித்துப் பார்க்கவே நேரம் கிடைப்பதில்லை. சிந்தனை செய்து பார்த்தால் தானே உண்மைகள் புலனாக முடியும்! அதற்குத்தான் மக்களுக்கு நேரமில்லை. ஆனால், அறவழியில் பலபடிகளைத்தாண்டி, நல்ல நெறியிலே தன்னை நிலைநிறுத்திக்கொண்ட ஒருவனுக்கு தியானத்தில் அமர்ந்து, பரிபூரணப் பக்குவத்தை அடைய போதிய நேரமுண்டு. ஏனெனில், அவனுக்கு அதைத்தவிர வேறு வேலையில்லை. அவன் கூட்டத்தோடு சேர்ந்து கும்மாளமடிப் பவனல்லன்; அவன் சிந்தனையாளன், செயலாளன், கருத்துடையவன், துக்கத்தை நீக்க உறுதி கொண்டவன்.

உயிர்க்கொலை புரிவோருக்கும், சீலங்களைப் பேணாதவர்களுக்கும், புலன்களின் இன்பங்களிலே ஆழ்ந்தவர்களுக்கும் ஏற்பட்டதன்று தியானம். அவா, வெறுப்பு, மயக்கம், கர்வம், பொய்க்காட்சி ஆகிய தளைகளைக் கடந்து மேலேறியவர்களுக்கே அது உகந்தது. புலன்களின் ஆசைகள், துவேஷம், சோர்வு, பரபரப்பு, சந்தேகங்கள் முதலியவற்றை அறவே நீக்கிவிட்டு, அவற்றிற்குப் பதிலாகப் பரிசுத்தம், அன்பு, உள்ளத்தின்விழிப்பு, தெளிவு, அறிவை ஆதாரமாய்க் கொண்ட நம்பிக்கை ஆகியவற்றைப் பெறவேண்டும். அதன் பின்னரே தியானம் அல்லது சமாதி எளிதாகும்.

தியானத்தின் மூலம் பரிசுத்தமான எண்ணங்களை வளர்த்து ஏகாந்த வாசத்தில் இன்பம் பெற முயற்சி செய்து வந்தால், முடிவில் முந்திய பிறவிகளின் வரலாறுகளும், எதிர்கால நிகழ்ச்சிகளும், பிரபஞ்சத்தின் நியதியும் தெளிவாகத் தெரிவதுடன், நிருவாண இன்பமும் சித்திக்கும் என்று புத்தர் போதித்துள்ளார்.

தியானம் நான்கு வகைப்படும். அவையாவன:

1. ஏகாந்தவாசத்தில் ஆராய்ச்சி, பரிசீலனை, ஏகாக்கிரக சிந்தனை ஆகியவற்றின் மூலம் பெறும் இன்ப நிலை.

2. ஆராய்ச்சி, சிந்தனை முதலியவற்றைக் கடந்து, மனச் சாந்தியும் ஆனந்தமும் பெறும் நிலை.

3. சகல உணர்ச்சிகளும், இராகத்துவேஷங்களும் ஒடுங்கும் இன்ப நிலை.

4. தன்னிலே தான் நிறைவுற்று, சலனமின்றி, இன்ப துன்பங்களைக் கடந்து, பூரணமான அமைதியைப் பெறும் நிலை.

நல்லமைதி பற்றிப் புத்தர்கூறியுள்ளதாவது:

'பிக்குகளே! இதிலே ஒரு பிக்கு புலன்களின் ஆசைகளி லிருந்து ஒதுங்கி, தீய நிலைகளிலிருந்தும் ஒதுங்கி, குறித்த ஒரு பொருளைச் சார்ந்து நிலைத்துள்ள சிந்தனையுடன்

முதலாவது தியானத்தில் பிரவேசிக்கிறான். இது ஏகாந்த வாசத்தில் தோன்றுவது, ஆர்வமும் ஆனந்தமும் நிறைந்தது.,

'பிறகு, நிலைத்த சிந்தனையையும் நீக்கிவிட்டு, அவன் இரண்டாவது தியானத்தில் பிரவேசிக்கிறான்; அது (அந்நிலை) உள்ளமைதியாகும், மன உறுதியை மேலும் வலுப்படுத்துவதுமாகும். அதிலே நிலைத்த சிந்தனை யில்லை. சித்தத்தை ஒருநிலைப்படுத்துவதில் அது தோன்றுவது, ஆர்வமும் ஆனந்தமும் நிறைந்தது.,

'பிக்குகணளே! பின்னர் ஆர்வமும் தேய்ந்து மறைவதால், அவன் சமநிலை (சமசித்தத்துவம் என்ற உபேட்சை நிலை) பெறுகிறான். அவன் சிரத்தையுடனும் மன நிறைவுடனும் இருக்கிறான். அவன் உடலோடு இருக்கும்போதே ஆனந்த நிலையை அடைகிறான் - அந்நிலையையே ஆரியர்கள் (மேலோர்கள்) "இராகத் துவேஷங்களற்ற ஏகாக்கிரக சிந்தனையுடைய மனிதன் ஆனந்த நிலையில் வாழ்கிறான்" என்று கூறுகிறார்கள். இவ்வாறு அவன் மூன்றாவது தியானத்தில் பிரவேசித்து அதிலேயே நிலைத்திருக்கிறான்.,

'பிக்குகளே! பின்னர், இன்பத்தையும் துன்பத்தையும் துறந்து, அவன் முன் பெற்றிருந்த ஆனந்தத்தையும் சோகத்தையும் நீத்து, அவன் நான்காவது தியானத்தில் பிரவேசித்து, அதிலேயே நிலைத்திருக்கிறான். அந்நிலை இன்பதுன்பங்கள், ஆனந்தம் ஆகியவை அற்றநிலை - சமநிலையும், நிறைவும் கொண்ட பரிசுத்த நிலை. இதுவே நல்லமைதி எனப்படும்.'[12*]

இவ்வாறு நான்கு தியானங்களும் கைவரப் பெற்ற நிலை சமாதி எனப்படும். சமாதியால் புலன்கள் முறையாக அடங்கிச் சாந்தி பிறக்கின்றது. இதயத்திலே எல்லா உயிர்களிடத்திலும் அன்பு ஊற்றெடுத்துப் பாய்கின்றது. காமம், குரோதம் முதலிய தீக்குணங்கள் படிப்படியாகத் தேய்ந்து அறவே ஒழிகின்றன. புதிய தீமைகள் உள்ளே புகாமல் தடுக்கப் பெறுகின்றன. பரிசுத்த நிலையிலே அற்ப ஆசைகளுக்கு இடமேயில்லாமற்

போகின்றது. பற்றும் அகந்தையும் தொலைகின்றன. ஆடாமல் ஓய்ந்திட்ட பம்பரம் போல் மனம் விசையடங்கி நிற்கின்றது. விமுக்திக்குரிய வழியும் தெளிவாகின்றது. இந்நிலையை அடைந்தவன், சிறைப்பட்ட கழுகு விடுதலையாகி வானத்தினூடே வேகமாய்ப் பறந்து செல்வது போன்ற உணர்வைப் பெறுகிறான்.

சமாதியின் உறுதி பற்றிச் சிவஞானசித்தியார்' பாடல் அடியிலே உள்ளது.

'அழிந்திடும் அராக மாதி
அகற்றி, நல் அறங்கள் பூரித்(து),
இழிந்திடும் புலன்கள் போக்கி,
இன்பொடு துன்பம் வாட்டிப்
பழித்திடாப் பழுதில் வாழ்க்கை
எட்டையும் பாரித்(து) எல்லாம்
ஒழிந்திடு ஞான சீலம்
சமாதியின் உறுதியாமே.'[13]

அஷ்டாங்க மார்க்கம் வெறும் ஒழுக்க விதிகளின் தொகுதியன்று என்பது மேலேயுள்ள விவரத்திலிருந்து தெளிவாகும். மலரின் மீது அமர்கிற வரைதான் வண்டு ரீங்காரம் செய்து சுற்றிக் கொண்டிருக்கும்; தேன் குடிக்க ஆரம்பித்து விட்டால், ரீங்காரம் நின்றுவிடும். அதுபோல், பிக்கு நற்காட்சி முதலிய சாதனைகளை நிறைவேற்றிச் சமாதியை அடைகிற வரை மனம் சலனமடைந்திருக்கலாம். ஆனால், சமாதி நிலையில் மோனம் வந்துவிடும். இதனால் மெய்யறிவும், நிருவாண இன்பமும் எளிதாகின்றன. நிருவாணத்திற்குப் பின் பிறப்பில்லை, அதனால் வரும் பிணியுமில்லை. அதனால்தான் அஷ்டாங்க மார்க்கத்தைப் பற்றிப் புத்தர் பிரான், 'பிக்குகளே, இதுவே துக்க நிவாரண மார்க்கம் என்ற ஆரிய வாய்மை என்று அழைக்கப்படுவது' என்று கூறியுள்ளார்.

இனி நிருவாண வழிக்குரிய மற்ற தத்துவங்களைப் பற்றிக் கவனிப்போம்.

ஸதிப் பிரஸ்தானங்கள்

இவை உடல், புலன்களின் உணர்ச்சிகள், மனம், நிருவாணம் ஆகியவை சம்பந்தமான மனோதத்துவ உண்மைகளாம். ஸதிப் பிரஸ்தானங்கள் நான்கு.

1. **காயானுபாஸனை :** தலை உரோமம் முதல் என்பு, தசை, தோல் முதலிய உடலின் 32 பகுதிகளையும் பிரித்துப் பரிசீலனை செய்து பார்த்து, உடம்பு அசுத்தமென்று அறிய இது உதவுகின்றது.

2. **வேதனானு பாஸனை:** ஆறு பொறிகளின் மூலம் பெறும் உணர்ச்சிகளில் இன்பமானவை, துன்பமானவை, இரண்டு மற்றவை என்று பாகுபடுத்தி, அவற்றால் விளையும் கேடுகளை அறிய இது உதவும்.

3. **சித்தானுபாஸனை:** உள்ளத்திலே எழும் சிந்தனை களைப் பிரித்துப் பரிசீலனை செய்து, அவற்றின் நிலையில்லாத் தன்மையை அறிய இது உதவுகின்றது. சிந்தனைகளிலே உணர்ச்சி காரணமானவை, உணர்ச்சி யற்றவை, கோபச் சிந்தனைகள், கோபமற்ற சிந்தனைகள், அற்பச் சிந்தனைகள், உன்னதச் சிந்தனைகள் என்று பிரித்துப் பார்க்கும் முறைகளை இதில் அறியலாம்.

4. **தருமானுபாஸனை:** அவா, வெறுப்பு, மயக்கம், கர்வம், பொய்க்காட்சி ஆகிய ஐந்து தளைகளையும், மெய்ஞ்ஞானம் பெறுவதற்குரிய ஏழு போத்தியாங்கங்களையும்,[14] ஐந்து கந்தங்களையும், ஆறு புலன்களையும் பகுத்துப் பார்த்துப் பரிசீலனை செய்யும் வழிகளை இது கூறும்.

ஸம்யக் ப்ரதானங்கள்

அஷ்டாங்க மார்க்க விவரத்தில் நல்லூக்கம் என்ற தலைப்பின் கீழே கூறப்பெற்றுள்ள நான்கு முறைகளே இவை. மனத்தில் தீய எண்ணங்கள் தோன்றாமல் தடுத்தல், முன் தோன்றியுள்ள தீய எண்ணங்களை அகற்றல், நல்ல எண்ணங்கள் தோன்றச் செய்தல், முன் தோன்றிய நல்ல எண்ணங்களைப் பேணிவளர்த்தல் ஆகிய நான்கு பிரிவுகளாக உள்ளவை இவை.

இருத்திபாதங்கள்[15]

இவை நான்கு : சந்தம், வீரியம், சித்தம், மீமாம்சை. இவற்றுள் சந்தம் என்பது உள்ள ஒருமைப்பாட்டுடன் மனோதத்துவ ஆற்றலின் சிகரத்தை அடைய வேண்டும் என்னும் விருப்பத்தை உண்டாக்குவது; வீரியம் என்பது குறித்த நோக்கத்தை அடைவதற்குரிய இடைவிடா முயற்சி; சித்தம் என்பது இழிவான தீய சிந்தனைகளை விலக்கி, உள்ளம் பரிசுத்தமாயிருக்கும் நிலை. மீமாம்சை என்பது உண்மையை நாடி எல்லா விஷயங்களையும் பிரித்துப் பிரித்துப் பரிசீலனை செய்யும் ஆராய்ச்சியாகும்.

இந்திரியங்கள்[16]

இந்திரியங்களாகிய மன ஆற்றல்கள் ஐந்து. இவை சிரத்தை, வீரியம், ஸதி, சமாதி, பிரஞ்ஞை என்பவை.

சிரத்தை என்பது நம்பிக்கை. நம்பிக்கையின் மூலமே மனவலிமையைப் பெருக்கிக் கொள்ள முடியும். எல்லையற்ற மெய்ஞ்ஞானம் பெற்ற புத்தர் பெருமானிடம் நம்பிக்கை, சத்தியத்தின் ஆற்றலில் நம்பிக்கை, அருகத்துக்களின் பூரணமான புனிதத் தன்மையில் நம்பிக்கை ஆகியவற்றுடன், ஒருவன் தன் ஒழுக்கத்தின் தூய்மையிலும், தானத்திலும் நம்பிக்கை வைத்தல் சிரத்தை எனப்படும்.

வீரியம் : அருகத்து நிலையை அடைய இடைவிடாது முயற்சி செய்வது வீரியம்.

ஸதி : அஷ்டாங்க மார்க்க விவரத்தில் நற்கடைப்பிடி (ஸம்மாஸதி) என்ற தலைப்பின் கீழே குறிப்பிட்டுள்ளதே இதற்கும் பொருந்தும். அத்துடன், இங்கே பூர்வ ஜன்மங்களின் விவரங்களை நினைவுறுத்திக் கொள்ளும் ஆற்றலை விசேடமாகக் கொள்ள வேண்டும்.

சமாதி : அஷ்டாங்க மார்க்க விவரத்தில் நல்லமைதி என்ற தலைப்பின் கீழே இது குறிப்பிடப் பெற்றுள்ளது.

பிரஞ்ஞை : மனோதத்துவ முறையில் படிப்படியாக முன்னேறி; மனம் பூரணமான பரிபாகம் (முதிர்ச்சி) அடையும் பொழுது, சமாதியின் பயனாகப் பேரறிவு தோன்றுகிறது. அவ்வறிவு சாதாரணஅறிவுக்கு மிகவும், மேம்பட்டது, பிரபஞ்ச இயல்புக்கு அப்பாற்பட்டது என்று சொல்லப்பெறும். ஸதி, சமாதி, வீரியம், பிரஞ்ஞை ஆகியவை ஒருங்கே சேர்ந்து அபரிமிதமான இச்சா சக்தியை அளிக்கின்றன. பேரறிவு உதயமானபின், 'நான்யார்? எங்கிருந்து வந்தேன்? எங்கே செல்வேன்?' என்பன போன்ற விஷயங்களைப் பற்றியாதொரு ஐயப்பாடும் இராது. துக்கத்தின் மூலகாரணமான அறியாமையும் - அவித்தையும் - அத்துடன் அடியோடு அழியும். நிருவாணத்தைப் பற்றிய உண்மையையும் நேர்முகமாக உண்ரலாகும்.

பலங்கள்

சிரத்தை, வீரியம், ஸதி, சமாதி, பிரஞ்ஞை என்று பலங்கள் - ஆற்றல்கள் - ஐந்து.

சிரத்தை அறிவை அடிப்படையாகக் கொண்ட நம்பிக்கை. வீரியம் (சாமர்த்தியம்) செய்கையை அடிப்படையாகக் கொண்ட விடாமுயற்சி. ஸதி (ஞாபகம்) பழம் பிறப்புக்களைப் பற்றி அறியும் ஆற்றல். சமாதி நான்கு வகைத் தியானங்களிலும் நிறைவு பெற்று சாந்தியும் பரிசுத் தமுமான நிலை. பிரஞ்ஞை என்பது கருமவிதியின் தன்மையை நன்குணர்ந்து செய்யும் தியானத்தால் உண்டாகும் பேரறிவு.

போத்தியாங்கங்கள்

போதி அல்லது மெய்ஞ்ஞானத்தை அடைவதற்குரிய ஏழு போத்தியாங்கங்களாவன: ஸ்தி, தரும விசாரம் (திரிபிடக ஆராய்ச்சி), வீரியம், ஆனந்தம், மனனம், சமாதி (சாந்தி), உபேட்சை (சமதிருஷ்டி).

1. **ஸதி :** ஒவ்வொரு காரியத்தையும் கவனமாகச் சிந்தனை செய்து நிறைவேற்றிப் பழகி வந்தால், ஸதி என்ற போத்தியாங்கத்தை அபிவிருத்தி செய்துகொள்ள

முடியும். காரணத்திலிருந்து காரியம், காரியத்திலிருந்து காரணம் என்ற முறையில் சிந்தித்துப் பார்த்து வந்தால் இதன் ஆற்றல் அதிகமாகும்.

2. **தரும விசாரம்** : திரிபிடக ஆராய்ச்சியும், மனோ தத்துவத்தை விளக்கும் நூல்களின் ஆராய்ச்சியும் வேண்டும். உடலமைப் பிற்குரிய கந்தங்கள், புலன்களின் உணர்வுகள், மனஉணர்ச்சிகள், இந்திரியங்கள், பலங்கள், போத்தியாங்கங்கள், தியானங்கள் முதலியவற்றைப் பற்றிய ஆராய்சிகளிலும் தேர்ந்திருக்க வேண்டும். முடர்களுடன் கூட்டுறவு கொள்ளாது, விஞ்ஞானம் முதலியவற்றில் தேர்ந்தவர்களோடு உறவு கொள்ள வேண்டும். மனத்தையும் உடலையும் சமநிலையில் வைத்துக் கொள்வதற்கு முயற்சி செய்ய வேண்டும். உடல், உணவு, உடை எல்லாவற்றிலும் பரிசுத்தமாக இருக்க வேண்டும். இந்த முறைகளில் தரும் விசாரப் போத்தியாங்கத்தை அபிவிருத்தி செய்து வர வேண்டும்.

3. **வீரியம்** : வீரியம் என்பது இடைவிடாத முயற்சியைக் குறிக்கும். இலட்சியத்தை அடைவதற்குக் கலக்கமில்லாத தைரியமும் உறுதியும் வேண்டும். இந்தப் போத்தியாங்கத்தை நன்கு பயிற்சி செய்வதற்கு, நற்குலத்திலே பிறந்த, நற்குணமுள்ள இளைஞர்கள் மிகவும் தகுதியுள்ளவர்கள் என்றும், அரசகுலத்திலே பிறந்து பூரணஞானம் பெற்ற போதி வேந்தரான புத்தர் பெருமானுடைய புனித நினைவுக்குப் பங்கம் வராமல் அவர் அடியார்கள் நடந்து வரவேண்டும் என்றும்தர்மபாலர் குறிப்பிட்டுள்ளார்.[17] புனிதமான முயற்சியின் பெரும் பயனைச்சோம்பேறிகள் உணரமுடியாது.

4. **ஆனந்தம்** : புத்தரையும், அவருடைய புகழ் பெற்ற அடியார்களான அருகத்துகளையும் பற்றிச் சிந்தனை செய்துவருதல் மனம் பக்குவமடைய உதவியாகும். பெருமான் வகுத்துள்ள பத்துச் சீலங்களையும் மேற்கொண்டு முறையாக நிறைவேற்றுவதிலும், தீவினைகள் பத்தையும்

விலக்குவதிலும், அஷ்டாங்க மார்க்கத்தில் கூறியபடி நியாயமான வழியில் வாழ்க்கை நடத்துதல் முதலிய நியமங்களைக் கடைப்பிடிப்பதிலும் சிரத்தை கொண்டால், உள்ளம் தானாகவே ஆனந்தமடையும். இந்த அனுபவத்தைப் பெறுவதற்கேற்ற குளிர்ச்சியான சோலை முதலிய இடங்களிலே வசித்துவர வேண்டும். நண்பர்களாகத் துணைக்கு இருப்பவர்களும் நேர்மையாளராக இருக்க வேண்டும். மூடர்கள், தீயவர்கள் உறவை அறவே நீக்கிவிட வேண்டும்.

5. **மனனம் :** சிந்தனைகள், மன உணர்ச்சிகள், புலன்களின் உணர்வுகள் முதலியவற்றில் தெளிவோடும் அமைதியோடும் இருப்பது மனனம். இதற்கு உடலையும் உள்ளத்தையும் தக்க நிலையில் வைத்திருக்க வேண்டும். உணவை முறைப்படுத்த வேண்டும். உயிர் வதைக்குக் காரணமாயில்லாத தானியங்கள், கனிகள், பால், தயிர், வெண்ணெய், நெய் முதலியவற்றை உண்ணலாம். எதிலும் மிதமாயிருக்க வேண்டும்: வசிக்கும் இடமும், சூழ்நிலையும் சாந்தி நிறைந்திருத்தல் நலம்.

6. **சமாதி :** உன்னதமான சிந்தனைகளை வளர்த்துப் பயிற்சி செய்து கொண்டு தியான முறைகளில் பழகி வந்தால், சமாதி நிலையைப் பெற முடியும். ஆணவக் காட்டைக் களைந்து, அகங்காரத்தை ஒழித்து, பாவ கருமங்களை விலக்கி, உள்ளத்தைத் திருத்தி, அன்பு நீர் பாய்ச்சி வந்தால் உ.பசாந்தி கைகூடும்.

7. **உபேட்சை :** இகழ்ச்சியையும், புகழ்ச்சியையும் மதியாமல், விருப்பு வெறுப்பற்று, எல்லாவற்றையும் சமமாகப் பார்த்து வரும் நிலை உபேட்சையாம். செருக்கு, வெகுளி, அழுக்காறு, அவா முதலிய யாவற்றையும் அந்நிலையில் இடம் பெறாமல் ஒதுக்க வேண்டும். பொறுமைக்கு நிலைக்களனாக விளங்க வேண்டும். நண்பர், பகைவர். என்ற வேற்றுமையின்றி யாவரிடத்தும் அன்பு கொண்டு, கைம்மாறாக எதையும் விரும்பாமல்

பிறருக்கு உதவிகள் செய்து வருதல் இந்தப் போத்தியாங்கத்திற்கு ஏற்றதாகும்.

புத்தர் காட்டும் வழி

'ஒரே ஒரு விஷயத்தைத்தான் நான் போதிக்கிறேன் - துக்கமும், துக்கத்திலிருந்து நிவாரணமும்' என்று புத்தர் பெருமான் கூறியுள்ளார். நாற்பத்தைந்து ஆண்டுகளாக அவர் பாரத நாட்டில் ஊர் ஊராக யாத்திரை செய்து அருளிய உபதேசங்களைப் பார்ப்பவர்கள் இது உண்மைதான் என்று கண்டுகொள்ளக்கூடும்.

> 'நோய் நாடி, நோய்முதல் நாடி, அது தணிக்கும்
> வாய்நாடி வாய்ப்பச் செயல்'

என்று வள்ளுவர் கூறியிருப்பது போலவே, பிறவிப் பிணி மருத்துவரான புத்தர், முதலில் மக்களின் நோயை அறிந்து, அதன்காரணத்தை ஆராய்ந்து, அதற்குப் பரிகாரமான மருந்தையும் கண்டு, அம்மருந்தை உட்கொள்ள வேண்டிய முறையையும் வகுத்துள்ளார்.

மக்களிடம் அவர் கண்ட நோய் துக்கம்; அதன் காரணம் அறியாமையிலிருந்து தோன்றும் அவா; அதற்குப் பரிகாரம் அறியாமை, அவா முதலிய பன்னிரு சார்புகளையும் அழித்தல்; பரிகாரத்தை நிறைவேற்றுவதற்குரிய வழி அஷ்டாங்க மார்க்கமும், மேலே விவரித்துள்ள இருபத்தொன்பது தத்துவங்களும்.

துக்கம் என்ற நோயைப்பற்றி மக்கள் தாமாகவேகண்டு கொள்ளக்கூடும். ஆனால் அதற்குரிய காரணத்தையும், பரிகாரத்தையும் கண்டு பிடித்ததே புத்தரின் பெருமையாகும்.

நோயின் முதலை நாடும்[18] பொழுது, உலகில் எல்லாப் பொருள்களும், எல்லா உயிர்களும் ஹேது அல்லது காரணத்தைக் கொண்டே இயங்கிக் கொண்டிருந்தன என்று அவர் கண்டார். உலகில் எல்லாம் காரண - காரியத் தொடர்புகளாகவே இருப்பதை அறிந்து, ஹேதுவை அடிப்படையாகக் கொண்ட தமது தருமத்தை அவர் பிரச்சாரம் செய்தார்.

'யே தர்மா ஹேதுப்ரபாவா:
தேஷாம் ஹேதும் தநாகத ||
ஆஹதேஷாயோநிரோத
ஏவம்வாதீ மஹாஸம(ண) '[19]

ஒரு காரணத்திலிருந்து நிகழும் காரியங்களைக்கண்டு, அந்தக் காரணத்தைத் ததாகதராகிய புத்தர்கூறியுள்ளார்; அதைத் தடுத்து நிறுத்தும் வழியையும் அந்த மகாசிராமணரே கற்பித்துள்ளார். பிரபஞ்சத்தில் எல்லாமுமே ஹேதுவை அடிப்படையாகக் கொண்டே ஏற்பட்டுள்ளன. ஹேதுவை நீக்கி விட்டால், ஹேதுவிலிருந்து எழும் தோற்றம் அல்லது பிறப்பையும் ஒழித்து விடலாம். இவ்வாறு புத்தர் உபதேசித்து வந்தார்.

உலகில் எல்லாமுமே கணந்தோறும் மாறியமைகின்றன. உலகம் சம்பவங்களின் பிரவாகமாகவே இருந்து வருகின்றது; உறுதியாக இங்கே நிலைத்து நிற்கக்கூடிய பொருள்களேயில்லை. நிலையாமையே எல்லாவற்றின் துக்கத்திற்கும் காரணமாயுள்ளது. தோன்றியதெல்லாம் மாறியே தீரவேண்டும் என்பது உலக நியதியாயுள்ளது. எனவே பிறப்புத்தான் மரணத்தின் காரணம். தோன்றாம லிருக்க வழி கண்டாலொழிய, எதுவும் மாறாமல் இருக்க முடியாது.

மக்கள் என்றும் நிலைத்திருக்கக்கூடிய துக்கமற்ற இன்ப நிலை இருக்கின்றதா?

என்றும் நிலைத்திருக்கும் இன்பநிலைதான் புத்தர் பெருமான் கூறியுள்ள நிருவாணம். -

அதை இந்தப் பிறவியிலேயே அடைய முடியுமா?

முடியும்; இந்த உலகிலேயே, இந்தப் பிறவியிலேயே, இந்த உடலோடு இருக்கும் போதே அடைய முடியும்.

மக்கள் மேற்கொண்டு பிறவியில்லாமல் நிருவாணப் பேற்றை அடைவதற்கு வழி என்ன?

ஒவ்வொருவரும் பிரபஞ்சத்தைப் பற்றியும், வாழ்க்கையைப் பற்றியும் உண்மையை உய்த்துணர வேண்டும். வாழ்க்கையைச்

செம்மையான முறையில் அமைத்துக்கொண்டு, முறை பிறழாமல் மிகுந்த கவனத்துடன் நடந்துவரவேண்டும். அம்முறையைப் பற்றிப் புத்தர் விவரமாக அறிவித்து, அதன்படி தாமும் வாழ்ந்து காட்டியுள்ளார்.

புத்தர் அருளிய நெறி, செயலில் கடைப்பிடிப்பதற்கே யன்றிப் படித்து விவாதம் செய்வதற்கு அன்று. அந்நெறியிலே சிறிதளவு பயிற்சி பெற்றாலும் பெரும் பயன் விளையும். அன்பு, இரக்கம், பரோபகாரம் முதலியவை எவ்வளவு அற்பமாயிருந்தாலும், அவை ஒவ்வொன்றும் வாழ்க்கைப் பள்ளத்தைத் தாண்டிச் செல்வதற்கேற்ற ஒரு படிக்கட்டாகும். 'நான்' என்பது கானல் நீர்; அதற்காக வாழ்தல் யானை சேற்றில் ஆழ்தலைப் போன்றது. உயிர் அகண்டமானது; அதிலே நாம் ஒவ்வொரு வரும் ஒரு துளியே. 'மனப் பண்பாட்டிற்காகப் பௌத்த தருமத்தில் அமைந்துள்ள முறைகள் யாவும், உயிர் ஒன்றே என்பதை உணர்ந்து, அதன்படி வாழ்வதற்கு உதவியானவை.' ஐயப்பாடுகள் நீங்கி, மயக்கம் தெளிந்து, உண்மையை உள்ளபடி உணர்ந்த வருக்குத் தருமப்பாதை விசாலமாயுள்ளது; விடாமுயற்சியோடு நிருவாண இலட்சியத்தை நோக்கிச் செல்வோர் அதை அடைதல் உறுதி.

அடிக்குறிப்புகள்

1. திருக்குறள்
2. 'நான்மணிக்கடிகை'
3. தாயுமானவர்
4. நாலடியார்
5. வாயின் தன்மை வாய்மை என்பதுபோல், உள்ளத்தின் தன்மை உண்மையாயிற்று; மெய்யின் தன்மை மெய்ம்மையாயிற்று.
6. 'நான்மணிக்கடிகை'
7. 1927 ல் கொழும்பு நகரில் ஆற்றிய சொற்பொழிவிலுள்ளது.
8. பௌத்த உபாசகன் அல்லது பிக்கு.
9. உரன் என்னும் தோட்டியால் - அறிவு என்னும் அங்குசத்தால்

10. 'ஸதி - வடமொழியில் ஸ்மிருதி'.
11. 'தம்ம பதம்'
12. 'தீக நிகாயம்'
13. இதன் பொருள்: 'நன்மையைக் கெடுக்கும் காமக் குரோத லோப மோக மத மாற்சரியங்களை நீக்கி, நன்றான தன்மங்களை நிறையச் செய்து, பொல்லாங்கைச் செய்யும் புலன்வழிச் சேறலைக் கைவிட்டு, துன்ப இன்பங்களை ஒழித்துப் புண்ணிய பாவங்களைக் கெடுத்துப் பிறரால் பழிக்கப்படாத குற்றமில்லாத நல்வாழ்க்கை எட்டையும் (அஷ்டாங்க மார்க்கம்) விரித்து, மற்றும் தோஷங் களானவை யெல்லாம் ஒழித்திடும் ஞான குணமாவது சமாதியின் உறுதியாம்.'
14. 62ஆம் பக்கம் பார்க்க.
15. இருத்திபாதங்கள்- Foundations of psychical activity; urge, energy, thought, Investigation.
16. இந்திரியங்கள் - Psychical powers: faith, strenuous effort, retentive memory, concentration, supreme wisdom.
17. The Psychology of Progress by Anagarika Dharmapala.
18. முதலை - காரணத்தை ; நாடும் - ஆராயும்.
19. 'போதி மாதவன்' பக்கம் 212 பார்க்க.

மூன்றாம் இயல்
அடிப்படைக் கொள்கைகள்

'அநித்தம், துக்கம், அநான்மா, அசுசின்னத்
தனித்துப்பார்த்துப் பற்றறுத்திடுதல்....'
                                    -மணிமேகலை

பௌத்த தருமத்தின் அடிப்படைக் கொள்கைகள் மூன்று. அவை அநித்தம், துக்கம்; அநான்மா என்பவை.[1] உலகம் அனைத்திலுமுள்ள உயிர்களும் பொருள்களும் நிலையற்றவை; அவை துக்கமயமானவை; அவை ஆன்மா அற்றவை என்பது இவற்றின் பொருள். புத்த பகவர் அவை ஒவ்வொன்றையும் தனித்தனியாகக் குறிப்பிட்டுக் கூறியிருக்கிறார்.[2]

"'ஸப்பே ஸங்காரா அநிச்சாதி"
யதா பஞ்ஞாய பஸ்ஸதி,
அத நிப்பிந்ததிதுக்கே
ஏஸ மக்கோ விஸுத்தியா.'

" 'படைக்கப்பெற்ற யாவும் அநித்தியம் - நிலையற்றவை"
- இதை அறிவால் உணர்ந்தவன் துக்கத்தில் அழுங்குவதில்லை; இதுவே விசுத்தி (பரிசுத்தமான) மார்க்கம்.'

"ஸப்பே ஸங்காரா துக்காதி"
யதா பஞ்ஞாய பஸ்ஸதி,
அதநிப்பிந்ததி துக்கே
ஏஸ மக்கோவிஸுத்தியா.'

" 'படைக்கப்பெற்ற யாவும் துக்கமயமானவை" -இதை அறிவால் உணர்ந்தவன் துக்கத்தில் அழுங்குவதில்லை; இதுவே விசுத்தி (பரிசுத்தமான) மார்க்கம்..

"ஸப்போதம்மா அநத்தாதி''
யதாபஞ்ஞாய பஸ்ஸதி,
அதநிப்பிந்ததி துக்கே
ஏஸ மக்கோ விஸுத்தியா.'

"படைக்கப்பெற்ற யாவும் அநான்மம்" - இதை அறிவால் உணர்ந்தவன் துக்கத்தில் அழுங்குவதில்லை; இதுவே விசுத்தி (பரிசுத்தமான) மார்க்கம்.

அநித்தம்

உலகில் எல்லாம் அநித்தியமானவை என்பதை யாவரும் எளிதில் தெரிந்து கொள்ளக்கூடும். புத்தர் பெருமான் அநித்தியம் என்று வற்புறுத்திக் கூறுவதன் காரணம், எல்லாம் நித்தியமானவை என்று கருதி மயக்கத்தில் ஆழ்ந்திருக்கக் கூடாது என்பதற்காக. மேலும், அநித்தியம் என்பதால் - சாவதற்கே- அழிவதற்காகவே - எல்லாம் தோன்றுவனவாக இருப்பதால், அந்நிலையின் உண்மையை உணர்ந்து, அதற்கு மாற்றாக வேறு நித்தியமான நிலையைத் தேட வேண்டும். அதிலே கருத்தைச் செலுத்தி வரவேண்டும் என்பதற்காகவும் பெருமான் 'அநித்தம், அநித்தம்' என்று கூறிவந்திருக்கிறார். பொருள்களின் சேர்க்கையால் உருவாகியுள்ள யாவும், [3]அந்தோ, நிலையற்றிருக்கின்றன! தோன்றி அழிவதே அவைகளின் இயல்பாயுள்ளது. அவைகள் தோன்றிய பிறகு, அவைகள் அழிந்து விடுகின்றன. அவைகளை ஒரு முடிவுக்குக் கொண்டு வருதல் பேரின்பமாகும்' என்பது புத்தர் திருவாக்கு.[4]

துக்கம்

உலகில் எல்லாம் துக்கமயம் என்பதையும் யாவரும் எளிதில் தெரிந்து கொள்ளக்கூடும். துக்கமயமாயிருப்பதால் தான், அந்நிலையிலிருந்து உடனே விடுதலை பெறவேண்டும் என்பதற்காகப் பெருமான் அதையும் வற்புறுத்திக் கூறி வந்திருக்கிறார்.

அநான்மக் கொள்கை

உலகில் எல்லாம் அநான்மம் என்பதில்தான் கருத்து வேற்றுமை இருக்கின்றது. 'ஸப்பே தம்மா அந்த்தா' என்ற வாக்கியத்திற்குப் பொருள் கொள்ளுவதிலேகூட வேற்றுமைகள் காணப்பெறுகின்றன. ஆனால்; வேறு பல இடங்களிலும் பெருமான் கூறியுள்ள செய்திகளைக் கொண்டு; இங்கும் சரியான பொருளை அறிந்து கொள்ள முடியும். பாலியில் 'அத்தா' என்றால் ஆன்மா, 'அந்த்தா' என்றால் ஆன்மா அல்லாதது என்று பொருள்: மேலே காட்டியுள்ள வாக்கியத்திற்கு, சர்வ தருமங்களும் ஆன்மா அற்றவை என்பதே பொருளாகும். 'தருமங்கள்' என்பது பிராணிகளையும், பொருள் களையும் குறிக்கலாம் அல்லது பிராணிகளையே குறிக்கலாம்; அல்லது எல்லாஜந்துக்களுக்கும் இயல்பானகுணங்களையும் செயல் களையும் குறிக்கலாம். எந்த முறையில் பார்த்தாலும், எந்த ஜந்துவுக்கும் ஆன்மா இல்லை என்றே பொருள்படும்; 'அநத்தா - அநான்மம்' என்பதே புத்தர் போதித்த கொள்கை.

ஆன்மா என்பது எது? உலகிலே சில சமயத்தார்கள், பிராணிகளில் (மனிதருள்ளிட்ட சகல ஜந்துக்களிலும்) ஒவ்வொன்றின் உடலுக்குள்ளும் அழியாத தன்மையுள்ள ஆன்மா ஒன்று தங்கியிருக்கின்றது என்றும், உடல் நசித்துப் போகும் போது அவ்வான்மா, கூட்டிலிருந்து பறவை வெளியேறிப் பறந்து செல்வது போல், வெளியேறி விடுகின்றது என்றும் நம்புகிறார்கள். உடல் அழியினும் தான் அழிவுறாத அத்தகைய ஆன்மா ஒன்று உடலுள் இல்லை என்று புத்தர் உபதேசித்திருக்கிறார் என்பதே பௌத்தர்கள் முடிவு.

இக்கால இந்துக்கள், ஒவ்வோர் உடலிலும் தனி ஆன்மா ஒன்று உறைகின்றது என்றும், அது அழிவற்றது என்றும், உடல் அழியும் போது அதுவும் வெளியேறுகின்றது என்றும், அதன் பாவ புண்ணியங்களுக்கு ஏற்றபடி அது மறுபடி வேறு உடலுடன் உலகிலே தோன்றுகின்றது. அல்லது சுவர்க்கத்தை அடைகின்றது என்றும் நம்புகின்றனர். வேறு சில சமயத்தவர்களும் அழிவற்ற ஆன்மாவில் நம்பிக்கை கொண்டிருப்பதையும் காணலாம்.

ஆனால், புத்தர் அழிவற்ற ஆன்மா ஒன்று இருப்பதாக நம்பவில்லை. கூடுவிட்டுக் கூடு பாய்வது போல, அது உலகிலே பல உடல்களில் மாறி மாறி வந்து அடைப்பட்டிருப்பதாகவும் நம்பவில்லை. அவர் இந்த அநான்மக் கொள்கையை மட்டும் கூறியிருந்தால், அவர் கருத்தை அறிவதில் இடர்ப்பாடு அதிகமிராது. ஆனால் அவர், ஒவ்வொரு மனிதனும் தன் பாவ புண்ணியங்களுக்குப் பொறுப்பானவன் என்றும், அவைகளுக்குத் தக்கபடி அவன் வேறு பிறவிகள் எடுக்க நேரும் என்றும், செய்கையின் பயனான கருமத் தொகுதியைக் கருமவிதியின்படி அவன் பின்னால் அனுபவித்துத் தீரவேண்டும் என்றும் கூறியிருப்பதால், அறிஞர்களுக்குள்ளேகூட அநான்மக் கொள்கையைப் பற்றிய இடர்ப்பாடு ஏற்பட்டுள்ளது. 'அழிவற்ற ஆன்மா இல்லை என்றால், எது மறுபிறப்பு எடுத்து வருகின்றது?' என்று கேள்வி கேட்கப்படுகின்றது. இந்த இடத்தில், இந்துக்கள் கொண்டுள்ள கருமநியதிக்கும் புத்தர் கூறியுள்ள கரும நியதிக்கும் வேற்றுமையுண்டு என்பதையும், இந்துக்கள் கருதும் மறுபிறப்பு அல்லது புனர் ஜன்மத்திற்கும், புத்தர் கூறியுள்ள மறுபிறப்புக்கும் வேற்றுமையுண்டு என்பதையும் நாம் நினைவிலே வைத்துக் கொள்ள வேண்டும். முன்னதாக நம் மனத்திலே ஊறிப் போயிருக்கும் கொள்கைகளையும் சித்தாந்தங் களையும் ஒரு புறம் ஒதுக்கி வைத்துக் கொண்டு, புத்தர்பிரான் கூறிய பலவிஷயங்களையும் நிதானமாக ஆராய்ந்து பார்த்தால் தான், அவைகளைத் தெளிவாகத் தெரிந்து கொள்ள முடியும்.'

உலகிலுள்ள எல்லாப் பொருள்களும், உயிர்களும் ஐந்து கந்தங்களின் சேர்க்கை அல்லது ஈட்டமாக அமைந்தவை. [5]உருவம், நுகர்ச்சி, குறி, பாவனை, உணர்வு என்ற ஐந்துமே அக்கந்தங்கள். உருவம், பொறி வாயில்களின் மூலம் நுகர்ச்சி, புலன்களின் மூலம் ஏற்படும் அனுபவம், மன, மொழி, மெய்களின் தொழிலால் அறிந்தவற்றைப் பாகுபடுத்தி விவரமாகத் தெரிந்து கொள்ளும் அறிவு, அறிவுக்கெல்லாம் ஆதாரமாயுள்ள சைதந்ய தத்துவம் ஆகிய ஐந்து வகைக் கந்தங்களில் (form, sensation, perception, discrimination and consciousness) சேர்க்கையாகவே

மனிதனும் விளங்குகிறான். கந்தங்களின் பலவகையான உட்பிரிவு களைப் பற்றிப் பௌத்த நூல்களில் விவரமாகக் காணலாம். கந்தங்கள் மனிதனின் உடலாயும், மனம் உள்ளிட்ட பொறிகளாயும், புலன்களாயும் ஒன்று சேர்ந்துள்ள சேர்க்கை மிக மிக நுணுக்கமானது. கந்தங்களில் சாதாரணமாக ஜடப் பொருள்கள் என்று சொல்லக் கூடியவையும், உயிர்த்தாதுக்கள், அல்லது உயிர்ச் சக்திகளும், (life-elements or forces) கலந்திருக் கின்றன. அவைகளை நாம் - ரூபங்களுக்குக் காரணமாகிய ஜடமும் மனமும் என்று பௌத்த நூல்கள் குறிக்கும். இவை இரண்டிலும் ஆன்மா அல்லது நிலையான உயிர் என்று கருதத்தக்கது எதுவுமில்லை.

எந்த ஒரு நிகழ்ச்சிக்கும் காரணமும், துணையான நிலைமைகளும் அமைந்திருக்க வேண்டும் என்பதைப் பிரதித்ய சமுத் பாதத்தின் மூலம் பௌத்த தருமம் விளக்கிக் கூறுகின்றது. ஒரு வித்திலிருந்து முளை வெளிவருவதை எடுத்துக் கொள்வோம். முளைக்கு முதல் காரணமாயுள்ளது வித்து; முளை வருவதற்குத் துணையாயுள்ள நிலைமைகளான மண், நீர், வெப்பம், காற்று, ஆகாயம், காலம் ஆகியவை துணைக்காரணம். வித்தும் முளையும் வெவ்வேறு பொருள்கள், எனினும் ஒன்றுக்கொன்று காரணமாக அமைந்துள்ளன. காரணமும் துணைகளும் பொருந்திச் சேரும் பொழுது காரியம் நிகழ்கின்றது.

எந்த மாறுதலும் தானாக ஏற்படுவதில்லை. உலகில் ஏற்படும் மாறுதல்கள் அனைத்தும் ஒன்றை ஒன்று காரணமாகக் கொண்டவை. உலகப் பொருள்களிடையேயுள்ள இந்தக் காரண சம்பந்தமே (causal nexus) பிரதித்ய சமுத்பாதம். உலகப் பொருள்கள் ஒன்றிலிருந்து ஒன்றாக மாறுவதற்கு எப்பொழுது ஆரம்பித்தன, எப்பொழுது இந்த மாற்றம் நிற்கும் என்பவற்றை யாரும் உரைக்க முடியாது. ஆனால் ஒன்று மட்டும் சொல்லலாம். காரணம் இல்லாவிட்டால், காரியம் நிகழாது. புத்தர் கூறியுள்ளது இது: 'ஒரு கனிதானாக உண்டாவதில்லை, மற்றொருவரால் அது உண்டாக்கப்படுவதுமில்லை; ஒரு காரணத்தைக் கொண்டு

அது உண்டாகின்றது; காரணம் தீர்ந்ததும் அதுவும் தீர்ந்து விடுகின்றது.'

வெளிப் பொருள்களுக்கு அமைந்துள்ள இதே விதியை உட்பொருள்களுக்கும் - அத்யான்மிக விஷயங்களுக்கும் - பொருத்திப் பார்த்தால் உண்மை விளங்கும். உடலும், மனமும் ஒன்று சேர்ந்து மனிதன் என்று சொல்லப்படும் ஒருவன் தோன்றுவதற்கும் வித்திலிருந்து முளை வருதலையே உபமானமாகக் கொள்ளலாம். அழிவற்ற ஆன்மா ஒன்றை வருவித்துக்கொள்ள வேண்டிய அவசியமில்லை.

மனிதன் நாமரூபங்கள் (அருவும் உருவும்) அல்லது மனமும் ஜடப் பொருளும் அல்லது உயிரும் ஜடப் பொருளும் சேர்ந்தவன் என்பதைத் தான் ஐந்து கந்தங்கள் சேர்ந்து உண்டானவன் என்று கூறப்படுகின்றது. கந்தங்கள் மனிதனாகப் பரிணமிப்பதற்கு ஏற்ற காரணமும், துணையான நிலைமைகளும் ஒத்திருக்கவேண்டும். காரணம், பேதைமை (அவித்தை) என்று கூறப்பட்டுள்ளது. பேதைமையிலிருந்து மன, பொழி, மெய்களால் நிகழும் நற்செயல்களும், தீச்செயல்களும் உண்டாகின்றன: அவா, துவேஷம், மயக்கம் முதலியவை தோன்றுகின்றன. பேதைமை என்ற வித்து முளை விடுவதற்குப் பஞ்ச பூதங்களோடு 'விஞ்ஞான ஸ்கந்தம்' எனப்படும் உணர்வும் சேர்ந்து பக்குவமான நிலைமைகளை அளிக்கின்றன.

எனவே மனிதன் உண்டாவதற்கு ஒரு கர்த்தா காரணமாக இல்லை; 'தரும சங்கேதம்' என்று சொல்லப் பெறும் தாதுப் பொருள்கள் அல்லது மூலப் பொருள்கள், ஒன்று சேர்ந்து பரிணமிப்பதற்குரிய நியதியே காரணமாயுள்ளது. 'அது இருப்பதால், இது இருக்கிறது; அது உண்டாகியிருப்பதால், இது உண்டாகியுள்ளது' என்ற முறையில் காரண காரியத் தொடர்பாகவே, ஒன்றைக் காரணமாகக் கொண்டு ஒன்று தோன்றுவதாகவே புத்தரும் விளக்கியுள்ளார்.

இதனாலேயே,

'துக்கமே உளது, துக்கிப்பவன் இல்லை;
செயல்உளது, செய்பவன் இல்லை;
நிருவாணம் உளது, நிருவாணமடைபவன் இல்லை.
மார்க்கம் உளது, அதில் செல்வோன் இல்லை.'[6]

என்று சொல்லப்படுகின்றது.

மற்றைப் பொருள்களைப் போலவே, உடலும் மனமும் ஒவ்வொரு கணமும் மாறிக்கொண்டே இருக்கின்றன. இந்த மாற்றத்தில் ஒருபுறம் புதுவளர்ச்சி ஏற்பட்டுக் கொண்டேயிருக் கின்றது; மறுபுறத்தில் பழையன அழிந்து கொண்டேயிருக் கின்றன. ஒரே உடலில் இந்த மாற்றம் ஏற்பட்டுக் கொண்டிருப்பதையும், மாற்றம் வெகுவிரைவாக ஏற்பட்டுக் கொண்டிருப்பதையும் கொண்டு, நாம் மாற்றமே இல்லாதது போன்ற எண்ணத்தைப் பெறுகிறோம். ஒருவிளக்கில் தீபச்சுடர் எரிகின்றது. இரவு முழுதும் எரிவது ஒரேசுடர் அன்று; கணந்தோறும் சுடர் மாறிக்கொண்டே வந்த போதிலும், நாம் முன்னிரவில் எரிந்த சுடரே பின்னிரவிலும் எரிவதாக எண்ணுவது வழக்கம். இது மன நினைப்பே தவிர உண்மையில்லை. ஒரு விளக்கில் சுடருக்குப்பின் சுடராக வெகு வேகமாகத் தொடர்ந்து தோன்றுகின்றன; ஒன்று அவியவும் மற்றொன்று தோன்றவும் இடைவெளியான நேரமில்லை. இதைத் 'தீப சந்தானம்' என்பர். ஏனெனில் முதற் சுடரின் சந்தானமாகவே அடுத்த சுடரும், அதன் சந்தானமாகவே அதற்கடுத்த சுடரும், இவ்வாறே எல்லாச் சுடர்களும் சந்தானமாகவே தோன்றுகின்றன. முதற் சுடர் இரண்டாவது சுடருக்குக் காரணமே தவிர, அது வேறு, இது வேறு என்றாவதுபோல, மற்றைச்சுடர்களையும் கொள்ள வேண்டும்.

மனித உடலுக்குத் தீபசந்தானத்தை உவமையாகக் கூறியிருப்பது போல், வாயு (காற்று) சந்தானம், தாரா (நீரோட்டம்) சந்தானம் முதலியவற்றையும் கூறுவதுண்டு, கந்தங்கள் யாவும் இவ்வாறு சந்தானமாய்க் கணந்தோறும் தோன்றி அழிபவை. அவைகளில், விஞ்ஞானம் என்ற உணர்வு

தோன்றி அழிகையில், முற்கணத்திலே அழியும் ஞானத்தில் தோன்றிய வாசனை பிற்கணத்திலே தோன்றும் ஞானத்தில் பற்றிக்கொண்டு சந்தானமாக விளங்குவதால், அறிவு தொடர்ச்சியாக நிகழ்கின்றது. இதுபோலவே ஒரு பிறவியிலிருந்து மறு பிறவி ஏற்படுத்தலும்; ஒன்றின் காரணமாக மற்றது தோன்றுகிறது; இதிலே காரணம் என்பது கருமபலன். ஓர் உயிர், ஒரு கூட்டைவிட்டு மற்றொரு கூட்டினை அடைவது போன்றதன்று இப்பிறவித்தொடர். ஒரு பிறப்பின் காரணமாகவே அடுத்த பிறவி ஏற்படுகின்றது; ஒரு பிறப்பின் விஞ்ஞான ஸ்கந்தத்தின் (உணர்வின்) ஒரு பகுதியாக அப்பிறப்பின் கருமத் தொகுதி ஒட்டி நிற்கின்றது. அதுவே அடுத்த பிறப்புக்குக் காரணமாகின்றது. ஆகவே ஒரு மனிதனே மறுபிறவி எடுக்கிறான் என்பதுமில்லை, அவன் இல்லாமல் மறுபிறவி ஏற்படுவது மில்லை. இவ்வாறு ஏற்படும் பிறவித் தொடரும் தீபச்சுடர், காற்று, நீரோட்டம் முதலியவை சந்தானமாக விளங்குவதைப் போன்றதே.

'மிலிந்தன் பிரச்னைகள்' என்ற நூலில் மறு பிறப்பைப் பற்றிக் காணப்பெறும் ஒரு பகுதி வருமாறு:

'மறுபிறப்பெடுத்து வருவது யார்?'

'மனமும் -ஜடப்பொருளும்.'

'(இப்பொழுதுள்ள) இந்த மனமும்-ஜடப் பொருளுமா மறு பிறப்பாக வருகின்றது?'

'இல்லை; இந்த மன -ஜடப்பொருள் சேர்க்கையால் நல்வினை தீவினைகள் செய்யப் பெறுகின்றன. இவ்வினை களால் (கரும நியதியால்) வேறொரு மன-ஜடப்பொருள் பிறவியெடுக்கின்றது.'

'அப்படியானால், அவ்வாறு பிறக்கும் மனிதன் (முந்திய தீவினைகளின் பயனான) கருமத்திலிருந்து விடுதலை பெறுவானா?'

'ஆம், அவன் பிறவியெடுக்காமல் இருந்திருந்தால், விடுதலை பெறுவான். ஆனால், அவன் எப்போது

புதுப்பிறவி எடுத்தாயிற்றோ, அதனாலேயே அவன் தீய கருமங்களிலிருந்து விடுதலை பெறமாட்டான்.'

வெளித் தோற்றத்திலே, இதைப் பார்த்தவுடன், முற்பிறப்பில் வினைகள் செய்பவன் ஒருவன், அவற்றின் பயன்களை இப் பிறப்பில் அநுபவிப்பவன் வேறொருவன் என்பதுபோல் தோன்றும். ஆழ்ந்து சிந்தித்தால், இருவருடைய தொடர்பும் விளங்கும். முன்னவன் இல்லாவிட்டால், பின்னவன் தோன்றியிரான்; பின்னவன் முன்னவனா யில்லாவிட்டாலும், அவனிலிருந்து முற்றிலும் வேறுபட்டவனல்லன்.

'ஹேது' நிகழ்ச்சி என்ற காரண-காரியத் தொடர்பு, குறித்த முறையில், குறித்த விதிப்படி நிகழ்ந்து கொண்டேயிருக் கின்றது; பூதங்களின் (தாதுக்கள் அல்லது மூலப்பொருள்களின்) தொடர்பும் 'தருமசந்ததி' என்ற விதிப்படி நிகழ்ந்து கொண்டே யிருக்கின்றது.

தற்காலத்து விஞ்ஞானிகளும், உலகில் எதுவும் நிலையா யில்லை என்றும், எல்லாம் எப்போதும் மாறிக்கொண்டே நிலையற்றிருக்கின்றன (everything is' flux, movement, change) என்றும் கூறுகின்றனர்.

இந்நிலையில் 'நான்' என்று மனிதன் கருதுவது எதை என்று காணுதல் எளிது.. உடலும் மனமும் கணந்தோறும் மாறிவரினும், அவற்றில் ஒரு தொடர்பும் இருக்கின்றது. முந்திய நினைவுகள், உணர்ச்சிகள், கருத்துக்கள், ஆசாபாசங்கள் ஆகியவை ஒரே உடலை அடிப்படையாகக் கொண்டு தேங்கிநிற்பதே 'நான்' என்ற அகங்காரத்திற்கு அடிப்படை. இந்த அகங்காரமும் மாறக்கூடியதே. ஏனெனில், குழந்தைப் பருவத்தில் ஒருவன் தன்னை 'நான்' என்று குறிப்பிட்டு வந்தும், பின்னால் வயோதிகத்திலும் தன்னை 'நான்' என்றே குறிப்பிடுவதால், நாம் ஏமாற்றமடைந்து விடக் கூடாது. முதலில் 'நான்' என்று குறிப்பிட்ட குழந்தைப் பருவமே போய் விட்டது; வயோதிகத்தை இப்போது 'நான்' என்று குறிப்பிடுகிறான். அதாவது 'நான்' என்பதன் தன்மை - உட்பொருள் - மாறிவிட்டது; பெயரளவிலேயே அது பொருத்தமாயுள்ளது.

மனம் என்பது தனியான ஓர் அவயவம் அல்லது அங்கமன்று. சிந்தனை செய்யும் முறை, சிந்தனாசக்தியையே மனம் என்று கருதுகிறோம். ஜடப் பொருளும் இந்தச் சிந்தனா சக்தியாகிய உணர்வும் ஒன்று சேர்ந்தே மனிதன் உண்டாகிறான். மனோதருமங்கள் அல்லது சித்தவிருத்திகளின் தொகுதியே மனம் என்றும், அறிவு, உணர்வு, இச்சா சக்தி என்பவை அம்மனத்தின் உட்பிரிவுகள் என்றும் நவீன உளநூல் ஆசிரியர்களும் கூறுவர். இடையறாது ஏற்பட்டு வரும் மனோதருமங்களின் ஓட்டத்திலிருந்து சில நினைவுகள், சிந்தனைகள், கருத்துக்கள் மட்டும் ஒன்றுசேர்ந்து ஒரே சித்திரமாகத் தோன்றுவதும் உண்டு. அவ்வாறு ஏற்பட்ட ஒரு சித்திரமே 'நான்' என்பது. மற்றைப்படி 'நான்' என்பதற்கு ஆதாரமாக, என்றும் நிலையாயுள்ள ஒரு பொருள் மனிதன் அகத்திலோ, புறத்திலோ இல்லை:

'நான்' என்ற அகங்காரத்தையும், நிலையற்றது என்று தள்ளி விட்டால், மனிதனிடம் நிலையாக நிற்பது ஒன்றுமில்லை என்றாகின்றது. உடலில் ஏற்படும் மிக நுணுக்கமான, சேர்க்கையான மாறுதல்களும், இரசாயன மாறுதல்களுமே வாழ்க்கை அல்லது உயிர்வாழ்தல் என்றுகூறும் அளவுக்கு நவீன உளநூல் ஆசிரியர்கள் வந்துள்ளார்கள்.[7] சிந்தனையுள்ள சமயத்திலேயே மனிதன் வாழ்கிறான்; சிந்தனையற்ற சமயம் அவன் வாழவில்லை; சிந்தனையே உயிர்வாழ்வு என்றும் கருத முடியும்.

இவ்வாறு நவீனவிஞ்ஞான ஆராய்ச்சிக்கு ஒத்த முறையில் பௌத்த தருமத்தின் பிரதித்ய சமுத்பாதம், மனிதனின் வாழ்வைப் பற்றித் தெளிவாகக் குறிப்பிடுகின்றது. அது மட்டுமன்று; உலகில் தோன்றும் பிறப்புக்களான மக்கள், தேவர், பிரமர், நரகர், விலங்கு, பேய் என்ற ஆறு வகையிலும், எந்தப் பிறப்புக்கும் நிலையான நித்தியமான உயிர் இல்லையென்று பௌத்த நூல்கள் கூறும். மேற்கூறிய பிறப்புக்கள் கரும் வினையினால் ஏற்படும் தோற்றங்கள். ஆனால் எந்தப் பிறப்பிலும், உடலுக்குள் 'சரீரி' என்று அந்த உடலை இருப்பிடமாகக் கொண்ட ஆன்மா ஒன்றுளது என்பதைப் பௌத்த தருமம் ஒப்புக்கொள்ளவில்லை. எந்த உயிரானாலும், ஜடப் பொருளும் மனமும் சேர்ந்து

உண்டானது தவிர வேறில்லை என்பது அதன் முடிபு. புத்தர்பிரானும் உயிர்கள் அனைத்தும் ஆன்மா அற்றவை என்று கூறியுள்ளார்.

புத்தரும் முந்திய முனிவர்களும்

இந்த 'ஆன்மா', விஷயத்திலிருந்துதான் புத்தருக்கும் அவருக்கு முன்னாலிருந்த மகரிஷிகளுக்கும் வேற்றுமை ஆரம்பமாகின்றது. மற்றும் அநேக விஷயங்களில் புத்தர்வாக்கைப் பார்த்தால், ரிஷிகளின் வாக்கைப் போலவே தோன்றும்படி அவ்வளவு ஒற்றுமையுள்ளதாயிருக்கும். அவா அல்லது ஆசையை ஒழித்தல், அகங்கார மமகாரங்களாகிய 'நான்' 'எனது' என்ற பற்றுக்களை ஒழித்தல், பயன் கருதாமல் நிஷ்காமியமாகக் கடமைகளைச் செய்தல், அவித்தை என்ற பேதைமையை ஞானத்தால் அழித்து மெய்யறிவு பெறுதல், பொய், களவு, கொலை முதலிய தீவினை களை விலக்கிச் சீலங்களைப் பேணித் தானங்களை மேற்கொள்ளல், கருமநியதியை ஒப்புக்கொள்ளல், உயர்ந்த ஞானத்தை அடைந்த பின் மோனநிலையில் அடங்கி யிருத்தல் ஆகிய பல விஷயங்களில் வேதங்கள், உபநிடதங்கள், பகவத் கீதை முதலிய வைதிக நூல்களுக்கும் புத்தர் உபதேசங் களுக்கும் நெருங்கிய தொடர்பும் ஒற்றுமையும் இருக்கின்றன. ஆனால், ஆன்மாவிஷயத்தில் நேர்முரணாக இருக்கின்றது.

வேத, உபநிடதங்கள் காமத்தைக் கடிந்துள்ளன. 'ஆரம்பத்தில் ஆசை- காமம் - இருந்தது; அதுவே உள்ளத்தின் முதல் விதை, ஞான முனிவர்கள் தங்கள் அறிவினால் வாழ்வின் பந்தத்தை வாழ்வற்ற நிலையிலிருந்து கண்டு கொண்டனர்' என்று 'இருக்கு வேதம்' கூறுகின்றது. 'உலகத்தைப் பந்தப்படுத்துவது ஆசையே, வேறு பந்தமில்லை' என்று 'தைத்திரீயப் பிராம்மணம்' குறிப்பிடு கின்றது. காமம் எல்லையற்றிருப்பதால் அது கடல் என்றும் வேத வாக்கியங்கள் கூறும். அவை காமத்தை அக்கினியென்றும் வருணிக்கின்றன. இதயத்தினுள்ளே புகுந்த காமங்கள் கைவிடப் பெறும் பொழுது, உடனே அநித்தியமானவன் நித்தியனாகிறான், (இந்த வாழ்க்கையில்)

இங்கேயே பிருமத்தை அடைகிறான்' என்று 'பிருகதாரண்யக உபநிடதம்' கூறுகின்றது. இதயத்தின் பாசங்கள் அனைத்தும் அறுக்கப்பெறும் பொழுது, உடனேயே நரன் அமரனாகிறான்' என்பது 'கதா உபநிடதம்.' 'பகவத் கீதை' காமத்தை (ஆசையை.). மகாபாவம், மகாசத்துரு, நித்திய வைரி என்றெல்லாம் கூறும், பற்றற்று, விடுதலையடைந்து, 'நான்' 'எனது' என்ற எண்ணங் களற்றவனே சாந்தியடைவான் என்பதை அந்நூல் பலவாறாக விளக்கியுள்ளது.

புத்த பகவரும் காமத்தை - ஆசையை - அவாவைப் பலமாகக் கண்டித்துள்ளார். காட்டுப் புல்லைப் போல் ஆசைகள் வளரும் என்றும், ஆசைக் காட்டையே அரிந்து தள்ள வேண்டும் என்றும் அவர் வற்புறுத்தியுள்ளார். அத்துடன் சுயநலம், துவேஷம் முதலியவற்றையும், எல்லாவற்றிற்கும் மூலகாரணமான பேதைமையையும் அகற்ற வேண்டும் என்று அவர் உபதேசித்தார். 'இந்த உலகிலோ, அல்லது அடுத்த உலகிலோ, எந்தத் துன்பங்கள் இருந்தாலும், அவைகள் அனைத்துக்கும் வேராக உள்ளது பேதைமை (அவிஜ்ஜா மூலக)' என்றும், 'அவை (அத்துன் பங்கள்) விருப்பம் அல்லது ஆசை காரணமாக எழுபவை'[8] என்றும் அவர் கூறினார். உண்மையை உணராமை, அல்லது தவறாக உணர்தலே பேதைமையாகும். பிரஞ்ஞா பாரமிதை என்று - போற்றப்படும் மெய்ஞ்ஞானம் பெற்றவுடன் பேதைமை ஒழியும்.

உபநிடதங்களை ஆதாரமாய்க் கொண்ட வேதாந்திகளைப் போலவே, புத்தரும், திரவ்ய யக்ஞங்கள் (பொருள்களை ஆகுதியாக்கிச் செய்யும் யாகங்கள்) பயனற்றவை என்றும், ஞான யக்ஞ்மே சிறந்ததென்றும் உபதேசித்து வந்தார்.

முன்னோர்களைப் போலவே, புத்தரும் கரும விதியை ஏற்றுக் கொண்டு உபதேசித்து வந்தார். வினைகளே முதலாய் நின்று உயிர்க்குப் பயனாகிய இன்பதுன்பங்களை அளிக்கும் என்று நம்புதலே கரும விதி. மன, மொழி, மெய்களின் விருத்தியே - செயலே - கருமத்திற்குக் காரணமானது. ஞான மார்க்கத்தில் செல்வோனுக்கு மன நிகழ்ச்சியே கருமமாகும் (மானஸம் கர்மா)

என்பதை, 'ஓ பிக்குகளே! இச்சா சக்தியை உபயோகித்தலையே (volition) நான் கருமம் என்று அழைக்கிறேன்'⁹ என்று அவர் அருளியுள்ளார். 'பகவத் கீதை'யும், பற்றற்ற நிலையில், கேவலம் ஒருவனது உடலின் செயல் எதுவும் பாவமாகாது என்று பகர்வதை இத்துடன் ஒப்பிட்டுப் பார்க்கலாம். பேதைமையே பந்த காரணம் என்பதையும், ஞானமே விடுதலைக்கு வழி என்பதையும், அவா (திருஷ்ணை) வேரோடு நீங்கினாலன்றிச் சாந்தியில்லை என்பதையும் புத்தர், முன்னோர்களைப் போலவே, ஆணித்தரமாக விளக்கியுள்ளார்...

ஏடுகளைச் சுமந்து கொண்டு திரிதல் ஞானமாகாது. சாத்திரங்கள் பலவற்றையும் துருவித் துருவிப் பார்த்து, மனனம் செய்து கொண்டிருந்தால் போதாது. முன்னோர் களாகிய மேதாவிகள் கூற்று என்பதற்காக எதையும் நம்பிவிடக்கூடாது என்றும், பகுத்தறிவு காட்டும் பாதையிலே நடந்து வரவேண்டும் என்றும் புத்தர் கூறியது முன்னர் பலவிடங்களில் எடுத்துக் காட்டப் பெற்றுள்ளது. 'இந்தச் சொற்களின் குவியலைப்பற்றிச் சிந்தித்துக் கொண்டேயிருக்க வேண்டாம். ஏனெனில் அதனால் மூச்சுத்தான் வீணாகும்' என்று 'பிருகதாரண்யக உபநிடத'மும் கூறுகின்றது.

வேதாந்திகளைப் போலவே புத்தரும்; தந்திரங்கள், கிரியைகள், சடங்குகளைக் கைவிட்டுத் தியானத்தில் நிலைத்திருக்கும் வழியைக் காட்டினார். வேதியர் ஒருவரிடம் பேசுகையில், புத்தர் பெருமான், 'அந்தணர்! அக்கினியில் சமித்துக்களைச் சொரிவதால் மட்டும் பரிசுத்தம் வந்து விடுவதாகக் கருத வேண்டாம், ஏனெனில், அது வெளியேதான் நிகழ்வது; ஆதலால் அந்த வழியை விட்டுவிட்டு, நான் எனது அக்கினியை அகத்தினுள்ளே தான் மூட்டியிருக்கிறேன், அது என்றும் எரிந்து கொண்டிருக்கும்' என்று கூறியதை 'சம்யுத்த நிகாயத்தி'லே காணலாம்.

ஆன்மாவிஷயத்திலே மட்டும்புத்தர், 'உபநிடதங்கள்,' 'பகவத்கீதை' முதலிய நூல்களிலிருந்து மாறுபட்ட கருத்தைக்

கொண்டார். 'அவர் அறிவுறுத்திய உண்மை அநான்மா.. என்பது - அவருடைய முன்னோர்களிலே பெரும்பாலோர் கொண்டிருந்த கொள்கைக்கு அது நேர் விரோதமானது.[10]

மகரிஷிகள் ஆன்மா ஒன்றே நித்தியமானது என்று கொண்டாடினார்கள். அதுவே சரீரத்தை இடமாகக் கொண்ட சரீரி என்று அவர்கள் கருதினார்கள். உடலின் தோற்றத்தின் போது அது உள்ளே புகுமென்றும், உடலின் அழிவில் அது வெளியேறுமென்றும் அவர்கள் கூறினார்கள். ஆனால் சாதாரண அறிவால் அது அறிய வொண்ணாதது என்பதும் அவர்கள் கூற்று.

'எல்லையற்றது, எங்குமுள்ளது, அதுவே நான், அதுவே ஆன்மா - என்பதைக் கண்டு உணர்ந்து, அதையே அன்பு கொண்டு, அதிலே ஆனந்தித்து நிற்பவன் ஸ்வராஜ்யம் பெற்றவன்; அவனே சகல உலகங்களிலும் அதிபதி என்று 'சாந்தோக்ய உபநிடதம்' கூறும்.

'ஒரு மனிதன் தன்னை (ஆன்மாவை) "இதுவே நான் - அயம் அஸ்மி" என்று சொல்லி உணர்ந்து கொண்டால், பிறகு உடலைத் தொடர்ந்து கொண்டு அவன் நிறைவேற்றிக் கொள்ள வேண்டிய ஆசை அல்லது விருப்பம் என்ன இருக்க முடியும்?' என்று 'பிருகதாரண்யக உபநிடதம்' கேட்கின்றது.

அந்நூலில், யாக்ஞவல்கியர் ஆன்மாவைப் பற்றித் தமது மனைவி மைத்திரேயி தெரிந்து கொள்ளும்படி விளக்கியுள்ள பகுதியும் கவனிக்கத் தக்கது.

'ஒரு பிடி உப்பு, உள்ளே, வெளியே என்ற வேற்றுமையின்றி, ஒரே சுவையைத்தவிர வேறில்லாமல் இருப்பது போலவே, இந்த ஆன்மாவும், அகம் புறம் என்றில்லாமல், ஞான மயமாக உள்ளது. இந்தப் பூதங்களிலிருந்து (தாதுக்களாகிய மூலப் பொருள்களிலிருந்து) தோன்றி, இவைகள் மறையும் பொழுது தானும் (வெளியேறி) மறைகிறது. அது வெளியேறிய பின்பு பிரக்ஞை இருப்பதில்லை.... அந்த ஆன்மா அழிவற்றது. அதை

அழிக்கவும் முடியாது. இருவர் இருந்தால் ஒருவரை மற்றவர் பார்க்கலாம், ஒருவரை மற்றவர் (உருசியால்) உணரலாம், ஒருவரை மற்றவர் வணங்கலாம், ஒருவர் மற்றவர் கூறுவதைக் கேட்கலாம், ஒருவர் மற்றவரைத் தீண்டலாம், ஒருவர் மற்றவரை அறியலாம். ஆனால் ஆன்மா ஒன்று மட்டுமே இவை எல்லாமாக இருக்கும் போது, நாம் மற்றவரைப் பார்க்கவோ, உருசியால் உணரவோ, கேட்கவோ, தீண்டவோ, அறியவோ எவ்வாறு இயலும்? எவனுடைய சக்தியால் இவைகளையெல்லாம் நாம் அறிகிறோமோ, அவனை நாம் அறிவது எங்ஙனம்? அந்த ஆத்மனை 'அன்று, அன்று - நேதி, நேதி' என்ற முறையிலேயே விளக்கிக் கூறலாகும். அவன் புரிந்து கொள்ளப் பெறாதவன் - ஏனெனில், அவனைப் புரிந்து கொள்ள முடியாது; அவன் அழிக்கப் பெறாதவன் - ஏனெனில், அவனை அழிக்க முடியாது; அவன் பற்றற்றவன் - ஏனெனில், அவன் எதையும் பற்றிக் கொள்வதில்லை; அவனுக்கு எவ்விதப் பந்தமுமில்லை. துக்கமுமில்லை, அழிவுமில்லைஏ, பிரியே (எல்லாவற்றையும்) அறிபவனை ஒருவன் எங்ஙனம் அறிந்து கொள்ள முடியும்?'

மற்றோரிடத்தில், '..... அங்கே கதிரவனோ, தண்மதியோ, தாரகைகளோ, இந்த மின்னல்களோ பிரகாசிப்பதில்லை, இந்தத் தீயைப்பற்றியோ சொல்ல வேண்டியதில்லை. அவன் பிரகாசிக்கும் பொழுது, அவனைத் தொடர்ந்து ஒவ்வொன்றும் பிரகாசிக்கின்றது; அவனுடைய ஒளியால் உலகம் அனைத்தும் ஒளி செய்யப்பெறுகின்றது' என்று கூறப்பட்டுள்ளது.

'கண் அங்கே செல்வதில்லை, மொழிக்கும் மனத்திற்கும் அது அப்பாலுள்ளது, அதை எப்படிப் போதிப்பது என்பது நமக்கு விளங்கவில்லை. (நாம்) தெரிந்தவற்றிலிருந்து அது வேறுபட்டது. நாம் தெரியாதவற்றிற்கும் அது மேம்பட்டது, நமக்கு இதைப் போதித்த முந்தையோரிடமிருந்து நாம் இவ்வாறு கேள்விப் பட்டுள்ளோம்' என்றும், 'எவன் தனக்கு அது தெரியாது என்று எண்ணுகிறானோ அவனுக்கு அது

தெரிந்துளது, எவன் அதை அறிந்ததாக எண்ணுகிறானோ அவனுக்கு அதைப் பற்றித் தெரியாது' என்றும் 'கேன உபநிடதம்' வருணித்துள்ளது.

புத்தர் பெருமான் தாம் கூறிய பரமபதமாகிய நிருவாண நிலையை மண்வாசனையேயில்லாத அழிவற்ற அமரநிலையாக வருணித்திருப்பினும், ஆன்மாவைப் பற்றி மேலே குறித்துள்ள முறையில் எதுவும் கூறவில்லை. அவருடைய உபதேசங்களையும், கொள்கைகளையும், மக்களுக்கு அவர்வகுத்துள்ள பயிற்சித் திட்டத்தையும் பரிசீலனைசெய்து பார்த்தால், ஆன்மாவைப் பற்றி அவர் வேண்டுமென்றே, உறுதியான முறையில், முன்னோர் களுடைய கூற்றை மறுத்திருப்பதாகத் தெரிகின்றது.

ஐந்து கந்தங்களில் எதுவும் ஆன்மாவாக இருக்க முடியாது; மரத்தோடு நிழல் சேர்ந்திருப்பது போல அது உளதா என்றால், அதுவுமில்லை; பூவில் மணம் பொருந்தியுள்ளது போல அது உளதா என்றால், அதுவுமில்லை; பெட்டியிலுள்ள இரத்தினம் போல அது உளதா என்றால், அதுவுமில்லை என்று அருவுருக்களில் ஆன்மா இல்லை என்பதை அவர் பிரித்துப் பிரித்துக்கூறியுள்ளார்.[11]

'இவ்வாறும், வேறு பல முறைகளிலும், மற்ற சித்தாந்தங்கள் ஏற்றுக்கொண்டுள்ள நிலையான ஓர் அகம் அல்லது ஆன்மா உளது என்பதைப் புத்தர் அறவே மறுத்து, அதனால் ஆசைக்கு இருப்பிடமாக அமையக்கூடிய அடிப்படையையே அகழ்ந்து எறிந்து விட்டார்' என்று திரு. விதுசேகர பட்டாசாரியாதமது 'பௌத்த தருமத்தின் அடிப்படைத் தத்துவம்' என்ற நூலில் கூறியுள்ளார்.[12]

புத்தர் வகுத்துக்காட்டிய பன்னிரு நிதானங்களையும் கவனிக்கையில், உலகப் பொருள்கள், உயிர்கள் ஆகிய எதில் பற்று வைத்தாலும், அந்தப் பற்றினாலேயே துக்கம் வளர்வதை எளிதில் தெரிந்து கொள்ளலாம். எதுவும் நிலையற்றிருப்பதால், அவன் அந்த நிலையாமையை நன்குணர்ந்து பற்றை அறுத்துக் கொள்ள வேண்டும் என்பது அவர் கருத்து. இதற்கு நேர்மாறாக,

அவனுடைய அகத்திலேயே, என்றும் அழியாத, ஒளிமயமான ஆன்மா உளது என்று சொல்வதால், நித்தியமான அந்த ஆன்மாவைக்கருதி, அதற்காக அவன் பற்றுக் கொள்ளத்தக்க அடிப்படை அமைந்து விடுகின்றது. நான் என்ற பொய்மையான அகங்காரத்தை அகற்ற வேண்டும் என்பதை முன்னோர்களும் அழுத்தமாகக் கூறிவந்தார்கள். ஆனால் போலியான அந்த ஆணவத்திற்குப் பதிலாக, நிலையான ஆன்மாவைப் பற்றிய கொள்கையை அவர்கள் புகுத்திவிட்டார்கள்.

புத்தருக்குப் பின்னால் தோன்றிய பௌத்த ஆசிரியர்கள் பலரும் இதைப்பற்றி விரிவாக எழுதியுள்ளனர். உதாரணமாக, அசுவகோஷர் கூறியிருப்பதாவது: 'தவறான சித்தாந்தங்கள் யாவும் இந்த ஆன்மா உளது என்னும் கொள்கை காரணமாகவே எழுந்தவை. இதிலிருந்து நாம் விடுபட்டுவிட்டால், தவறான சித்தாந்தங்கள் ஏற்பட இடமிராது."[12]

ஒருபொருளைக்கண்ணால் பார்த்தறியும் காட்சியை உதாரணமாய்க் கொண்டு, காண்போனாகத் தனியாக ஒருவன் இல்லை என்பதை நாகசேனர் தமது 'மிலிந்தன் பிரச்சனைகள்' என்ற நூலில் விளக்கியுள்ளார். அவர் கூறியுள்ளது இது: 'கண்ணுக்கும் உருவத்திற்கும் உரிய சம்பந்தத்தினால் காட்சி உணர்ச்சி எழுகின்றது, அதே நேரத்தில் அத்துடன் (ஸ்பரிசம் என்ற) தொடர்பும், (வேதனை என்ற) உள்ள உணர்ச்சியும், (பொருளைப் பற்றிய) கருத்தும், சிந்தனை பற்றிய உணர்வும், கவனமும் ஏற்படுகின்றன - இந்தத் தருமங்கள் - விருத்திகள் - யாவும் ஒன்றுக்கொன்று தொடர்பு கொண்டு எழுந்தவை, ஆனால் "காண்பவன்" என்று தனியாக ஒன்றைக்காணவில்லை.'

நவீன ஆசிரியர்களில் பேராசிரியர் இலட்சுமி நரசு ஆன்மா பற்றிய பௌத்தக் கொள்கையை ஆராய்ந்து. தருமத்தின் முதன்மையான நன்மை, மனிதனின். தனிப்பண்பு, பிரபஞ்சத்தின் புதிர் என்ற தலைப்புக்களோடு விவரமாக எழுதியுள்ளார். 'பார்த்து அறியக் கூடிய பிரபஞ்சத்திற்கு வெளியே எதுவுமில்லை என்றும், இந்தப் பிரபஞ்சம் முழுதும் மானஸீக நிகழ்ச்சிகள், அல்லது தருமங்களின் பிரவாகங்கள் என்றும் பௌத்த

தருமம் விளக்கியிருப்பதால், பிரக்ஞைக்கு (மனித அறிவுக்கு) அப்பாற்பட்ட ஒன்று - ஆன்மா - உளது என்பதை அத்தருமம் தெளிவாக நிராகரித்திருப்பது இயற்கையேயாகும்"[13] என்று அவர் குறித்துள்ளார்.

'தனியான ஓர் அகம் அல்லது ஆன்மா என்பதை மறுத்திருப்பதால் மனிதனின் தனிப்பண்பையும் (ஒப்புக் கொள்ளாமல்) ஒதுக்கிவிட்டதாக ஆகாது. ஆனால், அதனால் தனிமனிதன் தன் அறிவுத்திறனிலும், ஒழுக்க முறையிலும் வளர்ச்சியுறுவதையும், பரிபூரண நிலை அடைவதையும் தடை செய்யக்கூடிய தவனான ஒன்றிலிருந்து விடுதலை பெற்றதாகவே ஆகும். (பௌத்த) தருமம் வாழ்க்கையிலிருந்து "ஆன்மா" என்ற தற்செருக்கை அகற்றி விடுகின்றது' என்றும் அவர் கூறியுள்ளார்.[14]

'கண் அங்கே செல்வதில்லை, அது மொழிக்கும் மனத்திற்கும் அப்பாற்பட்டது. அதைப்பற்றி ஒருவர் எப்படிப் போதனை செய்ய முடியும் என்பதே நமக்கு விளங்கவில்லை!' என்று 'கேன உபநிடதம்' வருணிக்கும் ஆன்மாவைப் பற்றிப் புத்தர் பெருமான் 'அது இல்லை' என்றே சொல்லியிருப்பாரா என்று சந்தேகம் தோன்றுவது இயல்பே. அவர் காலத்திலேயே சிலர் சந்தேகப்பட்டு அவரிடம் கேள்விகளும் கேட்டிருக் கின்றனர்.

பரம்பொருள்

இதைப்பற்றி மேலும் ஆராயப்புகுமுன், பரம்பொருளைப் பற்றியும் புத்தருடைய கருத்து என்ன என்பதைத் தெரிந்து கொள்வது நலம்.

புத்தர், பரம்பொருளைத்தமது தருமத்திற்கு ஆதாரமாகக் கொண்டு உபதேசிக்கவில்லை. பௌத்த நூல்களில் இறை வணக்கம் கூறப்பெறவில்லை. உலகில் பல நாடுகளிலும் வசித்துவரும் பௌத்தர்களிடையிலும் இறைவணக்கம் இல்லை. இறைவனே இல்லாத ஒரு சமயமாபௌத்தம் என்றால், அப்படித்தான் அது இருக்கின்றது.

'எண்ணிலடங்காத எத்தனையோ விகாரமான தெய்வங்களை வணங்கிவந்த இந்தியாவில் பௌத்தம் அவைகளை விட்டுத் தாண்டிச் சென்றது' என்று உலக சரித்திர ஆசிரியரான அறிஞர் வெல்ஸ் குறித்துள்ளார். 'அவைகளை விட்டுத் தாண்டிச் சென்றது' - (It passed them. by)' - என்ற சொற்றொடர் உண்மையையே குறிக்கின்றது. ஏனெனில், பௌத்த தருமம் அந்தத் தெய்வங்களின் உண்மையைப் பற்றியோ, இன்மையைப் பற்றியோ வாதாடிக் கொண்டிருக்கவில்லை, அது தன் வழியே போய்க் கொண்டேயிருந்தது.

புத்தர் பெருமான் ஊர்ஊராகச் சென்று பிற சமயங்களைக் கண்டனம் செய்து கொண்டிருக்கவில்லை. வேதங்களும் உபநிடதங்களும் இறுதியாகக் கூறும் ஒரே தெய்வத்தைப் பற்றிய கொள்கையையும் அவர் ஏற்றுக் கொண்டு பிரச்சாரம் செய்யவில்லை. அதை மறுத்து வாதம் செய்யவுமில்லை.

இதற்குக் காரணம் காண்பது கடினமன்று. பெருமானுடைய குறிக்கோள் உலகின் துக்க காரணத்தைக் கண்டுபிடித்துத் துக்கத்தை நீக்க வேண்டும் என்பது. துக்கத்தின் காரணம் பேதைமையை அடிப்படையாகக் கொண்ட அவா முதலிய சார்புகள் என்று கண்ட பின்பு, அவைகளை நீக்கும் வழியை அவர் கண்டார். மெய்யறிவு பெற்று, ஒழுக்கங்களைப் பேணி, உள்ளத்தைப் பரிசுத்தமாக வைத்துக்கொண்டு, தியானம் செய்வதன் மூலம் பேதைமை முதலியவை நீங்கித் துக்கத்திலிருந்து விடுதலை பெறலாம் என்பதே அவர் கண்ட வழி. இத்தனைக்கும் இறை நம்பிக்கையோ, ஆன்ம நம்பிக்கையோ அவருக்கு அவசியமாயிருக்கவில்லை. இறை, ஆன்மா என்ற பெயர்களைக் கேட்டவுடனேயே, உலகில் தத்துவ விசாரங்கள் நடைபெற ஆரம்பமாகிவிடும். அவைகளை முடிவு செய்து, மெய்யறிவு பெறுதல் என்பது எளிதன்று. இந்தச்சிக்கலில் மக்கள் மதிமயங்கி நின்றுவிடக் கூடாது என்பதே புத்தர் பெருமானின் கருத்து.

பரம்பொருளைப் பற்றியோ, மனிதன் இறந்த பிறகு அவனுடைய ஆன்மநிலை பற்றியோ அவரிடம் எவராவது

கேள்வி கேட்டால், அவர் மறுமொழி கூறாமல் மௌனமா யிருத்தல் வழக்கம். சில சமயங்களில் ஏதாவது மறுமொழி சொன்னால், அத்தகைய கேள்விகளுக்குப் பதில் தெரிவதால் செயலுக்கு ஒருவித உதவியும் இல்லை என்றும், உணர்ச்சிகளை அடக்கவோ, அவாவை வெறுத்துத் தள்ளவோ, மனச்சாந்தி பெறவோ, அறிவைப் பெருக்கிக் கொள்ளவோ, ஞானம் பெறவோ, நிருவாணமடையவோ அது உதவியாயில்லை என்றும் கூறிவிட்டு அவர்மௌனம் சாதிப்பார்.

புத்தருடைய மௌனத்தின் பொருள் என்ன? ஒரு வேளை அவரே அக்கேள்விகளுக்கு மறுமொழியை அறியாமல் இருந்திருக்கலாமா? இல்லை, அவ்வாறு எவரும் கூறத்துணிய மாட்டார். அவர்பேரறிவுபெற்ற பெரியார் என்பதிலே சந்தேகமில்லை. ஆனால், மக்களுக்கு எவை தேவையில்லையோ, அவைகளை முதலிலேயே கூறி, அவர்களை முன்னேற விடாமல் தடை செய்தும், பயமுறுத்தியும் வைக்க அவர், விரும்பவில்லை என்பதே சரியான காரணமாகும். அவர்தாம் அறிந்திருந்த எல்லா விஷங்களையும் சீடர்களுக்கு உபதேசிக்கவில்லை; பயிற்சிக்கும், தெளிந்த சிந்தனைக்கும் உதவியானவிஷயங்களை மட்டுமே அவர்கூறி வந்தார். தத்துவ விசாரங்கள், விவாதங்கள், சமயச் சண்டைகள் ஆகியவற்றை அவர் விரும்பவில்லை.

மேலும், மௌனம் என்பதும் தொன்று தொட்டே ஆன்றோர்கள் கையாண்டுவந்த ஒரு போதனா முறையாகும். உபநிடதங்களிலும், பிற நூல்களிலும் இதைக் காணலாம். பாஸ்கலின் என்பவன் தன் குருவிடம் ஆன்மா பற்றிய உண்மையைப் போதிக்கும்படி வேண்டினான். அவர் மௌனமாகி விட்டார். சீடன் இரண்டு மூன்று முறை வற்புறுத்திக் கேட்க ஆரம்பித்தான். அப்போது குருதேவராகிய பாத்வர், 'நான் சொல்லிக் கொண்டு தான் இருக்கிறேன், ஆனால் நீதான் புரிந்து கொள்ளவில்லை - உபசாந்தோயம் ஆத்மா!' என்று கூறினாராம்.

அதுபோல், சில சமயங்களில், சில வினாக்களுக்கு மௌனமே தக்க பதிலாகும் என்பதைப் பிற்காலத்திலிருந்த நாகசேனரும் குறிப்பிட்டுள்ளார். 'மலடியின் மகன் கறுப்பா,

வெண்மையா?' என்பது போன்ற வினாக்களுக்குப் பதிலளிக்கக் கூடாது என்று அவர் விளக்கியிருக்கிறார். 'கந்தங்களும் ஜீவனும் ஒன்றுதானா?' என்பதும் அத்தகைய கேள்வி என்பது அவர் கருத்து. பால், சர்க்கரை, தேன் போன்றவைகளின் இனிப்பிலுள்ள வேற்றுமைகளைக் கலைமகளே கூட விளக்க முடியாது. அவைகளையெல்லாம் ஒருவர் தமது அனுபவத்தின் மூலமே உணர்ந்துகொள்ள வேண்டும்.

மனித வாழ்வு மிகவும் சுருக்கமானது. அறிய வேண்டிய மார்க்கத்தை அறிந்தபின், ஐயங்கள், திரிபுகளுக்கு இடமில்லாமல், ஒருவன் பயிற்சியில் இறங்கிச் செயலாற்றிக்கொண்டேயிருக்க வேண்டும். செயலிலேயே பல ஐயங்கள் தீர்ந்துவிடவும் கூடும். அதைவிட்டு, வெறும் ஆராய்ச்சியிலும், விவாதத்திலும் இறங்குவோன், தன் ஆயுள் முழுவதும் சருகு அரித்துவிட்டுக் குளிர்காய நேரமில்லாமலே போய்ச் சேருவான்.

புத்தர் காலத்தில் பலவிதமான கொள்கைகள் சமயப் போர்வைகளுடன் நாட்டில் தாண்டவமாடிக் கொண்டிருந்தன. ஒவ்வொரு சமயாசாரியரும் பல சீடர்களைச் சேர்த்துக்கொண்டு நாட்டில் சுற்றி வந்தனர். இவர்களுடைய சந்தடிகளின் நடுவே புத்தர் தாம் கண்ட உண்மைகளைக் கூறி மக்களைத் தமது நேரிய வழிக்கு இழுக்க வேண்டியிருந்தது. 'வீணான விசாரங்களை விடுமின்! விடுமின்!' என்று அவர் போதிக்க வேண்டியது அவசியமாக இருந்தது

வினைத்திட்ப மில்லாதவனைப் புத்தர் மதிப்பதில்லை. உறுதியற்றவன் ஒன்றுக்கும் உதவான். இடைவிடாத ஊக்கமும். கருத்தும் உள்ளவனே இலட்சியத்தை அடைய முடியும் என்று அவர் பலகாலும் கூறிவந்தார். அத்தகைய உபதேசம் செய்தவர், தமது மார்க்கத்திற்கு அப்பாலோ, இப்பாலோ, எங்கு எது இருந்தாலும், பொருட்படுத்தியிருக்க முடியாது. அவர், தம் உபதேசங்களைக் கூடச் சீடர்கள் அவருடைய பெருமையைக் கருதி ஏற்றுக் கொள்ளக் கூடாது என்றும், தங்கத்தை வெட்டியும், புடமிட்டும், உரைத்தும் பார்ப்பது போல் சோதனை செய்தே

ஏற்றுக்கொள்ள வேண்டும் என்றும் கூறிவந்தார். தவிர, அவர்தாம் நேராக அறிந்து அனுபவித்த விஷயங்களைத் தவிர வேறு எதையும் உபதேசிக்கவுமில்லை. பகுத்தறிவைக் கொண்டு பரிசீலனை செய்து பார்த்த பின்பே எதையும் ஏற்கும்படி சொல்லக்கூடியவர், காணமுடியாத, கருதமுடியாத, பிரபஞ்ச நிலைகளுக்கு மேற்போன விஷயங்களை வெறும் நம்பிக்கையைத் துணையாகக் கொண்டு ஏற்றுக்கொள்ளும்படி எப்படிச் சொல்ல முடியும்?

'சொல்லும், ஆராய்ச்சி அறிவும் ஒரு விளக்கு - அதைக் கொண்டு, சொல்லையும் ஆராய்ச்சி அறிவையும் கடந்து அப்பாற் சென்று, அனுபவ உண்மையாகிய மார்க்கத்தில் நடக்க வேண்டும்' என்று 'இலங்காவதார சூத்திரம்' கூறுகின்றது. இதன்படியேதான் புத்தர் உபதேசித்து வந்திருக்கிறார்..

புத்தருடைய உபதேசத்திற்கு முதல் ஆதாரம் தத்துவமோ, கொள்கையோ அன்று, பிரத்தியட்ச உண்மையேயாகும். துக்கம் கண்முன்பு காணப்பெறுவது. அதை அடிநிலமாக வைத்துக் கொண்டே, அதை நீக்கும் வழியை அவர் உணர்த்தினார். அநுமானமாக அவர் எதையும் கொள்ளவில்லை.

தெய்வத்தின் அருளாலோ, வேறு தேவதைகளின் ஆற்றலாலோ, மனிதன் துக்கம் தீர்ந்து நம்மையடைய முடியும் என்று நம்பிக்கொண்டிருந்தால், அவன் சொந்த முயற்சி எதுவும் செய்ய இடமிராது. இதற்கு நேர் மாறாகப் புத்தர், அவன் தானே முயற்சி செய்ய வேண்டும் என்றும், தனக்குத்தானே அடைக்கலம் என்றும், அடைக்கலம் வெளியே எங்குமில்லை என்றும் உபதேசித்தார். அந்த உபதேசத்தால் அவன் தன் முயற்சியாலேயே முழு மலர்ச்சியடைவதற்கு எத்தகைய வாய்ப்பு ஏற்படுத்தப் பெற்றது! ஞானமின்றேல், தியானமில்லை; தியானமின்றேல் ஞானமில்லை; இரண்டும் சேர்ந்தே அமைய வேண்டும் என்று அவர் கூறியதால், மனிதன் தன்மலங்களை நீக்கிக்கொண்டு விடுதலையை நெருங்கிச் செல்ல முடிந்தது. அந்த விடுதலையும், பயிற்சியாளனுடைய பரிபாகத்திற்குத் தக்கபடி,

இப்பிறவியிலேயே, இங்கேயே, இப்போதே பெற முடியும் என்று அவர் காட்டியதைப் பார்க்கினும் நன்னம்பிக்கை அளிக்க வேறு என்ன செய்ய முடியும்?

முன்னோர் உரைத்த அரிய பெரிய விஷயங்களை யெல்லாம் ஆராய்ந்து, புத்தர் பெருமான், தமது மார்க்கத்திற்குரிய கருத்துக்களையும், சொற்களையும், சொற்றொடர்களையும், உபதேசக் கதைகளையும், உபமான உபமேயங்களையும் அவற்றிலிருந்து எடுத்துக்கொண்டார். முன்னோர் கூறியவற்றில் தவறாகத் தோன்றியவைகளை அவர் அப்படியே ஒதுக்கிவிட்டார்.

ஆன்மா, பரம்பொருள் பற்றிய தவறான கருத்துக்கள் ஒருபுறம் இருக்கட்டும். பிரபஞ்சத்திற்கு மூல காரணமான ஒரு சக்தியை - ஒருநபராக - ஆண்டவனாகக் கருதி வழிபடுதல் ஒருபுறம் இருக்கட்டும். துக்கமே நிறைந்துள்ள இப்பிரபஞ்ச வாழ்வுக்கு மேம்பட்ட நிலை ஒன்று உண்டா, இல்லையா? நிலையற்ற உலகுக்கு மேலாக நிலையான ஒன்று உண்டா, இல்லையா? புத்தருடைய உரைகளை ஆராய்ந்தால், இந்த வினாக்களுக்கு உண்டு என்றே பதிலளிக்க வேண்டும்.

'ஓபிக்குகளே! பிறப்பற்ற ஆரம்பமற்ற, சிருஷ்டிக்கப் படாத உருவாகாத ஒன்று இருக்கிறது. அப்படி ஒன்றில்லை யானால், பிறப்புள்ள, ஆரம்பமுள்ள, சிருஷ்டிக்கப்பட்ட, உருவுள்ள உலகிலிருந்து தப்பித்துக்கொள்ளவே முடியாமற் போகும்...'[15]

'நிலமும் நீரும் இல்லாத, ஒளியும் இல்லாத, எல்லையற்ற ஆகாயமும் (இடமும்) பிரக்ஞை உணர்வும் இல்லாத வெறுமையும் இல்லாத, அறிதலும், அறிதலற்றதும் இல்லாத, இந்த உலகம் அந்த உலகம் என்றில்லாத, சூரியன் சந்திரன் இரண்டும் இல்லாத ஓர் இடம் (உலகம்) இருக்கின்றது. அதை வருதலும் போதலுமற்றது என்றும், நிற்றல், இயங்குதல், ஓய்வுறுதல், மரித்தல், பிறத்தல் ஆகிய எந்நிலையு மற்றது என்றும் நான் கூறுகிறேன். அதற்கு நிலையுமில்லை, சலனமுமில்லை, ஆதரவுமில்லை. அதுவே துக்கத்தின் முடிவு.'[16]

புத்தரிடமிருந்து அபூர்வமாக வெளிவந்த ஒளித் துளிகள் போன்ற இத்தகைய வாக்கியங்களிலிருந்தே நாம் அவர்கருத்தை அறிந்து கொள்ள வேண்டியிருக்கிறது.

இவை போன்ற கருத்துக்களைக் கொண்டும், தருமநியதி, பிறப்பின் தொடர்ச்சியான வேறு பிறவிகள், புண்ணியம், பாவம் ஆகியவை பற்றிய கருத்துக்களைக் கொண்டும், புத்தரை வெறும் பௌதிகவாதி அல்லது பொருளியல்வாதி (Materialist) என்று கூற இயலாது. அவர் வெறும் பொருளியல் வாதியே என்றும். ஏதோ மக்களுக்கும், மன்னர்களுக்கும் விருப்பு ஏற்படுவதற்காகத் தமது கொள்கையைத் 'தருமம்' என்ற பெயரால் உயர்த்திக்கொண்டு, வேறுசில உவப்பான கொள்கை களையும் சேர்த்துக் கொண்டார் என்றும் சிலர் கூறுவர். இத்தகைய கூற்றை ஒப்புக் கொண்டால், புத்தர்காட்டும் விடுதலையாகிய நிருவாணம்பொருளற்றதாகி. விடும். மனித வாழ்க்கையின் முடிவு ஒரு பிடி சாம்பல்தான் என்றாகி விடும். புத்தர் அத்தகைய கொள்கையுடையவர் அல்லர் என்பது, ஆயிரக் கணக்கான ஆண்டுகளாக உலகிலே பலகோடி மக்கள் அவருடைய தருமத்தில் ஆறுதல் பெற்று உய்ந்து வந்ததிலிருந்தும், அவருடைய உபதேசங்களிலிருந்தும் தெரியவரும்

பௌத்த தருமத்தைப் பற்றிப்பிக்கு சுபத்ரா எழுதியுள்ள கீழ்க்கண்ட வாக்கியங்கள் அதன் தனிப்பண்புகளை விளக்குவனவாக இருக்கின்றன:

'ஒரு தனி நபராக இறைவனை வருவித்துக் கொள்ளாமலே பூரணமான நன்மையும் ஞானமும் பெறும் வழியைப் பௌத்த தருமம் போதிக்கின்றது; (இறைவனே வெளியிட்டருளியதாக) ஒரு வெளிப்பாடு இல்லாமலே மெய்ஞ்ஞானத்திற்குரிய வழியைப் போதிக்கின்றது; இயற்கையின் விதிகளின்படியும், நம் வாழ்வின் விதிகளின்படியும் உலகம் அனைத்திற்கும் பொதுவான ஓர் ஒழுக்க நெறியையும் நல்வினை தீவினைகளின் பலனை அனுபவித் தலையும் போதிக்கின்றது; "நித்தியமான ஆன்மா" என்ற தனித்த ஒன்று இல்லாமலே வாழ்வின் பின்னால்

தொடர்ச்சியுண்டு என்பதையும் போதிக்கின்றது; ஒரு ஸ்தலத்தைச் சுவர்க்கம் என்று குறியாமல் நித்தியமான இன்பத்தை அடையும் நெறியைப் போதிக்கின்றது; (ஒருவருக்குப் பதிலாக) மற்றொருவர் தலையீடு இல்லாமலே விடுதலை பெறமுடியும் என்றும், ஒவ்வொருவரும் தாமே தமக்குக் கதி மோட்சம் தேடுபவராகி முக்தி பெறமுடியும் என்றும், அதையும் இப்பிறவியிலே, இந்த உலகிலேயே பெறக்கூடும் என்றும், பிரார்த்தனைகள், யக்ஞங்கள், தவங்கள், சடங்குகள், தீட்சை பெற்ற குருமார்கள், ஞானிகளின் தலையீடு, தெய்வகிருபை ஆகியவை இல்லாமலே பெறக்கூடும் என்றும் பௌத்த தருமம் போதிக்கின்றது.[17]

பௌத்த தருமத்தின் முதல் சிறப்பு அதன் தெளிவு. எவ்வளவுக் கெவ்வளவு தெளிவாயிருக்கிறதோ, அவ்வளவுக் கவ்வளவு அது ஆழமும் உள்ளது. அதற்கு ஆதாரம் அல்லது அத்தாட்சி அதுவேதான். அதன் வாசகங்களை அறிந்தவுடன் மக்கள் மனம் அவற்றை நம்பும்படி ஏற்படுவதன் காரணம், அவர்கள் உள்ளங்களிலே மறைவாக இருக்கும் ஒழுக்க முறைமையையே அதிலும் காண்கிறார்கள் என்பதே. அதன் விதிகள் யாவும் ஒவ்வொருவரும் தம்மைத் தாமே அடக்கி வெற்றி கொள்வதற்காக அமைந்தவை. தம்மை அடக்கிக் கொள்ளல் எளிதன்று; ஆனால் அடக்கிக் கொள்ளாவிடில், துராசைகளை நீக்கி, முடிவில் அவாவை வேரறுக்க முடியாது. தியானத்தின் முடிவில் மெய்யறிவு பூரணமாகின்றது. அந்நிலையில் விசேஷ ஆற்றல்களும் அமைகின்றன. சாதாரணப் புலன்களாலும், மனத்தாலும் அறிவதைப்பார்க்கிலும், நுணுக்க மான விசேஷப் பார்வை ஏற்படுகின்றது. அதிலிருந்து துக்க நீக்க வழியும் தெரிகின்றது.

இத்தகைய உபதேசத்திற்கு ஆதாரமாகவே புத்தர் இந்த இயலில் விளக்கியுள்ள அநித்தம், துக்கம், அநான்மம் என்ற அடிப்படைக் கொள்கைகளை அமைத்துக் கொண்டார். உடலுள் அமைந்துள்ளதாகக் கூறப்படும் தனித்தனியான ஆன்மாவைக் குறித்து, அது இல்லை என்று புத்தர் கூறியதை ஒப்புக்கொள்ளுதல் எளிது. ஆனால், பொதுவாக மனிதருள்

இலங்கும் ஆன்மாவும், பிரகிருதி அனைத்திலும் இலங்கும் ஆன்மாவும் ஒன்றேயென்று வேதாந்திகள் கூறுவது போன்ற கருத்தை அவர் எதிர்க்கவில்லை என்றும் சில அறிஞர்கள் எடுத்துக்காட்டியுள்ளனர்.

புத்தரைச் சம்சயவாதி (agnostic) என்றோ, சூனியவாதி (nihilist) என்றோ கருதுதல் அவருடைய உபதேசத்தின் முக்கியமான பகுதியை இழப்பதாகும் என்று டாக்டர் எஸ். இராதாகிருஷ்ணன் கூறியுள்ளார். உலகின் நிலையாமையையும், துயரத்தையும் கண்டு அவைகளுக்கு மாற்றாக நிலையான இன்பமுள்ள இடம் ஒன்றை அவர் அறிந்திருந்தார் என்றும், அந்நிலையை உலக வழக்கிலுள்ள சொற்களால் எளிதாக விளக்க முடியாது என்பதால் அவர் மௌனமாயிருந்து வந்தார் என்றும் கருத வேண்டும் என்று அவர் கூறியுள்ளார்.[18] புத்தர்நாத்திகரல்லர் என்பதே அவர் முடிவு. 'உலகில் எல்லாம் மறைவனவாயிருந்தபோதிலும், மறையாது நிற்பது ஏதோ உளது. அது உலகிலே இயற்கை நியதியாகவும், ஆன்மீக நியதியாகவும் வெளித்தோன்றுகின்றது, அது மாறிக் கொண்டேயிருக்கும் பிரபஞ்சத்தின் தன்மைக்கு மேம்பட்ட நிலையாகும்' என்றும், 'தருமத்தைத் தேர்ந்து கண்டு கொள்வதே மெய்ஞ்ஞானம் பெறுதல்' என்றும், 'இந்த நுண்ணறிவு, மனத்தை வெளியுலகப் பிரத்தியட்ச நிலையிலிருந்து இழுத்துக் கொண்டு சாந்தி நிலையில் வைத்திருப்பதால் பெறப்படும்' என்றும் அவர் கூறியுள்ளார். மேலும், உபநிடதங்கள் பிருமம் என்று அழைப்பது நிலையான உண்மைப் பொருள் (reality) என்பதைப் புத்தர் பல இடங்களில் குறிப்பாக உணர்த்தியுள்ளார் என்றும், அதையே அவர் தருமம் என்று வேறு பெயரால் குறித்தார் என்றும், உலகியல் முறையிலே நமக்கு ஒழுக்கத்தின் உயர்வைச் சிறப்பாக எடுத்துக் காட்டுவதற்காகவே அவ்வாறு செய்தார் என்றும், புத்தர் இலட்சியத்தைப் பார்க்கினும் மார்க்கத்தை அதிகமாக வற்புறுத்தி வந்தார் என்றும் அவர் விளக்கியுள்ளார்.

அமெரிக்காவில் பல்லாண்டுகள் தத்துவப் பேராசிரியராக இருந்த, கல்விமானும் கலைஞருமான காலஞ்சென்ற திரு.

ஆனந்த குமாரசாமியும் மேற்கூறிய பேராசிரியரைப் போலவே அபிப்பிராயப்பட்டிருக்கிறார்.

'ஒருவன் தனக்குத்தானே தலைவன், தனக்குத்தானே புகலிடம். ஆதலால் வணிகன் உயர்ந்த குதிரையை அடக்கிப் பழகுவது போல உன்னை நீயே அடக்கிப் பழகவும்,' (தம்மபதம், 380).

என்ற வாக்கியத்தில் 'தனக்குதானே தலைவன்' என்பதில் முதலாவது 'தான்' 'நான்' என்ற ஆணவத்தைக் குறிக்கும் என்றும், இரண்டாவது 'தான்' மேலான நித்தியமான ஆன்மாவைக் குறிக்கும் என்றும், இவ்வாறே இது போன்ற பிற இடங்களிலும் பொருள் கொள்வதே பொருத்தமாயிருக்கும் என்றும் அவர் கூறியுள்ளார். ஒவ்வோர் உடலுக் குள்ளேயும் ஒரு நித்தியமான ஆன்மா தங்கியிருப்பதாகக்கருதும் கொள்கையையே புத்தர் மறுத்தார் என்றும், என்றும் நிலையாயுள்ள ஒன்றை அவர் மறுக்கவில்லை என்றும் அவர் கருதுவர். பரம்பொருள், ஆன்மா, நித்தியத்துவம் ஆகிய மூன்றில், புத்தர் எதையுமே மறுக்கவில்லை என்று அவர் குறித்துள்ளார்.[19]

டாக்டர் ஹரிசிங்கோர் தமது 'பௌத்தத்தின் உட்பொருள்' என்ற நூலில் குறிப்பிடுவதாவது:

'அவருடைய (புத்தருடைய) சித்தாந்தத்தில் ஆன்மா உண்மை ஒரு முக்கியமான அம்சமாகும். ஏனெனில் அவர் தமது மறு பிறப்புக் கொள்கைக்கு அதையே ஆதாரமாய்க் கொண்டார்.........'

'பொருள் அனைத்திலும் நிறைந்துள்ள பிரபஞ்ச சக்தி இருப்பதைப் புத்தர் நிச்சயமாக அங்கீகரித்துள்ளார். அந்தச் சக்தி, தன் இயக்கங்கள் யாவிலும், பிரபஞ்சம் அனைத்திற்கும் பொதுவான, நித்தியமான, தவிர்க்க முடியாத நியதியால் ஆட்சி செய்யப் பெறுவது.'[20]

புத்தர்தருமவாதி-சத்தியவாதி - ஆதலால் அவர் எவரையும் எதையும் ஏற்றுக்கொள்ளும்படிச் சொல்லவில்லை. தாம் தம் வாழ்க்கையில் அறிந்து அநுபவித்ததை மக்களுக்குக்கூறி,

அவரவரை வந்து பார்த்து உண்மையை உணர்ந்து கொள்ளவே அவர் அழைத்தார். மன, மொழி, மெய்களுக்கு எட்டாத விஷயங்களை, அவைகளைத் தவிர வேறு துணையில்லாத மக்களிடம் கூறினால், ஒன்று, இருக்கிற அறிவும் குழம்பும் அல்லது ஆராய்ச்சியில்லாமல் எதையும் நம்பக்கூடிய இயல்பு பிறக்கும். பிறகு அவரவர்மனம் போன போக்கில் கற்பனைகளே மிகுந்துவிடும்.

உளதாய், இலதாய், உளதும் இலதுமாய்,
உளதன்று மாய், இலதன்றுமாய்

என்று வருணிக்கப்படும் நான்கு நிலைகளுக்கும் அப்பாற்பட்ட ஒரு சக்தியைப்பற்றி மானிட அறிவால் யார், எவ்வளவு, தெரிந்து கொள்ள முடியும்? 'உயர்ந்தோருக்குத் தலைசிறந்த அல்லது பிரபஞ்ச நிலைக்கு மேலான உண்மை மௌனமே'[21] என்று சந்திர கீர்த்தி என்ற உரையாசிரியர் கூறியுள்ளார். பரத்தைப் பற்றி உண்மைஞானிகள் எதுவும் கூறமாட்டார்கள், மௌனமாகவே இருப்பார்கள்.

புத்தரும் அவ்வாறே மௌனமாயிருந்து வந்தார். ஆனால் நாற்பத்தைந்து ஆண்டுகள் அவர் அவ்வாறு மௌனமாயிருந்த போதிலும், அவருக்குப் பின்னால் வெகுவிரைவிலேயே பல வகைப்பட்ட தத்துவங்கள் பெருக ஆரம்பித்து விட்டன. அதனால் பௌத்த தருமமும் சில பிரிவுகளாகப் பிரிய நேர்ந்தது.

புத்தர், தத்துவங்களை விட்டுப் பிரத்தியட்ச நிலைகளைப் பார்த்து உண்மையை உணரச் சொல்லிவந்ததாலேயே, ஒழுக்கம் நிறைந்த ஒரு மார்க்கத்தில் பயமின்றிச்சென்றுகொண்டிருக்க வழிகாட்டினார். வெறும் நம்பிக்கையை மேற்கொண்டு, காரியத்தைக் கைவிடலாகாது என்பதை வற்புறுத்தினார். ஒன்றைக் கொடுத்து மற்றொன்றை வாங்குவது போல், பிரார்த்தனைகள் செய்து பயன்களைப் பெறலாம் என்ற நம்பிக்கையை அவர் வளர்க்கவில்லை. ஒவ்வொருவரும் தியானத்தின் மூலம் தம்மையே பண்படுத்திக்கொள்ள முடியும் என்பதை அவர் நிரூபித்துக் காட்டினார். எல்லையற்ற பரம்பொருள்

என்று வருணிக்கப் புகாமல், மக்கள் ஓரளவு புரிந்துகொள்ளத் தக்க முறையில், துக்க நிவாரணம் என்பது நிருவாண நிலை என்று கூறி, அதை அவர் ஓரளவு விளக்கிக் காட்டினார்.

பிரபஞ்சத்தில் நாம் காண்பவை யாவும் நிலையற்றும், உண்மையற்றும் இருக்குமானால், இவற்றிற்கு எதிரான நிலை ஒன்று இருக்க வேண்டும், பிரபஞ்சம் அதன் நிழலைப் போலவே இருக்கலாம். அது நிலையுள்ளதாயும், சாந்தியுள்ளதாயும், இன்ப முள்ளதாயும் இருக்க வேண்டும். இல்லாவிடில் இந்தப் பிரபஞ்சத்திற்கு அது மாறாக அமையாது. அதுவே நிருவாணம். அநித்தம், துக்கம், அநான்மா, அசுசி ஆகியவற்றிற்கு மாறாக அது அமைந்துள்ளது. ஆனால் புத்தர் பெருமான் அதன் உண்மைகளைப் பற்றியும் விரிவாக விளக்கிக் கூற மறுத்து விட்டார். மகாசமுத்திரம் உப்புச் சுவை என்ற ஒரே சுவையைப் பெற்றிருப்பது போல் தமது தருமமும் விடுதலைச் சுவை என்ற ஒன்றையே பெற்றி ருப்பதாக அவர் கூறினார்.

கரும நியதி

கரும நியதியும் பௌத்த தருமத்தில் முக்கியமான ஓர் அங்கமாகும். கருமம் என்பது சாதாரணமாகச் செயல் என்று பொருள்படும். இங்கே, கருமம் என்பது செயலின் பயனைக் குறிக்கும்.

செயல் என்பது மனம், மொழி, மெய் ஆகிய மூன்றின் தொழிலையும் உணர்த்தும். மனத்தால் நினைப்பதும், மொழியால் உரைப்பதும், மெய்யால் வேலை செய்வதும் செயலாகும். மனத்தின் சிந்தனையே மற்ற இரண்டுக்கும் காரணமாகின்றது. ஒரு சிந்தனை, மொழியாகவோ, உடலின் செயலாகவோ, உருவாகாமலிருந்தாலும் அதுவும் செயலேயாகும்.

வினைப் பயன்கள்

நல்வினை, தீவினை ஆகிய இருவினைகளுக்கும் பயனுண்டு; நல்வினைக்கு நல்ல பயனும், தீவினைக்குத் தீய பயனும் ஏற்படும். வினைப் பயனை ஒவ்வொருவரும் அனுபவித்தேயாக வேண்டும். ஒருவனுடைய நிழல் அவனைத் தொடர்வது

போலவும், மாட்டைத் தொடர்ந்து வண்டிச் சக்கரம் செல்வது போலவும், வினைப்பயன் மனிதனைத்தொடர்ந்து சென்று கொண்டேயிருக்கும். சாதாரணமாக உலக வாழ்வில் நாம் செய்யும் செயல் ஒவ்வொன்றின் பயனையும் உடனுக்குடன் பார்க்கிறோம். அதிகமாக உணவு உண்டால், அஜீரணம் ஏற்படுகின்றது; நோய் ஏற்படுகையில் உபவாசமிருந்தால், அது விரைவில் குணமாகின்றது. இத்தகைய பயன்களைப் போலப் பின்னால் அனுபவிக்க வேண்டிய வினைப் பயன்களும் உண்டு.

மனிதன் மரிக்கும்போது அவன் உடல்தான் அழிகின்றதேயன்றி, உலகிலே அவன் செய்த செயல்கள் அவனோடு அழிந்து விடுவதில்லை. அவனுடைய செயல்களால் ஏற்பட்ட பயன்கள் மக்களிடையே நெடுங்காலம் நிலைத்து நின்று, மக்களின் வாழ்க்கையோடு கலந்துவிடுகின்றன. ஒருவன் கட்டிய கட்டிடங்கள், ஒருவன் போதித்த போதனைகள், ஒருவன் செய்த உதவிகள், ஒருவன் சமூகத்திற்குச் செய்த தீங்குகள், ஒருவன் சிந்தித்த சிந்தனைகள் ஆகியவை, அவைகளின் கருத்தாக்கள் மறைந்த பிறகும் நின்று சமூகத்திற்கு நன்மையோ தின்மையோ செய்து வருவதை நாம் காண்கிறோம்.

'மனிதன் தன் பாவ கருமத்தின் பிடியிலிருந்து தப்பவே முடியாது; தப்பித்துக் கொள்ளும் இடம் பரந்த வானத்திலும் இல்லை, ஆழ்ந்த கடலிலும் இல்லை[22] மலையின் குகைகளிலும் இல்லை என்று புத்தர் கூறியுள்ளார். இது போலவே, நற்கருமத்தின் பயனும் மனிதனைவிட்டு நீங்குவதில்லை. ஆகவே, கரும விதி - வினைப்பயன் - என்பது வெளியிலிருந்து யாரோ விதிப்பதன்று, ஒவ்வொருவனும் தன் கரும விதியைத் தானே நிர்ணயித்துக் கொள்கிறான். முந்திய பிறவியில் செய்த கருமத்தின் பயனை இந்தப் பிறப்பில் அனுபவிக்கிறான்; இந்தப் பிறப்பில் செய்த கருமத்தின் பயனை அடுத்த பிறவியில் அனுபவிக்கிறான்.

கருமவிதிமாற்ற முடியாத தலைவிதி அன்று. அது இரண்டு பகுதியாக உள்ளது; ஒன்று, முற்பிறப்பின் வினைப்பயனை இப்போது அநுபவித்தல், மற்றது, இப்பிறப்பின் வினைப்பயனை

அடுத்த பிறவியில் அநுபவித்தல். முற்பிறப்பிலிருந்து வந்ததை மாற்ற முடியாது; இப்பிறப்பில் எச்சரிக்கையாயிருந்து, தீய வினைகளை விலக்கி, நல்வினைகளைப் பெருக்கி, அடுத்த பிறவிக்கு வேண்டிய நற்பயன்களைப் பெறக்கூடிய சுதந்திரம் மனிதனுக்கு இருக்கத்தான் செய்கின்றது. மேலும், கரும நியதி வாழ்வின் எல்லா அம்சங்களையும் பாதித்து நிற்பதுமில்லை. அதன் பயனை ஏற்றுக்கொண்டே தீரவேண்டும் என்பதுதான் விதி. ஆகையினால், எல்லாம் தலைவிதி!' என்று சொல்லிக் கொண்டு, மனிதன் செயலற்றுக் கிடப்பது அறிவீனமேயாகும். அவன் தானாகப் படைத்துக் கொள்வதே கருமத்தின் பயன்.

மேலும், முற்பிறப்பின் கருமப் பயனை முழுதும் மாற்ற முடியாது என்பதில்லை. இப்பிறப்பில், மிக உன்னதமான முறையில், கருத்தோடு வாழ்க்கையை நடத்தி, நன்னெறியிலே நின்றால், இந்த வினைப்பயனைக் கொண்டு முந்தியதையும் ஓரளவு மாற்றிக் கொள்ள முடியும்.

உலகிலுள்ள ஏற்றத் தாழ்வுகளுக்கு மக்களுடைய கருமப் பயனே காரணம். ஆனால், எதிர்காலத்தில் நன்மை பெறக்கூடிய கருமப்பயனை அவர்கள் இப்போது தேடிவைத்துக்கொள்ள உரிமை பெற்றிருக்கிறார்கள். நல்வினைகளின் பயனை அடையாமல் தடுக்கும் சக்தியும் உலகிலில்லை; தீவினைகளின் பயனை மன்னித்து விடவேண்டும் என்று மன்றாடினாலும், மன்னித்து ஒதுக்கிவிடக் கூடிய அதிகாரியும் இல்லை.[23]

கரும விதி, மனித முயற்சிக்குத் தடையாக நிற்கவில்லை. ஆனால், மனிதன் தன்வினையின் பயனை ஏற்றுக்கொள்ளவும் வேண்டும். இவை இரண்டும் முரண்பட்ட விஷயங்கள் அல்ல, இரண்டும் ஒரே நாணயத்தின் இரு பக்கங்களாக விளங்குகின்றன.

முற்பிறப்புக்களின் வினைப்பயனால் ஒருவன் இந்தப் பிறவியில் செல்வ நிலையிலோ, தரித்திரத்திலோ பிறக்கிறான், அறிவாளியாகவோ, அறிவிலியாகவோ விளங்குகிறான். ஆனால், இந்தப் பிறப்பில் நல்ல சூழ்நிலை அமைந்து, அவனும் நல்ல வினைகளை இடைவிடாமற் செய்து வந்தால், முந்திய கருமப்

பயனுக்கும் மேலே பறந்து நற்பயனைப் பெற முடியும். ஆகவே, வள்ளுவர்கூறியுள்ள ஊழுக்கும், பௌத்த தருமத்தின் கருமப் பயனுக்கும் இந்த வேற்றுமையுளது. 'ஊழைப் பார்க்கினும் வல்லமையுள்ளவை வேறு எவை இருக்கின்றன? அந்த ஊழை ஒழித்துவிட முயன்றால் அங்கேயும் அவ்வூழே முன்வந்து நிற்கும்' என்ற பொருளில் வள்ளுவர் கூறியுள்ள குறள் வருமாறு:

ஊழிற் பெருவலி யாவுள? மற்றொன்று
சூழினும் தான் முந்துறும்.

'சோர்வேயில்லாமல் இடையறாத முயற்சியுடையவர் தம்மைத்தடுத்து நிற்கும் ஊழையும் வெற்றிகொள்வர்' என்ற கருத்தில் வள்ளுவர்கூறியுள்ள குறள் இந்தக் கருமப் பயனை ஒட்டி நிற்பது:

'ஊழையும் உப்பக்கம் [24]காண்பர் உலைவின்றித்
தாழாது உஞற்று பவர்.'

வாழ்வில் ஒரு பகுதியிலேதான் பழைய ஊழின் ஆதிக்கிய முள்ளது; மறுபகுதியில் புதிய ஊழ் நம்மாலேயே உண்டாக்கப் படுகின்றது.

கரும நியதியைப் பற்றிப் புத்தகோஷர்தமது 'விசுத்தி மார்க்கம்' என்ற நூலில் தெளிவாக விளக்கியுள்ளார். அவர் கூறுவதாவது:

'கருமப் பயனைக் காரணமாகக் கொண்டு முந்திய பிறப்பிலே கந்தங்களின் தொகுதி ஒன்று சேர்ந்து வாழ்க்கை ஏற்பட்டது; அந்தக்கந்தங்கள் அந்தப் பிறப்பிலேயே அழிந்து போய்விட்டன. முந்திய பிறப்பின் கருமம் காரணமாக இந்தப் பிறப்பில் வேறு கந்தங்களின் தொகுதி சேர்ந்து வாழ்க்கை ஏற்பட்டுள்ளது. முந்திய பிறப்பிலிருந்த மூல தாதுக்களில் எதுவும் இந்தப் பிறப்பில் சேரவில்லை (இந்தப் பிறப்பில் புலன்கள், பொறிகள், உடல் ஆகியவற்றின் அமைப்புக்கு அவை காரணமாக மட்டும் இருந்தன) முந்திய கருமம், இந்தப் பிறப்பில் சேர்ந்துள்ள கந்தங்கள் யாவும் இதிலேயே அழிந்து

போகக் கூடியவை; அடுத்த பிறப்பில் வேறு கந்தங்கள் சேர்ந்து கொள்ளும்; ஆனால், இப்பிறப்பிலுள்ள சேர்க்கைகளில் எதுவும் அடுத்த பிறப்புக்குப் போவதில்லை. ஒரு குரு, தமது சீடனுக்கு உபதேசம் செய்கிறார் என்றால், அவர் அவனுடைய வாய்க்குள் போய் அமர்ந்து கொள்வதில்லை; ஆயினும் சீடன், அவர் போதித்தவைகளைத் தன் வாயால் திரும்பச் சொல்கிறான். ஒருவனுடைய முகத்தின் அமைப்புக்கள் யாவும் கண்ணாடியில் தெரிகின்றன. ஆயினும், அந்த அமைப்புக்கள் தாமே கண்ணாடிக்குள் போய் அமைந்திருக்கவில்லை; எனினும் முகத்தின் அமைப்புக்கள் காரணமாகவே பிரதி பிம்பத்தின் தோற்றங்களும் அமைகின்றன. ஒரு விளக்கின் திரியிலுள்ள சுடரிலிருந்து மற்றொரு விளக்கைப் பொருத்தும் பொழுது, முதல் விளக்கின் சுடரே அடுத்த விளக்குக்குப் போவதில்லை, ஆயினும், அதுவே பிந்திய சுடர் எரிவதற்குக் காரணமாயிருக்கின்றது. இவைகளைப் போலவே முந்திய பிறப்பிலிருந்த கந்தத் தொகுதிகளில் எதுவும் இந்தப் பிறப்பில் வருவதில்லை, இதற்குப் பின் வரும் பிறப்பிலும் இப்போதுள்ள கந்தத் தொகுதிகள் செல்லப் போவதில்லை. ஆயினும் முந்திய பிறப்பிலிருந்த கந்தத் தொகுதிகள், பொறிகள், புலன்கள், புலன்களின் உணர்வு. பிரக்ஞை ஆகியவைகளை ஆதாரமாகக் கொண்டே அடுத்த பிறப்புக்குரிய கந்தத் தொகுதிகள். பொறிகள், புலன்கள், புலன்களின் உணர்வு, பிரக்ஞை ஆகியவைகளை ஆதாரமாகக் கொண்டே அடுத்த பிறப்புக்குரிய கந்தத் தொகுதிகள், பொறிகள், புலன்கள், புலன்களின் உணர்வு, பிரக்ஞை ஆகியவைகள் தோன்றும்'.

வினைப் பயன்கள் எப்படி மனிதனைப் பாதிக்கின்றன என்பதை இவ்வாக்கியங்கள் சுருங்கச் சொல்லி விளங்க வைக்கின்றன. ஒரு மனிதனுடைய வினைப் பயன்கள், அடுத்த பிறப்பில் எப்படி வந்து சேருகின்றன என்பதை இவைகள் கூறுகின்றன. இவைகளைப் பார்க்கும் பொழுது, முந்திய மனிதன்தானா அடுத்த பிறப்பில் தோன்றுகிறான் என்று சந்தேகம் ஏற்படும். இதற்கு 'ஆம், இல்லை' என்ற இரண்டு

பதில்களும் பொருந்தும். அடுத்த பிறப்பில் தோன்றுபவன் முந்திய மனிதன் அல்லன்; ஆயினும், அவன் வேறொருவனும் அல்லன். அதாவது, முந்திய மனிதனைக் காரணமாகக் கொண்டு, அவனுடைய கரும வினைகளின் பயனாக எழுந்தவனே பிந்தியவன். முந்தியவன் இல்லாதிருந்தால், இவனும் தோன்றியிருக்க மாட்டான்.

ஆசிரியன் சீடனுக்குப் போதித்தல், கண்ணாடியின் பிரதி பிம்பத்தைப் பார்த்தல், தீபச்சுடரிலிருந்து வேறு சுடரை ஏற்றுதல் ஆகியவைகளை நாம் நேரே பார்த்து உண்மையை உணர்ந்து கொள்ள முடிகின்றது. ஆனால், கரும வினையின் பயன்கள் ஒரு பிறப்பிலிருந்து மறு பிறப்புக்கு எப்படி வந்து சேருகின்றன என்பது பற்றி முழுதும் விளக்கமாகத் தெரியவில்லை என்று சில பௌத்தர்களே கருதுகின்றனர் என்றும், அந்த முறையில் விளக்கப் பெறாத மறைவான விஷயம் ஏதோ இருப்பதாக அவர்கள் எண்ணுகின்றனர் என்றும் பேராசிரியர் இலட்சுமி சரசு குறிப்பிட்டுள்ளார்.

பௌத்த தருமம் கூறும் கரும நியதி, வையகத்திலுள்ள ஏற்றத் தாழ்வுகள், குண வேற்றுமைகள், (புலிமானைத் தின்பது போன்ற) கொடுமைகள், பிறப்பிலேயே பிணிகளுடன் தோன்றல் முதலியவைகளுக்கு விளக்கம் கண்டு பிடிக்க ஆதாரமாயுள்ளது. உலகில் எதுவும் காரணமில்லாமல் தோன்றுவதில்லை. உயிர்களின் நிலைமைக்குக்காரணமாக விளங்குவது கரும நியதி. இதைக் குற்றத்திற்குரிய தண்டனையாகவோ, நற்செயலுக்குரிய பரிசாகவோ கருதுவதற்கில்லை. அவனவன் செயலின் பயனே கரும விதியாகச் சேர்ந்து விடுகின்றது. இதுவே அடுத்த பிறப்பின் செயலுக்கு மூல காரணமாகின்றது. மனிதன் கரும விதிக்கு உட்பட்டவன்தான்; ஆனால், அவனே அக்கரு மத்தின் கருத்தாவாகவும் விளங்குகிறான். அவன், தான் செய்த நன்மை தீமைகளுக்கு ஏற்றபடியே இன்ப துன்பங்களை அனுபவிக்க நேருகின்றது.

கரும விதி, ஐந்து நியாமங்களாகப் பௌத்த தருமத்தில் பிரித்து விளக்கப்பட்டிருக்கின்றது. அவை கரும நியாமம், உது நியாமம், பீஜ நியாமம், சித்த நியாமம், தரும நியாமம் என்பவை.

செய்கைக்கு ஏற்ற பயன் விளைவதைக் கரும நியாமம் என்றும், ஜடப் பொருள்களின் நியமங்களை விளக்குவது உது நியாமம் என்றும், வித்திலிருந்து செடி முளைப்பது போன்ற நியமத்தைப் பீஜ நியாமம் என்றும், மன உணர்ச்சிகள் சம்பந்தமான ஒழுங்கினைச் சித்த நியாமம் என்றும், புத்தர் பெருமானின் வாழ்க்கையில் நேர்ந்த பூமியதிர்ச்சி போன்ற அற்புதங்களை விளக்குவது தரும நியாமம் என்றும் கூறப்படுகின்றன.

வினைப்பயன் - கருமத்தின் விளைவு - விட்டு நீங்காது என்பதை நன்குணர்ந்தவர்கள், இந்த வாழ்விலேயே உள்ளத்தைச் செம்மையாக வைத்துக்கொண்டு, நற்கருமங்களையே செய்து வருவார்கள். தானம், சீலம், பாவனை என்று வகுக்கப்பெற்ற ஈகை, ஒழுக்கம், தியானங்களால் அவர்கள் புண்ணியங்களைக் கருவூலமாகச் சேர்த்து வைத்துக் கொள்வார்கள். ஈகையால் பெறக்கூடிய முதல் இன்பத்தை வள்ளுவர், 'ஈத்து உவக்கும் இன்பம்' என்று கூறுகிறார். ஒழுக்கம் என்ற சீலங்களைப் பற்றிப் பௌத்த தருமத்திற்கு மேலாக வேறு எந்த மார்க்கமும் உபதேசித்ததில்லை; பௌத்தமே சீல மார்க்கம் எனலாம். பாவனைகள் மைத்திரீபாவனை, கருணாபாவனை, முதித பாவனை, அசுப் பாவனை, உபேட்சா பாவனை என முக்கியமாக ஐந்து வகைப்படும். இவை முறையே, அன்பையும், தயையையும், ஆனந்தத்தையும், உடலின் அசுத்தத்தையும், சமதிருஷ்டியோடு விருப்பு வெறுப்பற்று இருத்தலையும் குறிக்கின்றன.

அடிக்குறிப்புகள்

1. அநித்தம் - அநித்தியா - பாலியில் அநிச்சா (நிலையற்றவை)
   துக்கம் - துக்கம் -   " துக்கா; (துன்பமயமானவை);
   அநான்மா - அநாத்மம் -   " அந்த்தா (ஆன்மா இல்லாதவை);

2. 'தம்மபதம்.'

3. all compounded things
4. 'தீகநிகாயம்.'
5. உருவம் (ரூப ஸ்கந்தம்): நிலம், நீர், தீ, காற்று என்னும் நான்கு பூதங்களும், உடம்பும், புலன்களும் இதில் அடங்கும்.

   நுகர்ச்சி (வேதனா ஸ்கந்தம் அல்லது வேதனை) புலன்களின் மூலம் பெறும்

   குறி (ஸம்ஜ்ஞாஸ்கந்தம்). ஐம்புலன்களும் மனமும் சேர்ந்த ஆறு புலன்களும், அவைகளின் மூலம் பெறும் அனுபவமும்.

   பாவனை (ஸம் ஸ்கார ஸ்கந்தம்): மன, மொழி, மெய்களால் உண்டாகும் நல்வினை, தீவினைகள்: ஸம்ஸ்காரம் பாலியில் 'ஸங்காரா' எனப்படும்.

   உணர்வு (விஞ்ஞான ஸ்கந்தம்): உள்ளத்தின் உணர்வு, சாதாரணமாகப் பிரஞ்ஞை அல்லது சைதந்யம் எனப்படுவது.
6. 'விசுத்தி மார்க்க'த்தில் புத்தகோஷர் குறித்துள்ள மேற்கோள் செய்யுள்.
7. Life is the general name for a number of complicated physical and chemical - processes; not an added principle, a mysterious something over and above them.' - "Outlines of Psychology - by Prof. Titcher.
8. 'இதி உத்தகம்.'
9. 'அங்குத்தர நிகாயம்'
10. "The truth he propounded is Anatman-a doctrine diametrically opposite to that held by most of his predecessors.)

    - "The Basic conception of Buddhism' by Vidhushekara Battacharya.
10. 'சுத்தநிபாதம்'
11. "Thus and in various other ways, the existence of a permanent Self or Atman, : as accepted by other systems, was utterly denied by Buddha, thereby pulling down the very foundation of desire where it can rest."

    - "The Basic conception of Buddhism" - by Vidhushekara Battacharya.

12. சிரத்தோற்பாத சூத்திரம்

13. "As Buddhism resolves the whole phenomenal universe, outside which nothing exists, into pure psychic processes (dharma), it is but natural that it should categorically reject the existence of an atman, a transcendental subject outside consciousness.'

    "The Essence of Buddhism" -byrP. Lakshmi Narasu.

14. "The denial of a separate self, an atman, does not obliterate the personality of a man, but liberates the individual from an error that is liable to stunt his intellectual and ethical development and hinder his attainment of perfection. The Dharma removes from life the vanity of self.'

    - "The Essence of Buddhism."

15. உதானம்; இதி உத்தகம்

16. உதானம்

17. Buddhism teaches the way to perfect goodness and wisdom without a personal God; the highest knowledge without a "revelation"; a moral world-order and just retribution, carried out of necessity by reason of the laws of nature and of our being; continued existence without a separate "immortal soul" eternal bliss without a local heaven; the possibility of redemption without a vicari ous redeemer; a salvation in which everyone is his own saviour, and which can -- be obtained in this life and on this earth: by the.exercise of one's own faculties, ... without prayers, sacrifices, penances, or ceremonies, without ordained priests, ... without the. meditation..of saints and without Divine Grace,'

    - "Message of Buddhism" - by Bhikkhu Subhadra.

18. "Though everything in this empirical universe is passing, there is something which does not pass, it expresses itself in the world as natural and spiritual law, which is the transcendental character of the empirical universe. Insight into dharma is enlightenment... This insight is attained by keeping the mind in a state of repose and detatchment from the outward reality,' - "Goutama-the Buddha" - by Dr. S. Radhakrishnan.

19. "in short, it is quite certain that the Buddha neither denied a God, denied a Soul, (nor) denied Eternity.

    -"Gotama the Buddha'-by Ananda K. Coomaraswamy.

20. Indeed, the existence of Soul was an integral part of his (Buddha's) system, for upon it he based his theory of reincarnation..........

"Buddha had certainly granted the existence of Universal Energy which permeated all matter and was in all its movements controlled by an eternal universal inexorable law'.

- "Spirit of Buddhism"- by Dr.H.S.Gour.

21. 'மூலமத்தியமக - காரிகை'யின் உரை - சந்திர கீர்த்தி

22. தம்ம பதம்

23. "Buddhism is fatalistic in the sense that the present is always determined by the past, but the future remains free. Every action we make depends on what we have come to be at any time, depends on the direction of the will. The karmic law merely asserts that this direction cannot be altered suddenly by the forgiveness of sins, but must be changed by our own efforts.' -**"Buddha and the Gospel of Buddhism'** by Dr. Ananda Coomaraswamy,

24. உப்பக்கம் - முதுகு; மற்போரில் மல்லரை முதுகு மண்ணில் தோயும்படி வீழ்த்தி வெற்றி கொள்ளலைக் குறிக்கும்.

நான்காம் இயல்
நிருவாணம்

'அருள் நெறியால் பாரமிதை
ஆறைந்தும் உடனடக்கிப்
பொருள் முழுதும் போதியின்கீழ்
முழுதுணர்ந்த முனிவரன்தன்
அருள்மொழியால் நல்வாய்மை
அறிந்தவரே பிறப்பறுப்பார்,
மருள் நெறியாம் பிறநூலும்
மயக்கறுக்கு மாறுளதோ!' - சித்தாந்தத் தொகை

நிருவாணம் என்ற சொல் இயக்கமின்மை, அவிதல், அணைதல் என்ற பொருள்களுள்ளது. வாழ்க்கை காற்றைப் போல் சலனமுள்ளதாக இயங்கிக் கொண்டேயிருப்பது. நிருவாணம் சலனமற்ற, கிளர்ச்சியற்ற, குழப்பமற்ற சாந்திநிலை. அணைதல், அவிதல் என்ற பொருள்களில், அது காமம் முதலிய விகாரங்கள் அழிதலைக்குறிக்கும். பௌத்த தருமத்தின்படி நிருவாணமே வீடு பேறாகும்.

உபநிடதங்களிலும், கீதையிலும் முக்தி என்ற பொருளிலே நிருவாணம் என்று கூறப்பெற்றுள்ளது. விகார உணர்ச்சி களிலிருந்து விடுதலை பெறுவதுடன், பரம்பொருளோடு ஐக்கியமாவதையும் அச்சொல் குறிக்கும்.

விளக்கிலே எண்ணெய் உள்ளவரை தீபம் எரியும்; எண்ணெய் தீர்ந்தவுடன் சுடரும் அவிந்து விடுகின்றது. விறகு இருக்கும்வரை தீ எரியும்; விறகு தீர்ந்தவுடன் தீயும்

அணைந்துவிடுகின்றது. ஆசைகளற்று, மனச்சாந்திபெற்ற நிருவாண நிலைக்கு இவைகளை உபமானமாகக் கூறுவதுண்டு. எண்ணெய், விறகு என்பவை கருமத்தொகுதி. ஒருவன், பின்னும் அநுபவிக்க வேண்டிய கருமப்பயன் எஞ்சியிராமல் முடித்துக் கொண்டால், அவன் நிருவாண நிலையை அடைவான். அத்துடன் அவனுக்குச்சம்சார பந்தம் அற்றுப் போகிறது. மேற்கோண்டு அவனுக்குப் பிறப்பில்லை. எனவே நிருவாணம் என்பது பிறவிப் பெருங்கடலைத்தாண்டிச் செல்வோர் அடையும் மறுகரையே யாகும்.

சுவர்க்கமும் நரகமும் எங்கோ இருப்பதாகவும், ஒவ்வொரு வரும் இறந்த பிறகு அவற்றில் ஒன்றை அடைவர் என்றும் கூறாமல், இந்தப் பிறவியிலேயே, இங்கேயே நிருவாணம் அடைய முடியும் என்று பௌத்த தருமம் கூறுகின்றது. நிருவாணம், உபநிடதங்கள் முதலிய இந்து சமய சாத்திரங்கள் கூறும் முக்தி அல்லது மோட்சம் போன்றது. நிருவாணத்தைப் புத்தர் பெருமான் 'பிரும ப்ராப்தி' என்றும் 'பிருமபூதம்' என்றும் சொல்வதுண்டு. ஆசாபாசங்கள் யாவும் அகன்று, 'நான்' என்ற ஆணவம் அறவே அழிந்து, மன விகாரங்கள் அனைத்தும் ஒடுங்கி, சகல உயிர்களிடத்தும் கருணைபெருகி, அவற்றிற்கு அப்பால் பாவ புண்ணியங்கள் பற்றிய கருத்தும் அவிந்து, சித்தத்தில் தன் சிந்தனையேயில்லாத சாந்தி நிலையே நிருவாணம் எனலாம்.

உடலோடு இருக்கும் பொழுதே இந்த நிலையை அடைபவர்கள், பின்னாலும் உயிர் வாழ்ந்திருத்தல் கூடும். அதற்குக் காரணம் முந்திய வினைப்பயனில் எஞ்சியுள்ள பகுதியே. அந்தக் குறையையும் உலகிலே அனுபவித்து முடிப்பதற்காகப் பின்னும் வாழ்ந்திருக்க நேரலாம். அப்படி வாழ்தல், குயவன் திகிரியைச் சுற்றுவதை நிறுத்திய பிறகும் திகிரி சிறிது நேரம் முந்திய வேகத்தால் சுற்றிக்கொண்டிருப்பதைப் போன்றது. ஆனால் நிருவாணப் பேறு பெற்றவர்களுக்குப் பின்னால் பிறவியில்லை. அவர்களுக்கும் இந்தப் பிரபஞ்சத்திற்கும் உரிய தொடர்பு அறவே அறுந்து போகும். பிரபஞ்சத்தின் நியதிகள் எதுவும் அவர்களைக் கட்டுப்படுத்துவதில்லை.

விளக்கமுடியாத நிலை

நிருவாணத்தைப் பற்றி விவரமாக விவரித்துக் கூறப் புத்தர் பிரான் மறுத்துவிட்டார். அவருடைய மெய்யடியார்களும், அது வருணனைக்கு அடங்காத பெரும் பதம் என்பதாலும், வார்த்தைகளில் அதை வடித்துக்கொடுக்க முடியாது என்பதாலும், அதைப் பற்றிய கேள்விகளுக்கு நேரடியான மறுமொழி சொல்வதில்லை. ஒரு சமயம் தம்மதின்னா என்ற பிக்குணியிடம் விசாகன் என்பவன் நிருவாணம் என்பது என்ன என்று கேட்டான். அவள், '(உத்தம வாழ்க்கை) - தருமத்தைக் கைக்கொண்ட வாழ்க்கை என்பது நிருவாணத்தில் தோய்ந்தது, அதன் குறிக்கோள் நிருவாணம், முடிவும் நிருவாணமே!' என்றாள். விசாகன் பின்னால் புத்தரிடம் சென்று கேட்டான். அவர், தம்மிடம் முதலில் கேட்டிருந்தாலும், தம்மதின்னாகூறிய பதிலையே தாமும் கூற நேர்ந்திருக்கும் என்று சொல்லிவிட்டார். புத்தர் பெருமான் பெற்ற மெய்ஞ்ஞானத்தைப் பற்றி விளக்கிக் கூற இயலாதென்றும், அது அட்சரங்கள், சொற்களுக்கு அடங்கா தென்றும் பௌத்த நூல்கள் கூறுகின்றன.

அதுபோலவேதருமமும்; தருமம் முழுவதையும் விளக்கிக் கூறிவிட முடியாது, அது சொற்கடந்தது. அதை ஒவ்வொருவரும் அனுபவத்திலேயே தெரிந்து கொள்ள வேண்டும். இதைப் போன்றதுதான் நிருவாணமும்.

மன்னர் பிரசேனஜித் ததாகதர் பெற்ற நிருவாணத்தைப் பற்றி விளக்கும்படி கோரியதற்கு, ஷேமை என்ற பிக்குணி, 'ததாகதர் அதை விளக்கவில்லை' என்றே பதில் கூறியதாக சம்யுத்த நிகாயத்தில் குறிக்கப் பெற்றுள்ளது. ததாகதர் ஏன் விளக்கவில்லை என்று கேட்டதற்கு க்ஷேமை மறுமொழியாக இரண்டு வினாக்கள் கேட்டாள். கங்கைக் கரையிலுள்ள மணல்கள் எத்தனை? கடலிலுள்ள நீர் எத்தனை படி இருக்கும்? இந்த இரண்டு விஷயங்களையும் அளந்து கணக்கிட்டுரைக்க மன்னரிடம். கணக்கர் இருக்கிறாரா என்று க்ஷேமை கேட்டாள். 'பகவதி, - இல்லை!' என்றார் மன்னர். 'ஏன். இல்லை?'. என்ற

கேள்விக்குப் பிரசேனஜித், பகவதி, சமுத்திரம் ஆழமானது, அளக்க முடியாதது, கண்டறிய முடியாத ஆழ முள்ளது!' என்று பதிலுரைத்தார். க்ஷேமை அந்தப் பதிலையே ஆதாரமாய்க் கொண்டு '(மானிட வாழ்க்கைக்கு ஆதாரமாகக்) குறிப்பிடப் பெறும் சடலம் என்றதிலிருந்து விடுபட்ட ததாகதர் கடலைப் போல் ஆழமுடையவராயும், அளக்க முடியாதவராயும், கண்டறிய முடியாத ஆழமுள்ளவராயும் இருக்கிறார்!' என்று கூறினாள். உண்மையிலேயே நிருவாணத்தின் தன்மையைப் பற்றி, அதை அடையப் பொறாத புண் நாறும் உடலும், அளவினுள் அடங்கிய சிற்றறிவும் கொண்டவர்கள் எவ்வாறு விளக்கிக் கூற முடியும்? புத்தபகவர் தமது முப்பத்தைந்தாவது வயதிலேயே அதை அடைந்திருப்பினும், ஒவ்வொருவரும் தாமாக அனுபவித்துத் தெரிந்து கொள்ள வேண்டும் என்பதற்காக அதை முழுதும் விளக்காமல் விட்டுவிட்டார். அது அத்தகைய ஆழமுள்ளது தான்.

நிருவாணம் சூனிய நிலையா?

நிருவாணமடைதலுக்கு உபமானமாக எண்ணெய் விளக்கையும், விறகு தீர்ந்துபோன தீயையும் மேலே குறிப்பிட்டிருப்பதை ஓரளவு தான் உபமானமாகக் கருதலாம். ஏனென்றால், மேற்கூறிய இரண்டிலும், எண்ணெயும் விறகும் தீர்ந்தபிறகு சுடரும் தீயும் அணைந்து போய், எதுவும் மிஞ்சுவதில்லை. இவைகளைப் போலவே, நிருவாணம் என்பது சூனிய நிலை என்றும், மரணத்தோடு மனிதன்கதை முடிந்தது தான் என்றும் சிலர் கூறிவந்தனர். எது நிருவாணம் என்பது பற்றியும் முன்னால் பல வாதங்களும் நடைபெற்றன. ஆனால், இக்காலத்தில், பாலி மொழியிலுள்ள பல நூல்கள் பிறமொழி களிலும் வெளிவந்திருப்பதால், ஓரளவு அதைப்பற்றி நாம் தெளிவாக அறிந்துகொள்ள முடிகின்றது. எது எவ்வாறிருப்பினும், நிருவாணம் வெறும் சூனிய நிலை அன்று என்பதும், ஓயாமல் கணந்தோறும் சம்பவங்களின் பிரவாகமாக மாறிக் கொண்டே யிருக்கும் உலகத்திற்கு அது நேர்மாறான நிலையான, சாந்தி நிலையம் என்பதும் தெளிவாகியுள்ளது.

நிருவாணம் செயலும், சிந்தனைகளும் அறவே ஒடுங்கிய நிலையன்று. அவ்வாறிருந்தால், உடலோடு இருக்கும் போதே அதைப் பெறுதல் இயலாது போகும். புத்தர் நிருவாணப் பேறு பெறபின் நாற்பத்தைந்து ஆண்டுகள் வாழ்ந்திருந்த பிறகே பூத உடலை நீத்தார். எனவே, ஆசை, வெறுப்பு, அறியாமை ஆகிய பற்றியெரியும் நெருப்புக்கள் அவிந்து, மேலான பண்பாடுகள் யாவும் அமைந்து, உள்ளம் சமநிலையில் இன்பகரமாயுள்ள நிலையே நிருவாணம் என்று தெரிகின்றது. நிருவாண நிலையை அடையும் போது மனிதன் பூரணமெய்ஞ்ஞானமான போதியைப் பெறுகிறான். அந்த மெய்ஞ்ஞானம் ஸதி, தரும விசாரம், வீரியம், ஆனந்தம், மனனம்; சமாதி, உபேட்சை என்ற ஏழு அங்கங்களுடையது என்பது முன்னரே விவரிக்கப் பெற்றுள்ளது. பௌத்த தருமத்தைக் கடைப்பிடித்து, அருகத்து நிலையிலுள்ளவன் பூரணத்துவம் அடைவதையே நிருவாண நிலை எனலாம். இதற்கு மேலாக அவன் பெறவேண்டிய பக்குவமோ, பதமோ இல்லை. நிருவாண மடைந்தவன் மேலும் உலகில் வாழ்ந்திருந்தால் அவன்தாமரை இலை மேலுள்ள தண்ணீர் போல் விளங்குவான்; தன்னலமேயில்லாது அவன் பிறர்க்கு உரியவனாகவேயிருப்பான.

துக்கத்தின் முடிவு

ஆகவே புத்த பகவர் துக்கத்தின் முடிவான இடம் என்று தமது உபதேசத்திலே குறிப்பிடுவது நிருவாணமே என்று தெரிகின்றது. அந்த உபதேசம் வருமாறு:

‘நிலமும் நீரும் இல்லாத, ஒளியும் காற்றும் இல்லாத, எல்லையற்ற ஆகாயமும் (இடமும்) பிரக்ஞை உணர்வும் இல்லாத, வெறுமையும் (சூனியமும்) இல்லாத, அறிதலும் அறிதலற்றதும் இல்லாத, இந்த உலகம் அந்த உலகம் என்று இல்லாத, சூரியன் சந்திரன் இரண்டும் இல்லாத ஓர் இடம் (உலகம்) இருக்கின்றது. அதை வருதலும் போதலுமற்றது என்றும், நிற்றல், இயங்குதல், ஓய்வுறுதல், மரித்தல், பிறத்தல் ஆகிய எந்நிலையுமற்றது என்றும் நான்

கூறுகின்றேன். அதற்கு நிலையுமில்லை, சலனமுமில்லை, ஆதரவுமில்லை, அதுவேதுக்கத்தின் முடிவு.[1]

உடலோடு இருக்கும்போதே நிருவாணம் அடைந்திருத்தலை 'ஸோபாதிஸேஸ' என்றும். அருகத்துக்களும், புத்தர்களும் பூத உடலை நீத்த பிறகு அநுபவிக்கும் நிருவாண நிலையை 'அநுபாதிஸேஸ' என்றும் பௌத்த நூல்கள் கூறும்.

இனி நிருவாணத்தைப் பற்றிப் புத்தர் பெருமான் ஆங்காங்கே கூறியுள்ள சில குறிப்புகளைப் பார்ப்போம். சின்னஞ் சிறு உபமானக் கதைகளைக் கூறி அவைகளின் மூலமாகவும் அவர் உபதேசித்துள்ளார்.

உடல் ஓர் நகரம்

எல்லைப்புறத்திலே கோட்டை கொத்தளங் ளோடு விளங்கும் ஒரு நகரம். கோட்டையில் ஆறு வாயில்கள் இருக்கின்றன. வாயில்களைக் காவல் புரிய அறிவாளியான ஒரு சேனாதிபதி அமர்த்திருக்கிறான். நண்பர்களை உள்ளே புக அனுமதிப்பதும், பகைவர்களைப் புகவிடாமல் விரட்டுவதும் அவன் தொழிலாக அமைந்திருக்கிறது. கீழ்த் திசையிலிருந்து இரண்டு தூதர்கள் வேகமாக வந்து, 'அன்பா, இந்நகரின் அதிபதி எங்கேயிருக்கிறார்?' என்று கேட்கின்றனர். சேனாதிபதி, 'நான்கு சாலைகள் ஒன்றுகூடும் இடத்தில் அதோ அவர் அமர்ந்திருக்கிறார்!' என்று பதில் கூறுகிறான்.

பிறகு அந்தத் தூதர்கள் இருவரும் அதிபதியைக்கண்டு, சத்தியத்தின் செய்தி ஒன்றை அவரிடம் கொடுத்துவிட்டு, வந்த வழியே திரும்பிச் செல்கின்றனர்.

இதேபோல மேலைத்திசையிலிருந்தும், வடக்குத் திசை யிலிருந்தும் இரண்டு, இரண்டு தூதர்கள் வந்து, சத்தியத்தின் செய்திகளை அளித்து விட்டுச்செல்கின்றனர்.

இவ்வாறு ஓர்உபதேசக்கதையைச் சொல்லிப்புத்தர் பிரான் கதையின் விவரங்களை ஒவ்வொன்றாக விளக்கி யுரைத்ததாகச் 'சுத்த நிபாத'த்தில் கூறப்பட்டுள்ளது.

நகரம் என்பது நான்கு கந்தங்களால் அமைந்த உடல்; ஆறு வாயில்கள் என்பவை ஆறு பொறிகள்; வாயில்களின் காவலனான சேனாதிபதி மனச்சான்று; வேகமாக வந்து சென்ற தூதர்கள் அமைதியும், உள்ளுணர்வான அறிவும்; நகரின் அதிபதி மனம்; நான்கு சாலைகள் என்பவை மண், நீர், தீ, காற்று; தூதர்கள் அளித்த செய்தி நிருவாணம் பற்றியது; அவர்கள் வந்து சென்ற பாதை நற்காட்சி, நல்லூற்றம், நல்வாய்மை, நற்செய்கை, நல்வாழ்க்கை, நல்லூக்கம், நற்கடைப்பிடி, நல்லமைதி ஆகிய ஆரிய அஷ்டாங்க மார்க்கம்.

கரையேறும் கூட்டம்

'தீக நிகாய'த்திலே காணப்பெறும் ஒரு குறிப்பு வருமாறு:

முற்காலத்திலே கடல்மீது கப்பல்விட்டுச்செல்லும் வணிகர்கள் நிலம் கண்டு பிடிக்கும் பறவை என்ற ஒருவகைப் பறவையைக் கொண்டு செல்வது வழக்கம். கடலில் வெகுதூரம் சென்று, நிலமே கண்ணுக்குப் புலப்படாத நிலையில் அவர்கள் அந்தப் பறவையை அவிழ்த்து வெளியே விட்டுவிடுவார்கள். அது பறந்து சென்று, எங்காவது அருகே நிலம் தென்பட்டால், அந்த இடத்திற்குப் போய்விடும். நிலமே இல்லையானல், அது மீண்டும் கப்பலை வந்தடையும்.

அந்தப் பறவை நெடுந்தூரம் பறந்தும் நிலத்தைக் காணாமல் திரும்பக் கப்பலுக்கே வருதல் போல், புத்தருடைய சீடன், தான் தெரிந்து கொள்ள முடியாத அரிய விஷயங்களைப் பற்றி எவ்வளவு தூரம் ஆராய்ந்தும். பயனில்லாமல், பெருமானிடமே திரும்பச் சென்று கேட்கிறான். அத்தகைய விஷயங்களில் ஒன்று, நீர், நிலம், நெருப்பு, ஜடப்பொருள், மனம், உடல் முதலிய எதுவும் இல்லாத இடம் எது என்பது.

அதற்குப் பகவர் அளித்த பதில் வருமாறு: ('நிருவாணத்தைப் பற்றி அருகத்து பெற்றுள்ள) விஞ்ஞானம் என்ற கட்புலனாகாத, எல்லையற்ற அறிவு நிலையே அது, எந்தத் திசையிலிருந்தும் சென்று கரையேறக்கூடிய நிலையே அது.'

சாதாரண விஞ்ஞானம் என்பது நான்கு கந்தங்களில் ஒன்று; அது அழிவுறக் கூடியது. ஆகவே இங்கே பகவர் குறித்துள்ள விஞ்ஞானம் அதற்கு மேம்பட்ட ஒன்று என்று கொள்ள வேண்டும். மன உணர்ச்சியும் அற்றுப்போன நிலையில் எஞ்சி நிற்கக் கூடியதாக அதைக் கொள்ள வேண்டும். அந்த நிலை தான் நிலம், நீர் முதலிய பூதங்களும்; மனம், உடல் முதலியவைகளும் இல்லாத மேலான நிலை.

'காமம், குரோதம், மயக்கம் ஆகியவற்றை அழித்தலே (கந்தங்களின்) சேர்க்கையாயில்லாத நிலை'[2] என்றும் பகவர் அருளியுள்ளார்.

மற்றோரிடத்தில் பகவர் இவ்வாறு கூறியுள்ளார்.

'(பிறரைச்) சார்ந்து நிற்பவனிடம் சலனம் (உறுதியின்மை) இருக்கின்றது. சுதந்திரமாக உள்ளவனிடம் சலனமில்லை. சலனம் எங்கேயில்லையோ, அங்கே அமைதி உண்டு. அமைதி எங்கே உளதோ, அங்கே (மோகம் முதலிய வெறிகள் சம்பந்தமான) இன்பம் துய்க்கும் களியாட்டமில்லை. இன்பவேட்டை எங்கேயில்லையோ, அங்கே (பிறப்பு இறப்பாகிய) வருதலும் போதலும் இல்லை. வருதலும் போதலும் எங்கேயில்லையோ, அங்கே ஒரு நிலையிலிருந்து மற்றொன்றுக்கு மாறுதலும் இல்லை. ஒரு நிலையிலிருந்து மற்றொன்றுக்கு மாறுதல் எங்கே யில்லையோ, அங்கே "இங்கு" என்பதில்லை, "அப்பால்" என்பதில்லை, "இங்கும் - அங்கும்" என்பதுமில்லை. அதுவே துக்கத்தின் முடிவு?[3]

அறப்படை வீரர்கள் திரு. பால்கேரஸ் எழுதிய 'புத்தருடைய சுவிசேடம் (The Gospel of Buddha)' என்ற நூலில் கீழ்க்கண்ட மேற்கோள் ஒன்றைக் குறித்துள்ளார். இதில் நிருவாணம் தரும ராஜ்யத்தின் தலைநகர் என்று அழகிய முறையில் கூறப்பட்டுள்ளது:

'ததாகதர் வல்லமை மிக்க ஓர் அரசரைப் போலத் தமது இராஜ்யத்தை நீதியுடன் ஆண்டு வருகிறார். ஆனால் பொறாமை மிக்க பகைவர்கள் வந்து தாக்குவதால், அவர் தம் பகைவர்கள் மீது போர் தொடுக்கச் செல்கிறார். அரசர் தம் படைவீரர்கள்

போரிடுவதைக் காண்கையில், அவர்களுடைய வீரத்தினால் அவர் களிப்படைகிறார், அவர்களுக்குப் பலவிதமான பரிசுகள் அளிக்கிறார். நீங்களே (சீடர்கள்) ததாகதரின் படைவீரர்கள், தீவினைகளுக்கு அதிபதியான மாரனே பகைவன், அவனை வெல்ல வேண்டியதே அவசியமான வேலை, ததாகதர் தம் படைவீரர்களுக்குத் தருமராஜ்யத்தின் மாபெரும் தலைநகரமான நிருவாண நகரை அளிப்பார்...'

நிராசையே நிருவாணம்

மேலே கூறியவற்றிலிருந்து நிருவாணம் எல்லாம் அழிந்த சூனிய நிலையன்று என்பது தெளிவாகும். அது காமத்தின் அழிவு, குரோதத்தின் அழிவு, உலோபத்தின் அழிவு, மோகத்தின் அழிவு. பிறப்புக்குக் காரணமான சார்புகளில் (நிதானங்களில்) முதன்மையான பேதைமைக்கு மாற்றாயுள்ளது அது; நிருவாணம் என்பது மெய்ஞ்ஞானமே. ஆசை அற்றுப்போகும் நிலையில், ஆணவம் அழிவுறும் நிலையில், அந்தப் பேறு கிடைக்கின்றது. "இது நான்" என்று கருதாமையே விடுதலை[4] என்று புத்தர் பிரான் கூறினார். "நான் இருக்கிறேன்" என்ற எண்ணத்தை அழித்துவிட்ட பொழுது, பிக்குதீயிலிருந்து வெளியேறுகிறான் என்றும் அவர் எடுத்துக் காட்டினார். ஆகவே, சுருக்கமாய்க் கூறினால், 'நான்' என்ற ஆணவத்தை அடியோடு அழித்து, ஞாலம் முழுவதையும் தான் எனக் கருத ஆரம்பித்துத் தன்னையும் உலகையும் ஒன்றாக எண்ணும் நிலை நிருவாணமாகும்.

'தன்னைத் தான் அறிதல்' என்று சொல்லப் பெறும் முறையில் உண்மை விளக்கமாகும் பொழுது, 'நான்' அழிந்து போகின்றது. 'நான்' அழிந்ததும், பேதைமை விலங்கும் அறுந்து விழுகின்றது. 'நான்' என்பதன் மரணமே விடுதலை, முக்தி, நிருவாணம். அதற்குப் பின்னால், மீண்டும் பிறத்தல், உற்பத்தியாதல், படைக்கப்பெறுதல், உருவம் பெறுதல் என்ற சம்சார பந்தத்திற்கு இடமேயில்லை. இதனால் தான், 'எமது என்று எதுவுமில்லாத நாம் இன்பமாக வாழ்கிறோம்; தேசு மிகுந்த தேவர்களைப்போல் நாம் இன்பத்தைப் பருகிக்

கொண்டே வாழ்வோம்!' என்று புத்தர் தம்மபதத்தில் தெரிவித்துள்ளார்.

இராதா என்ற சீடருக்குப்பகவர் உபதேசிக்கையில், 'உண்மையிலே, இராதா, ஆசையை அழித்தலே நிருவாணம்!' என்று கூறியுள்ளார். சிறு குழந்தைகள், ஆசை இருக்கும் வரை, மணல் வீடுகள் கட்டி விளையாடியும், ஆசை மறைந்ததும், அவைகளைக் கலைத்து அழித்து விடுவதையும் உபமானமாகக் காட்டி, அதே போல் மனிதன் ஆசைகொள்ளும் உடல், புலன்களின் உணர்ச்சிகள், மன உணர்வு முதலிய மணல் வீடுகளைக் கலைத்து அழித்து விட்டு, அவைகளில் ஆசை ஏற்படா வண்ணம் கவனமாயிருந்து வரவேண்டும் என்றும் அவர் விளக்கியுள்ளார்:

நிருவாண நிலையில் என்னதான் மிஞ்சி நிற்கின்றது? அதைப் பற்றிப் புத்தர் பெருமான் பரிநிருவாண சூத்திரத்தில் குறிப்பிட்டுள்ளார்.

'புறத்தோற்றங்களான யாவும் ஒழிந்த பிறகுதான் ஒரே உயிர்த் தத்துவம் மட்டும் எஞ்சி நிற்கின்றது; அது பிரபஞ்ச இயல்புகளுக்கு அப்பாற்பட்டுச் சுதந்திரமாயுள்ளது, விறகு தீர்ந்தபிறகும், சுடர் அணைந்தபிறகும், நித்தியமான ஒளியில் எரிந்து கொண்டிருக்கும் தீ அதுதான்; ஏனெனில் அந்தத் தீ சுடரிலுமில்லை, விறகிலுமில்லை, அந்த இரண்டின் உட்புறத்திலுமில்லை; ஆனால் மேலேயும் கீழேயும், எங்கும் உள்ளது அது.'

நிருவாண மார்க்கங்கள்

நிருவாணத்திற்கு உரிய வழிகள் மூன்று என்று பௌத்த நூல்களிலே கூறப்பட்டுள்ளது. அவை ஸம்மா ஸம்போதி, பிரத்தியேக போதி, சிராவக போதி என்பவை. புத்தபகவர், தாமே முயன்று, தமக்குத் தாமே வழி காட்டிக்கொண்டு, போதியடைந்து, தாம் பெற்ற இன்பத்தை வையகமும் பெறவேண்டுமென்று உபதேசம் செய்து மற்ற மக்களும் கடைத்தேற வழி காட்டியது ஸம்மா ஸம்போதியாகும். பிரத்தியேக போதி என்பது, ஒரு புத்தருடைய உதவியில்லாமலே,

ஒருவர் தாமாக முயன்று, தாம் மட்டும் போதியடைந்து, உலகிற்கு உபதேசியாமல் தனித்திருத்தலாகும். புத்தரை வழிகாட்டிக் கொண்டு, பத்துப் பாரமிதைகளை[5] மேற்கொண்டு அருகத்துகளாகிப் போதியடைதல் சிராவக போதி எனப்படும்.

அடிக்குறிப்புகள்

1. 'உதானம்' : இந்த மேற்கோள் இதற்கு முந்திய மூன்றாம் இயலிலும் குறிக்கப்பெற்றுள்ளது.
2. 'சுத்த நிபாதம்'
3. 'உதானம்'
4. 'அங்குத்தர நிகாயம்'
5. தானம், சீலம், பொறுமை, வீரியம், தியானம், பிரக்ஞை, உபாயம், தயை, பலம், ஞானம் ஆகியவை தச பாரமிதைகள்.

ஐந்தாம் இயல்
பௌத்தமும் சாதிப் பிரிவினையும்

'பிறப்பினால் எவர்க்கும் - உலகில்
பெருமை வாராதப்பா!
சிறப்பு வேண்டுமெனில் - நல்ல
செய்கை வேண்டுமப்பா'

-ஆசிய ஜோதி

இந்திய நாட்டில் வேரூன்றி வளர்ந்திருந்த சாதிப் பிரிவினையை முதன் முதலில் எதிர்த்துச் சகல மக்களும் சமம் என்று போதித்தவர் புத்தபகவரே. பிறப்பினாலே பிராமணராகவோ, சண்டாளராகவோ இருக்க முடியாது என்றும், செய்கைகளும் ஒழுக்கமுமே மக்களை உயர்த்துவதும் தாழ்த்துவதும் என்றும் அவர் கூறிவந்தார். சாதிகளோடு அவர் நேரிடையாகப் போராடிக் கொண்டிருக்கவில்லை; ஆனால், அவைகளை மதிக்காமல் புறக்கணித்து விட்டார். அவருடைய பௌத்த தருமத்தை மேற்கொள்வதற்குச் சாதியும் நிறமும் குறுக்கே நிற்கவில்லை. அத்தருமத்தை மேற்கொண்டவர்கள், பல ஆறுகள் ஒரே கடலுள் கலந்து ஒன்றாவது போல், தருமத்திலே சேர்ந்து ஒன்றாகிவிட்டனர்.

அரசர்கள், அதிகாரிகள், வேதியர், மீன் பிடிப்போர், போர் வீரர், குப்பை கூட்டுவோர் முதலிய யாவரும், சாதி வேற்றுமை யின்றிப் பிக்குகளின் சங்கத்திலே சேர்த்துக் கொள்ளப்பட்டனர். உபாலி என்ற நாவிதர் பிக்குகளின் தலைவர்களில் ஒருவராக விளங்கி விநய ஒழுக்க முறையைக்கவனித்து வந்தார். ஸுநிதன் என்ற குப்பைகூட்டுவோனைப் புத்தரே நேரில் சங்கத்தில்

சேர்த்துக் கொண்டார். அவன் பின்னால் ஸுநித முனி என்று அழைக்கத்தக்க பெருமை பெற்றிருந்தான். கொள்ளையும் கொலையுமே தொழிலாய்க் கொண்டிருந்த அங்குலிமாலனைப் பெருமான் ஆட்கொண்டமை 'போதி மாதவன்' என்ற புத்த சரிதையில் விவரிக்கப் பெற்றுள்ளது. அவனும் பின்னால் கருணை மிகுந்த முனிவனாக விளங்கினான். அம்ப்பாலி, விமலா என்ற கணிகையரும், தாழ்ந்த குலத்தார் என்று கருதப்பெற்ற பூர்ணா, சாபாமுதலியோரும் சிறந்த பிக்குணிகளாக விளங்கி வந்தனர்.

இவ்வாறு சங்கத்திலே சேர்ந்த பிக்குகளும் பிக்குணிகளும் சாதிப்பற்றையும், சாதிப் பெயர்களையும் அறவே கைவிட்டுவிட வேண்டும் என்று புத்தர் பெருமான் விதித்திருந்தார். ஆனால் பௌத்த உபாசகர்களான பொதுமக்கள், தருமத்தில் சேர்ந்த பிறகு, தத்தம் சாதிகளை அடியோடு மறந்துவிட வேண்டும் என்று அவர் கண்டிப்பாக விதி செய்யவில்லை என்று தெரிகின்றது. ஆயினும் பௌத்த தருமத்திற்கும், உபாசகர்களிடையே நிலவியிருந்த சாதிப் பிரிவினைகளுக்கும் எவ்வித சம்பந்தமும் கிடையாது. சாதிகள் சமுதாய வாழ்வில் - மக்களுடைய பழக்கவழக்கங்களில் மட்டுமே தென்பட்டன; சமய வாழ்வில் அவை தலைகாட்டவில்லை.

புத்தர் காலத்தில் சாதிகள் நிலை

இந்து சமுதாயத்தில் சாதிப் பிரிவினை சமயத்தோடு சேர்ந்தேயிருப்பது. புத்தர் காலத்தில் சாதிகள் இரும்புச் சட்டங்களைப் போல் இறுகியிருக்கவில்லை என்றாலும், சாதிகள் அப்போதே பரவியிருந்தன என்பதும், அவைகளால் தீமைகள் பெருகி வந்தன என்பதும் புத்தர் உபதேசங்களிலிருந்தே தெரிகின்றன. முதலில் பிராமணர், இராஜந்யர் (க்ஷத்திரியர்) என்ற இரு பிரிவுகளே இருந்தன; பின்னாலேயே நான்கு வருணங்களாகவும், வேறு கிளைகளாகவும் வளர்ந்தன. மனிதனைப் பிராமணனாக்குவதும், அல்லாத வனாக்குவதும் அவனுடைய ஒழுக்கந்தான் என்பதையும், ஒழுக்கத்தைக் கைவிட்டுவிட்டு, 'இந்திரனே வா, சந்திரனேகாப்பாற்று' என்பவை போன்ற பிரார்த்தனைகள் செய்வது வீணாகும் என்றும் புத்தர்

கூறிவந்தார். மேலும் அக்காலத்துப் பிராமணர் பலர், செய்யத் தகாத, விலக்கப்பெற்ற தொழில்கள் பலவற்றைச் செய்து வந்ததையும் அவர் எடுத்துக் காட்டிப் பரிகசித்துவந்தார். அவர்கள் பிருமத்தைத் தாமே நேரில் கண்டதுபோலப் பேசி வந்ததையும், சொந்த ஆராய்ச்சியில்லாமல், கிளிப் பிள்ளைகள் போல் பழைய சாத்திர வாசகங்களையே கூறி வந்ததையும் அவர், அவர்கள் முன்பாகவே கண்டித்துப் பேசிவந்தார். சாதிப் பிரிவினையோடு, ஜோசியம், மாந்திரிகம், புரோகிதம் முதலியவைகளையும், மூட நம்பிக்கைகளையும் அவர் ஆணித்தரமாகக் கண்டித்து வந்தார்.

புத்தர் உபதேசங்களாலும், பௌத்த தரும் வளர்ச்சியாலும், சாதிப் பாகுபாடுகள் மிகவும் தளர்ந்து உலைந்து போய்விட்டன. அமைதியாகவும் ஆழ்ந்த முறையிலும், அவரும் அவருடைய அடியார்களும் செய்துவந்த பிரச்சாரத்தினால், சாதிகளின் அடிப்படைகளே ஆடிப் போயிருந்தன.

எதிர்ப்பு

இக்காரணங்களால் தான் பிற்காலத்தில் சாதிகள் ஒரேயடியாக அழிந்துவிடாமலிருப்பதற்காக இந்து சமூகத்திலே மிகக் கடுமையான விதிகளெல்லாம் ஏற்படுத்தப் பெற்றன. ஒரு சாதியாரோடு ஒரு சாதியார் உணவு உண்ணக் கூடாதென்றும், விவாகம் முதலியவை செய்து கொள்ளக் கூடாதென்றும் சட்டங்கள் செய்யப்பெற்றன. தொழிற் பாகுபாட்டினால் ஏற்பட்டிருந்த சாதிகள், பிறப்பையும் விவாகத்தையும் அடிப்படைகளாகக் கொண்டன. ஸ்மிருதிகள், தருமசாத்திரங்கள் என்ற பெயரால் தோன்றிய சட்டங்கள், இரும்பு விதிகளாக அமைந்து, மக்கள் என்றுமே ஒன்றுசேர முடியாதபடி பிரித்து வைத்துவிட்டன. ஆதியில் ‘சாதுர் வருணங்கள்’ என்று தோன்றிய சாதிகள் நாளடைவில் பல்லாயிரம் சாதிகளாகக் கிளைத்து விட்டன.

வேத காலத்தில் பிராமணர் பூணூல் அணியும் வழக்க மில்லை என்று தெரிகிறது. பின்னால் ‘பிராம்மணங்கள்’ தோன்றிய பிறகே அவ்வழக்கம் தோன்றியது. ‘சதபதப் பிராம்மண’மும்,

'கௌஷீதகி உபநிடத'முமே பூணூல் அணிவதைப் பற்றி முதன் முதலாகக் குறிப்பிட்டுள்ளன. அவற்றின்படி வேதியர் காலையில் சூரிய நமஸ்காரம் செய்யும்போதும், வேள்வி செய்யும்போதுமே பூணூல் அணிந்து கொள்ள வேண்டியிருந்தது. பின்னால் கதிரவன்வணக்கமும், வேள்வியும் மறைந்து, இருபத்து நான்கு மணிநேரமும் பூணூல் அணியும் வழக்கம் மட்டும் நிலைத்து விட்டது. முற்காலத்தில் பூணூல் மான்தோலினாலே முப்பிரியாக ஆக்கப்பெற்றிருந்தது; பின்னால் அது பருத்தி நூலாக மாறிவிட்டது. பௌத்தர் களிடையே இத்தகைய சாதிச்சின்னங்களுக்கு இடமில்லை.

ஏற்றத் தாழ்வுகள்

இந்து சமயத்திலிருந்து ஒவ்வொரு காலத்திலும் இலட்சக் கணக்கான மக்கள் வெளியேறிப் பிற சமயங்களைத் தழுவுவதற்கு மூலகாரணமானவை அதிலுள்ள சாதிப்பிரிவினையும், அப் பிரிவினையின் கொடுமையுமே. பௌத்த தருமத்திலே சாதி வேற்றுமை இல்லை என்று முதன் முதலாக முழக்கப் பெற்றதால், சமுதாயத்தின் அடித்தலத்திலே வருந்தி வாழ்ந்து வந்த தாழ்த்தப் பெற்ற மக்கள் அனைவருக்கும் அது கதிமோட்சமாகத் தோன்றியிருக்க வேண்டும்.

> **'நல்லகுலமென்றும், தீய குலமென்றும்**
> **சொல்லள வல்லான் பொருளில்லை – தொல்சிறப்பின்**
> **ஒண்பொரு ளன்றோ தவம், கல்வி, ஆள்வினை**
> **என்றிவற்றின் ஆகும் குலம்.'**[1]

என்ற முறையில் புத்தர் ஒழுக்கத்தையே முக்கியமாகக்கூறி உபதேசித்து வந்ததால், அதன் உண்மையை அறிந்த மக்கள் யாவரும் அவரைத் தம் குருவாக ஏற்றுக்கொண்டனர். உண்மையில் நாட்டமுள்ள பிராமணர்கள், க்ஷத்திரியர்கள் பலரும் விகற்பமில் லாமல் அவருடைய உபதேசத்தை ஏற்றுக் கொண்டனர். நல்லதைச் சொன்னாலும், அதைச் சொல்லும் நல்ல முறையிலேயே வெற்றி விரைவாக ஏற்படக் கூடும். புத்தர் துவேஷங்களையும், குரோதங்களையும் கிளப்பிவிடாமல் தமது

கருத்தைச் சாந்தமான முறையிலே மக்களின் மனங்களில் பதிய வைத்ததால், அவர் சாதிகளின் ஏற்றத்தாழ்வுகளைத்தகர்க்க முடிந்தது. மக்களை அடிமைகளாக, வைத்துக்கொண்டு வேலை வாங்கும் முறையையும்கருணைமிகுந்த புத்த பகவர் நீக்கினார்.

'சாம்பலுக்கும் பொன்னுக்கும் குறிக்கத் தகுந்த வேற்றுமை உண்டு; ஆனால் ஒரு பிராமணனுக்கும் சண்டாளனுக்கும் அத்தகைய வேற்றுமை எதுவுமில்லை. காய்ந்த கட்டையைக் கடைவதில் எழும் தீயைப் போல் பிராமணன் உண்டாக்கப் பெறவில்லை; அவன் வானத்தி லிருந்து இறங்கி வரவில்லை, காற்றிலிருந்து தோன்றவில்லை, பூமியிலிருந்தும் துளைத்துக் கொண்டு மேல் வரவில்லை. சண்டாளன் எவ்வாறு தோன்றினானோ, அதுபோலவே பிராமணனும் ஒரு ஸ்திரீயின் கருப்பையிலிருந்து பெறப்பட்டவனேயாவான். எல்லா மனிதர்களும் ஒரே மாதிரியான அங்கங்களைப் பெற்றிருக்கின்றனர்; எள்ளளவு வித்தியாசமும் இல்லை. அவர்களை வெவ்வேறு வர்க்கங்கள் என்று எப்படிப் பிரித்துக் கருத முடியும்? மனித குலத்திலே எத்தகைய குறிப்பிட்ட வேற்றுமையும் உளது என்று கருதுவதை இயற்கை மறுத்துக் காட்டுகின்றது.'

மேலே குறித்துள்ளதே புத்தர் கொள்கை. எல்லாச் சாதியார்களும் அவருக்கு ஒன்றுதான். வானமண்டலத்திலிருந்து யாவர்க்கும் பொதுவாக மழை பொழியும் மேகம் போல, அவர் எல்லா மக்களையும் சமமாகக் கருதித்தண்ணருள் பொழிந்து வந்தார். உயர்ந்தோர், தாழ்ந்தோர், அறிஞர், அறிவிலார், சீலமுள்ளவர், சீலமற்றவர் முதலிய யாவருமே அவருடைய கருணை வெள்ளத்தில் பங்கு கொண்டனர். பரிசுத்தமான அவருடைய உபதேசம் எல்லோர்க்கும் பொதுவாகவே செய்யப் பெற்றது. தமது உபதேசம் தண்ணீர்போல் வேற்றுமையின்றி எல்லாவற்றையும் சுத்தம் செய்வது என்றும், எல்லாவற்றையும் எரிக்கும் நெருப்பைப் போலத் தீமைகளை எரிப்பது என்றும் அவரே கூறியிருக்கிறார். அவ்வுபதேசம் வானத்தைப் போல் விசாலமானது என்றும், அதிலே ஆடவர், பெண்டிர், சிறுவர்,

சிறுமிகள், வல்லவர், மெலிந்தவர் ஆகிய யாவர்க்கும் போதிய இடமுண்டு என்றும் அவர் சொல்லி வந்தார்.

ஒரு சமயம் காசியபருக்கு உபதேசம் செய்கையில் புத்தர் பெருமான் கூறிய வாசகம் வருமாறு:

'உயிர்களுக்குத்ததாகதர் போதனை செய்கையில் பாரபட்சம் காட்டுவதேயில்லை. சூரியனும் சந்திரனும், நல்லவர் தீயவர் என்றோ, உயர்ந்தோர் தாழ்ந்தோர் என்றோ, மணமுள்ளவர் மணமற்றவர் என்றோ வேற்றுமை பாராமல், உலகம் முழுவதற்கும் ஒளி செய்வது போலவும், அவைகளின் கதிர்கள் பாரபட்சமின்றி எல்லாப் பொருள்களின் மீதும் பரவுதல் போலவும், ததாகதர் போதிக்கும் அறிவொளி உயிர்கள் அனைத்துக்கும் சமமாகவே வருகின்றது.'

சாதிகள் எப்பொழுது, எவ்வாறு, ஏன் தோன்றின என்ற விஷயங்களைப்பற்றி எத்தனையோ மாறுபட்ட கருத்துக்கள் இதுவரை கூறப்பட்டிருக்கின்றன. சாத்திரங்களையும் சரித்திரத்தையும் ஆராய்ந்து பார்க்கப் பார்க்க உண்மைகளைப் பார்க்கினும் குப்பைகளே அதிகமாகக் கண்டுபிடிக்கப் பெறுகின்றன. ஆனால் பகுத்தறிவைக் கொண்டு சாதிகளின் உண்மையை ஆராய்ந்தால், அவை தொழிற் பாகுபாடுகளை அடிப்படையாகக் கொண்டவை என்பதும், இந்திய நாட்டின் பூர்வ குடிமக்களும் பின்வந்த ஆரியர்களும் ஐக்கியமாகக் கலந்து, வாழ்க்கையில் சாதிகள் திட்டமான முறையில் அமைக்கப்பெற்றன என்பதும், பெரும்பாலான மக்கள் வேளாண்மையும் வாணிபமும் செய்யும் வைசியர்களாயும், மற்றைச்சாதியார்களுக்குத்தொண்டு செய்யும் சூத்திரர்களாயுமே இருந்து வந்தனர் என்றும், சிறுபான்மையோரான பிராமணரும் க்ஷத்திரியரும் சமுதாயத்தின் மேல் தட்டில் உயர்ந்த வாழ்வு நடத்து வதற்குரிய பல வசதிகளும் பெற்று விளங்கினர் என்றும் தெரியவரும். முற்காலத்துச் சாதி வரலாற்றை விளக்கச் சரித்திரம் அதிகத் துணையாக இல்லை. முன் ஒருகாலத்தில் சாதிப்பிரிவினை சமூகத்திற்கு நன்மையாகவே திகழ்ந்து, பின்னால் அது சீரழிந்து

விட்டதாகப் பல அறிஞர்களும், ஆசிரியர்களும் கூறுவது வழக்கமாயிருந்து வருவதைக் கண்டு, இக்காலத்தில் திரு. கே.எம். பணிக்கர் போன்ற ஆசிரியர்கள், ‘எந்தக் காலத்தில் நன்மையாகத் திகழ்ந்தது?’ என்று கேள்வி கேட்கின்றனர்.

சாதிப் பிரிவினையால் சமுதாயத்திலே ஏற்றத் தாழ்வுகள் தோன்றி நிலைத்ததோடு, சாதிப் பிரிவினையைச் சமயத்தோடும் பிணைத்து விட்டதால், பெரும்பாலான மக்களின் சமய வாழ்வும் பாழ்படுத்தப்பட்டுப் போயிற்று. இன்றுவரை கோடிக்கணக்கான மக்கள், சமயம் என்பது என்ன என்பதையும், இந்நாட்டில் தோன்றிய பல சமயங்களின் பண்பாடுகள் எவை என்பதையும், சமய நூல்கள் பலவற்றில் மக்களிடையே ஏற்றத் தாழ்வுகள் இருத்தலாகாது என்ற கொள்கை வலியுறுத்தப் பெற்றிருக்கிறது என்பதையும் உணர்ந்து கொள்ள முடியாமற் போய்விட்டது. இத்தகைய நிலையை ஆரம்பத்திலேயே எதிர்த்து நின்ற பெருமை பௌத்த தருமத்தைச் சேர்ந்ததே.

புத்தர் பெருமானுக்குப் பின்னால், ஐந்து, ஆறு நூற்றாண்டுகளுக்குப் பின்னும், பௌத்த தருமத்தைச் சேர்ந்த ஆசிரியர்கள் சாதிப்பிரிவினையையும், பிராமணர்கள் தாங்கள் உயர்ந்தவர்கள் என்று கருதிச் செருக்குடன் இருந்ததையும் கண்டித்துப் பிரச்சாரம் செய்து வந்தார்கள் என்று தெரிகின்றது. இத்தகைய பிரச்சாரத்திற்காக எழுந்த நூல்களுள் ‘வஜ்ரசூசி’ என்பது ஒன்று. இது அளவிலே சிறிது எனினும், சாதிகளைக் குத்தித் தாக்குவதில், இதன் பெயருக்கு ஏற்ப வயிர ஊசியாகவே யுள்ளது. ‘புத்தசரிதை’யை இயற்றிய ஆசிரியர் அசுவகோஷரே இதன் ஆசிரியர் என்று சொல்லப்படுகிறது.

பிராமணீயம் என்பது ஜீவனில் இருக்கிறதா, உடலில் இருக்கிறதா, பரம்பரையில் இருக்கிறதா, படிப்பில் இருக்கிறதா, ஆசாரங்களில் இருக்கிறதா, கருமங்களில் (செய்கைகளில்) இருக்கிறதா, வேதங்களை அறிவதில் இருக்கிறதா என்ற வினாக்களை எழுப்பி, இவை அத்தனையிலும் அது இல்லை என்றுதருக்கரீதியில் ‘வஜ்ரசூசி’ எடுத்து விளக்குகின்றது.

பௌத்தர்கள் சாதிப் பிரிவினையை அதிகமாய்த் தாக்கி வந்ததால், பிராமணர்கள் புதிய புதிய சாத்திரங்கள், புராணங்களின் மூலம் அதைப், பலப்படுத்த வேண்டியதாயிற்று.

சூத்திரர்களுக்குத் தரும உபதேசம் செய்யக் கூடாது என்ற மனு முதலிய ஸ்மிருதிகளின் கூற்றுக்கு மாறாகப்பௌத்த தருமத்தின் கதவுகள் யாவருக்கும் வேற்றுமையின்றித் திறந்து வைக்கப் பெற்றிருந்தன. புத்தரும் மற்றைப் பிக்குகளும், சண்டாளர் உட்பட எல்லோருக்கும் உபதேசம் செய்யத்தயங்க வில்லை.

வேதியர் ஒழுக்கம்

புத்தர் காலத்திருந்த பிராமணர்கள், பெரும்பாலும் சொத்துக்கள் சேர்ப்பதும், வேதமந்திரங்களை ஓதுவதும், தேவதைகளைப் பிரார்த்தனை செய்வதும் தவிர, ஒழுக்கத்தைப் பேணாமலும், மெய்ஞ்ஞானம் பெறக்கூடிய மார்க்கத்தைக் கண்டு அதிலே உறுதியுடன் பயிற்சிபெற்று முன்னேறாமலும் இருந்து வந்தனர் என்று தெரிகின்றது. அவர்கள் நிலையைப் பற்றியும், அவர்களைப் பற்றிப் புத்தர் கொண்டிருந்த கருத்தைப் பற்றியும் 'தேவிஜ்ஜ சுத்தம்' (திரைவித்ய சூத்திரம்) என்ற சூத்திரத்தில் தெளிவாய்க் காணமுடிகின்றது. புத்தர் பெருமான் வசிட்டன் என்ற அந்தண வாலிபனுக்குச் செய்த உபதேசம் இந்தச் சூத்திரத்திலே விரிவாகக் குறிக்கப் பெற்றுளது. கோசல நாட்டிலே ஐந்நூறு பிக்குகளுடன் புத்தர்யாத்திரை செய்கையில், செல்வம் மிகுந்த வேதியர் பலர் வசித்திருந்த மனஸாகதம் என்ற கிராமத்திற்கு அவர் விஜயம் செய்திருந்தார். அங்கே பாரத்துவாஜன் என்ற தோழனுடன் வசிட்டன் அவரிடம் சென்று தன் சந்தேகங்களை நீக்கியருள வேண்டினான். அப்போது அவனுக்கும் புத்தருக்கும் நிகழ்ந்த சம்பாஷணையில், அக்காலத்து வேதியர்கள் ஒழுக்கம் பேணாமல் வீண் பெருமை கொண்டு பேசி வந்ததைக் கண்டித்துப் பேணவேண்டிய ஒழுக்க முறைகளைப் பற்றிச் 'சுள்ள சீலம்', 'மஜ்ஜிம சீலம்', 'மகா சீலம்' என்ற மூன்று தலைப்புக்களில் புத்தர் பெருமான் விரிவாக

எடுத்துரைத்தார். கருத்து நிறைந்த அந்த உரையாடலின் சுருக்கம் வருமாறு:

பிருமாவும் பிராமணரும்

வசிட்டன் - எல்லா வழிகளும் ஒரே ஊருக்குக் கொண்டு சேர்ப்பது போலச் சமயங்கள் யாவும் ஒரே முடிவுக்குத்தான் வழி காட்டுகின்றன அல்லவா?

புத்தர் - வசிட்ட, அவைகள் எல்லாம் சரியான இடத்திற்குத் தான் கொண்டு செல்கின்றன என்று நீ சொல்கிறாயா?

வசிட்டன் - ஆம், கௌதமரே!

புத்தர் - அப்படியானால், மூன்று வேதங்களையும் கற்றுத் தேர்ந்த பிராமணர்களிலே பிருமத்தை நேருக்கு நேராகக் கண்டவர் ஒருவராவது இருக்கின்றாரா?

வசிட்டன் - இல்லை!

புத்தர் - மூன்று வேதங்களையும் கற்றுத் தேர்ந்த பிராமணர்களின் சீடர்களில் பிருமத்தை நேருக்கு நேராகக் கண்டவர் ஒருவராவது இருக்கின்றாரா?

வசிட்டன் - இல்லை ?

புத்தர் - சரி, வசிட்டா! பிராமணர்கள் ஓதும் மூன்று வேதங்களையும் இயற்றியவர்கள் முற்காலத்து ரிஷிகள்; அவர்களுடைய மந்திரங்களையே பிராமணர்கள் அவர்கள் உச்சரித்த அதே முறையிலே, அதே குரலிலே, அத்தியயனம் செய்து வருகிறார்கள்; அத்தகைய ரிஷிகளாவது, ‘நாங்கள் அதை அறிவோம், நாங்கள் அதைத் கண்டுள்ளோம், பிருமம் எங்கே யிருக்கிறது என்பதை நாங்கள் அறிவோம்!’ என்று சொல்லி யிருக்கிறார்களா?

வசிட்டன் - அவ்வாறில்லை.

புத்தர் - ஆகவே, மூன்று வேதங்களையும் கற்று உணர்ந்த பிராமணர்கள் சொல்வது இதுதான்: ‘எங்களுக்குத் தெரியாத, நாங்கள் பார்த்திராத ஒன்றை அடைவதற்கு நாங்கள் வழிகாட்ட

முடியும்; "இதுதான் நேர்பாதை, இதன்படி செல்பவன் பிருமத்தோடு ஐக்கியமாவதற்கு இதுவே நேரான மார்க்கம்" என்று நாங்கள் கூற முடியும்.'

வசிட்டா, நீ என்ன நினைக்கிறாய்? இது இவ்வாறு இருப்பதால், மூன்று வேதங்களையும் கற்றுணர்ந்தவர்களாயினும், அந்தப் பிராமணர்வுகளுடைய பேச்சு அறிவீனமான பேச்சுத்தான் என்று ஏற்படுகிறதல்லவா?

வசிட்டன் - அது (அவர்கள் பேச்சு) அவ்வாறு இருப்பதால், மூன்று வேதங்களையும் கற்றுணர்ந்த பிராமணர்களின் கூற்று அறிவீனமானதுதான் என்று ஏற்படுகின்றது.

புத்தர் - தாங்களே அறியாத, பார்த்திராத, பிருமத்தோடு ஐக்கியமாவதற்குப் பிராமணர்கள் வழி காட்டுதல் என்பது உலக இயல்புப் படி நடவாத காரியம்!

வசிட்டா! குருடர்கள் ஒருவரை ஒருவர் பிடித்துக் கொண்டு நிற்கையில், முதலில் இருப்பவரும் பார்க்க முடியாது, நடுவில் இருப்பவரும் பார்க்க முடியாது, கடைசியில் இருப்பவரும் பார்க்க முடியாது என்பதைப் போலவே, இந்தப் பிராமணர்களுடைய பேச்சும் இருப்பதாக நான் கருதுகிறேன். முதலில் இருப்பவரும் காணவில்லை, நடுவில் இருப்பவரும் காணவில்லை, கடைசியில் இருப்பவரும் காணவில்லை. ஆகவே இந்தப் பிராமணர்களுடைய பேச்சு பரிகாசத்திற்கு இடமாயும், வெறும் சொற்குவியலாயும், பொருளற்ற வெற்றுரையாயுமே இருக்கின்றது!

இவர்கள் சூரியனும் சந்திரனும் உதிக்கும் திசையையும், அடையும் திசையையும் பார்த்துப் பிரார்த்தனை செய்கிறார்கள், தோத்திரம் செய்கிறார்கள், கைகளைக் குவித்துத் திரும்பி நின்று அவைகளை வணங்குகிறார்கள்; இவர்கள் மற்ற மக்களைப் போல் சூரியனையும் சந்திரனையும் பார்க்க முடியுமா, வசிட்டா?

வசிட்டன் - நிச்சயமாக அவர்களால் முடியும்.

புத்தர் - மற்ற மக்களைப்போல் சூரியனையும் சந்திரனையும் பார்க்கக் கூடிய பிராமணர்கள், சூரியனோடும், சந்திரனோடும் ஐக்கியமாகும் வழியைக் குறித்துக் காட்ட முடியுமா?

வசிட்டன் - நிச்சயமாக முடியாது!

புத்தர் - ஆகையால், பிராமணர்கள் தாங்கள் நேரில் பார்க்கும் பொருளோடு ஐக்கியமாவதற்குக்கூட வழிகாட்ட இயலாதவர்கள் என்று நீ ஒப்புக்கொள்கிறாய்; அவர்களில் எவரும் பிருமத்தைக் கண்டதில்லை, அவர்களுடைய சீடர்களும் கண்டதில்லை, ஏழு தலைமுறைக்கு முந்திய அவர்களுடைய முன்னோர்களும் கண்டதில்லை. பழைய ரிஷிகளும் கூடப் பிருமத்தை அறிந்திருந்ததாகப் பாவனைசெய்து கொள்ளவில்லை. பிருமம் எங்கேயிருக்கிறது என்பதைப் பார்த்ததுமில்லை. அப்படியிருந்தும், பிராமணர்கள், தாங்கள் பார்த்திராத, அறிந்திராத, ஒன்றோடு இரண்டறக் கலப்பதற்கு வழிகாட்ட முடியும் என்று சொல்வது அறிவீனமான பேச்சுத்தானே, வசிட்டா?

வசிட்டன் - உண்மையில் அப்படித்தான் இருக்கிறது.

புத்தர் - இத்தகைய காரியம் உலகில் சாத்தியமில்லை. ஒரு மனிதன், 'இந்த நாட்டிலுள்ள தலைசிறந்த அழகியை நான் விரும்புகிறேன்; அவளிடம் எவ்வளவு காதல் கொண்டுள்ளேன்!' என்று சொல்வதாக வைத்துக்கொள்வோம். ஜனங்கள் அவனிடம், 'நல்லது, அன்ப! நீ காதல் கொண்டு உருகும் நாட்டிலே சிறந்த நல்லழகி க்ஷத்திரிய வமிசத்தைச் சேர்ந்தவளா, பிராமண குலத்தவளா, அல்லது வைசிய, சூத்திர குலத்தவளா? என்று கேட்பார்கள்.

அப்போது அவன் என்ன பதில் சொல்ல முடியும்? 'தெரியாது' என்றுதான் சொல்வான்.

'அந்தத் தலைசிறந்த அழகியின் பெயர் யாது? அவளது குலப்பெயர் என்ன? அவள் நெடிய உருவமுள்ளவளா, குள்ள மானவளா? அவள் கறுப்பா, பொது நிறமா, சிவப்பா? அவள் எந்த நகர் அல்லது கிராமத்தில் வசிக்கிறாள்?' என்றெல்லாம் வினவினால், அவன் 'தெரியாது!' என்றுதான் பதில் சொல்ல முடியும்.

அப்போது ஜனங்கள், 'நண்பா! நீ தெரிந்திராத, பார்த்திராத, ஒரு பெண்ணிடம் காதல் கொண்டு நீ உருகுகிறாயா?' என்று கேட்பார்கள். அவனும் 'ஆம்' என்பான்.

அந்த மனிதனுடைய பேச்சு அறிவீனமான பேச்சல்லவா?

வசிட்டன் - ஆம்.

புத்தர் - அதைப் போலத்தான் இதுவும். பிருமம் இருக்கிறது என்றும், அதை அறியாமலும் பாராமலும் இருப்பவர்கள், அதை அடைந்து அதனுடன் ஐக்கியமாவதற்கு வழிகாட்ட முன்வருவதும் அறிவீனமான தேயாம்.

வசிட்டன் - ஆம்.

புத்தர் - அப்படி உலகில் சாத்தியமில்லை.

நான்கு சாலைகள் சந்திக்கும் ஓரிடத்தில் ஒருவன் மாடிக்குப் படிக்கட்டுக் கட்டுவதாக வைத்துக் கொள்வோம். அந்தப் படிக்கட்டு ஒரு மாளிகைக்கு மேலே ஏறிச் செல்வதற்காக. (மாளிகையை அமைக்காமல் படிக்கட்டு மட்டும் கட்டும்) அவனை ஜனங்கள் பார்த்து, 'எந்த மாளிகையின் மீது ஏறுவதற்கு இந்தப் படிக்கட்டுக் கட்டுகின்றாயோ, அந்த மாளிகை கிழக்கேயிருக்கின்றதா, தெற்கேயிருக்கின்றதா, அல்லது மேற்கேயிருக்கின்றதா, அல்லது வடக்கே யிருக்கின்றதா என்றும், அது உயரமானதா, தாழ்ந்ததா, நடுத்தர மானதா என்றும் கேள்விகள் கேட்பார்கள்.

அவன் 'இல்லை' என்றே பதில் சொல்வான்.

அப்போது ஜனங்கள், 'நண்பா! நீ எதன் மீதோ ஏறிச் செல்வதற்குப் படிக்கட்டுக் கட்டுகிறாய்; அடியில் மாளிகை இருப்பதாக எண்ணிக் கொண்டிருக்கிறாய். ஆனால் உண்மையில் நீ அந்த மாளிகையை அறியவுமில்லை, பார்க்கவுமில்லை!' என்று சொல்வார்கள்.

அவன் 'ஆம்' என்பான்.

இந்த நிலையில் அந்த மனிதனின் பேச்சு அறிவீனமான பேச்சுத்தானே, வசிட்ட?

வசிட்டன் - உண்மையில் அப்படித்தான்!

புத்தர் - பிராமணர்கள் பிருமத்துடன் ஐக்கியமாவதற்கு வழி காட்டுவதும் இத்தகைய அறிவீனமான பேச்சுத்தானே?

வசிட்டன் - ஆம்!

புத்தர் - உலகில் அப்படி சாத்தியமில்லை.

முயற்சியின் அவசியம்

மேலும், இந்த அசிரவதி நதியில் கரைபுரண்டு வெள்ளம் வருகிறது; இங்கிருந்து வேலை காரணமாக அக்கரைக்குச் செல்ல வேண்டிய ஒருவன், இங்கேயே நின்று கொண்டு அக்கரையைப் பார்த்து, 'அக்கரையே, இங்கே வா! இந்தப் பக்கத்திற்கு வா!' என்று கூவிப் பிரார்த்தனை செய்தால், அது வந்து விடுமா? அந்த மனிதனுடைய பிரார்த்தனை, நம்பிக்கை, புகழ்ச்சிக்காக அந்தக்கரை இங்கே வந்து விடுமா?

வசிட்ட! அதேபோல, மூன்று வேதங்களையும் கற்றுணர்ந்த பிராமணர்கள், தம்மை உண்மையான பிராமணராக்கக் கூடிய குணங்களைப் பயிலுவதை விட்டு விட்டு, எந்தக் குணங்கள் மனிதர்களைப் பிராமணராகச் செய்ய முடியாதோ அவைகளைப் பயிற்சி செய்து கொண்டு, அவர்கள் இந்திரனையும், வருணனையும், ஈசானாவையும், பிரஜாபதியையும், பிருமாவையும், மகித்தியையும், யமனையும் பிரார்த்தனை செய்து அழைக்கிறார்கள். அவசியமான ஒழுக்கங்கள் இல்லாமல், இத்தகைய பிரார்த்தனைகளால், மரணத்திற்குப் பின், உடல் கரைந்த பிறகு, பிருமத்தோடு ஐக்கியமாகி விடலாம் என்று நம்புவதை என்சொல்வது? இது உலகில் சாத்தியமில்லை!

ஒரு மனிதன் அசிரவதியின் இக்கரையிலிருக்கும் போது, அவனுடைய கைகளை முதுகுப் புறமாக ஒரு சங்கிலியால் பிணித்து விட்டால், அவன் மறு கரையை அடைய முடியுமா?

வசிட்டன் - நிச்சயமாக முடியாது, கௌதமரே!

புத்தன் - அது போலவே மனிதனுக்கு அவா உண்டாக்கும் ஐந்து தளைகள் இருக்கின்றன; அவைகள் சங்கிலிகள்,

விலங்குகளாக இருக்கின்றன. அவை கண்ணால் காண்பவை, காதால் கேட்பவை; நாசியால் முகர்பவை, நாவினால் சுவைப்பவை, உடலால் உணர்பவை ஆகியவை. அவாவுக்குக் காரணமான இந்த ஐந்திலும் பிராமணர்கள் பற்றுக் கொண்டிருக்கிறார்கள். அவைகளில் திளைத்து மயங்குகிறார்கள், அவைகளால் வரக்கூடிய அபாயத்தை அறியாமல், அவைகளைத்துய்த்து இன்பம் காண்கிறார்கள். அவர்கள் மரணத்திற்குப் பின்னால் பிருமத்திடம் ஐக்கியமாதல் எங்ஙனம் முடியும்? அது உலகில் சாத்தியமில்லை.

மேலும் ஒரு மனிதன் மறுகரைக்குச் செல்ல வேண்டும் என்ற கருத்துடன், தன் தலை உட்படப் போர்வையால் போர்த்திக் கொண்டு அசிரவதியின் இக்கரையிலே உறங்கு வதற்காகப் படுத்து விட்டால், அவன் அக்கரையை அடைய முடியுமா?

வசிட்டன் - நிச்சயமாக முடியாது!

புத்தர் - அது போலவே மனிதர் கண்களை மறைக்கும் திரைகள், தடைகள், ஐந்து இருக்கின்றன. அவை அவா, துவேஷம், மடிமை, செருக்கு, சந்தேகம் என்பவை. இந்த ஐந்து திரைகளாலும் பிராமணர்கள் மூடப் பெறுகிறார்கள், தடை செய்யப் பெறுகிறார்கள்; அவர்கள் இவைகளிலே சிக்கி விடுகிறார்கள்.

மக்கா அவசியமான ஒழுக்கங்களைப் பேணாமல், ஐந்து விலங்குகளையும் மாட்டிக் கொண்டு, ஐந்து திரைகளாலும் மூடப்பெற்று, பிராமணர்கள் மரணத்திற்குப் பின்னால் பிருமத்துடன் ஐக்கியமாகி விடலாம் என்பது எங்ஙனம் முடியும்? உலகில் அது சாத்தியமில்லை.

வசிட்டா! பிராமணர்களிலே ஆசிரியர்களும் மாணவர் களும் பேசும்போதும், வயது முதிர்ந்த பெரியவர்கள் பேசும் போதும் நீ என்ன கேட்டிருக்கிறாய்?

பிருமம் மனைவி, செல்வம் முதலியவைகளைப் பெற்றிருக்கிறதா, இல்லையா?

வசிட்டன் - இல்லை.

புத்தர் - பிருமத்தின் உள்ளத்தில் கோபம் நிறைந்திருக்கிறதா, இல்லையா?

வசிட்டன் - கோபமில்லை.

புத்தர் - பிருமத்தின் உள்ளத்தில் துவேஷம் நிறைந்திருக்கிறதா, இல்லையா?

வசிட்டன் - துவேஷமில்லை.

புத்தர் - அதன் மனம் பரிசுத்தமானதா, களங்கமுற்றதா?

வசிட்டன் - பரிசுத்தமானது.

புத்தர் - அது தன்னடக்கமுள்ளதா, இல்லையா?

வசிட்டன் - அடக்கமுள்ளது.

புத்தர் - வசிட்டா! மூன்று வேதங்களையும் கற்றுணர்ந்த பிராமணர்கள் மனைவிமார்களையும், செல்வங்களையும் பெற்றிருக்கிறார்களா? இல்லையா?

வசிட்டன் - அவர்கள் பெற்றிருக்கிறார்கள்.

புத்தர் - அவர்களுக்குக் கோபம் உளதா, இல்லையா? -

வசிட்டன் - உளது.

புத்தர் - அவர்கள் இதயங்கள் பரிசுத்தமாயிருக்கின்றனவா, இல்லையா?

வசிட்டன் - இல்லை.

புத்தர் - அவர்கள் தன்னடக்கமுடையவர்களா, இல்லையா?

வசிட்டன் - இல்லை.

புத்தர் - பிராமணர்கள் மனைவிமார்களையும் செல்வங் களையும் பெற்றிருக்கிறார்கள்; ஆனால் பிருமம் பெற்றிருக்க வில்லை. ஆகவே, பிராமணர்களுக்கும் பிருமத்திற்கும் ஒற்றுமையோ, ஐக்கியமோ ஏற்பட முடியுமா?

வசிட்டன் - நிச்சயமாக முடியாது.

புத்தர் - உலகில் அது சாத்தியமில்லை.

பிராமணர்கள் உள்ளங்களில் கோபம், துவேஷம் ஆகியவைகளைப் பெற்றிருக்கிறார்கள். பாவமுடையவர் களாகவும், புலனடக்கமில்லாதவர்களாகவும் இருக்கிறார்கள். பிருமம் கோபமற்றும், துவேஷ மற்றும், பாவமற்றும், தன்னடக்க முள்ளதாயும் விளங்குவது. எனவே பிராமணர்களுக்கும் பிருமத்திற்கும் ஒற்றுமையோ, ஐக்கியமோ எப்படி ஏற்பட முடியும்?

வசிட்டன் - நிச்சயமாக முடியாது!

புத்தர் - உலகில் அது சாத்தியமில்லை .

ஆகவே பிராமணர்கள் மூன்று வேதங்களையும் கற்றுணர்ந்திருப்பினும், அவர்கள் (நம்பிக்கையோடு) அமரும் பொழுது, (சேற்றில்) ஆழ்வது போலக்கீழே ஆழ்ந்து விடுகிறார்கள்; அப்படி ஆழ்ந்து, எங்கோ இன்பகரமான இடத்திற்குச் செல்வது போல எண்ணிக்கொண்டு, அவர்கள் நம்பிக்கையையே இழந்து விடுகிறார்கள்.

இதனால்தான் மூன்று வேதங்களையும் கற்றுணர்ந்த அவர்களுடைய மூவகை ஞானமும் நீரில்லாத பாலை என்றும், வழியேயில்லாத வனம் என்றும், அழிவுநிலை என்றும் கூறப்படுகின்றது.

வசிட்டன் - சிரமண கௌதமருக்கு (தங்களுக்கு)ப் பிருமத்தை அடையும் மார்க்கம் தெரியுமென்று சொல்லப்படுகின்றது.....

புத்தர் - ஆம், மனஸாகதம் என்ற இந்தக் கிராமத்திலேயே பிறந்து வளர்ந்தவனுக்கு இதற்கு வரும் பாதைகள் யாவும் தெரிந்திருக்கும் அல்லவா?

வசிட்ட ன் - ஆம்.

புத்தர் - அது போல்தான் ததாகதரும். அவர் பிருமலோகத் திலேயே பிறந்திருக்கிறார், வசித்திருக்கிறார். அதற்குச் செல்லும் மார்க்கமும் அவருக்குத் தெரியும்.

வசிட்டன் - அப்படித்தான் கேள்விப்பட்டிருக்கிறேன். எங்களுக்குப் பிருமத்தோடு ஐக்கியமாகும் மார்க்கத்தைக் காட்டுங்கள்! பிராமண சாதியைத் தாங்களே காப்பாற்ற வேண்டும்!

புத்தர் - வசிட்ட, நான் பேசுவதைச் செவிமடுத்துக் கவனமாகக் கேட்பாயாக!

பூரண ஞானம் பெற்ற ஒரு ததாகதர் (புத்தர்) வெவ்வேறு காலங்களில் இவ்வுலகில் தோன்றுவதுண்டு. அவர் தாமாகவே இந்த உலகையும், பாதலத்திலுள்ள தேவதைகள் உலகத்தையும், உயரேயுள்ள மாரலோகம், பிருமலோகம் முதலியவைகளையும் பார்க்கிறார். சத்தியத்தை அவர் (கண்டு) போதிக்கிறார்; சொல்லிலும் பொருளிலும் அதை வெளிப்படுத்துகிறார், அதன் தொடக்கமும் இனியது, நடுவும் இனியது, முடிவும் இனியது. பரிசுத்தத்தோடும், பூரணமான செம்மையுற்ற நிலையோடும், உயரிய வாழ்க்கையை அவர்தெரிவிக்கிறார்.

இல்வாழ்வான் (அதைக் கேட்டுத்) தன்னுடைய துயரம் நிறைந்த நிலையைப் பற்றி எண்ணிப் பார்க்கிறான், குடும்பப் பாசங்களையும், தடைகளையும்பற்றிக்கருத்துக்கொள்கிறான். பிறகு தலையை முண்டனம் செய்து கொண்டு, தாடியை எடுத்து விட்டுக் காவியுடை அணிந்து, புத்தரைப் பின்தொடர்ந்து வீடற்ற வாழ்க்கையை மேற்கொள்கிறான். அவன் ஏகாங்கியாகிறான், தன்னடக்கத்தை மேற்கொள்கிறான், பாதிமொக்கம் (பிராதி மோட்சம்) என்ற நெறியிலுள்ள விதிகளை அநுஷ்டிக்கிறான். நேரிய ஒழுக்கமே அவனுக்கு இன்பமாயுளது. தருமத்தில் கூறப்பட்டுள்ள விநய ஒழுக்கங்களை அவன் முறைப்படி நிறைவேற்றி, அவைகளுக்குத் தக்கபடி தன்னை மாற்றிக் கொள்கிறான். சொல்லிலும், செயலிலும் அவன் புனிதமான சூழ்நிலையை அமைத்துக் கொள்கிறான். பரிசுத்தமான முறையிலேயே தன் வாழ்க்கையை நடத்துகிறான். அவன் ஒழுக்கம் செம்மையானது, அவனுடைய பொறிகளின் கதவுகள் கட்டுக் காவலுக்கு அடங்கி யிருக்கின்றன, கருத்தோடும், தன்னடக்கத் தோடும், அவன் முற்றிலும் இன்பமாக இருக்கிறான்.

ஒழுக்கத்தைப் பற்றிய விதிகள்

வசிட்டா! அவனுடைய ஒழுக்கம் நல்லதாயுளது என்றால், எதிலே?

உயிரோடு இருப்பது எதையும் கொலை செய்யாமையினால், அவன் உயிரை அழிப்பதிலிருந்து விலகிவிடுகிறான். கம்பையும், கத்தியையும் அவன் விலக்கி வைத்து விடுகிறான்; அடக்கமும் தயையும் நிறைந்து, ஜீவனுள்ள சகல பிராணிகளிடத்திலும் அவன் அன்போடும் கருணை யோடும் விளங்குகிறான்!

இதுதான் அவன் பெற்றுள்ள நல்லொழுக்கம். தனக்குரியதாயில்லாத எதையும் தான் திருடிக் கொள்வதை விட்டுத் தனக்குக் கொடுக்கப்படாத எதையும் அவன் எடுத்துக் கொள்வதில்லை. ஆதலால் அவன் திருப்தியுடன், நேர்மையாகவும், இதயத் தூய்மையுடனும் தன் வாழ்க்கையைக்கழிக்கிறான்.

இதுவும் அவன்பெற்றுள்ள நல்லொழுக்கம்.

காம இன்பத்தை விரும்பாமல், நெறி தவறாமல், அவன் கற்பும், தூய்மையும் நிறைந்த வாழ்க்கையை நடத்துகிறான்.

இதுவும் அவன்பெற்றுள்ள நல்லொழுக்கம்.

அவன் பொய்யைப் புறக்கணித்துத் தவறானதைப் பேசுவதிலிருந்து தப்பித்துக் கொள்கிறான். சத்தியத்திலிருந்து அவன் விலகுவதில்லை. நம்பிக்கைக்குப் பாத்திரமாயும், விசுவாசத்துடனும் நடப்பதால், அவன் தன்னோடு வாழும் மக்களை ஏமாற்றித் தீங்கு செய்வதில்லை.

இதுவும் அவன் பெற்றுள்ள நல்லொழுக்கம்.

அவதூறாகப் பேசுவதை அகற்றிவிட்டு, அவன் பிறரைத் தூஷணை செய்யாமலிருக்கிறான். தான் கேள்விப்படுகிற விஷயங்களைக்கதைகளாகத் திரித்துப் பேசி அவன் மக்களிடையே சச்சரவை உண்டாக்குவதில்லை. இவ்வாறு அவன் பிரிந்திருப் பவர்களை ஒன்று சேர்ப்பவனாகவும், நண்பர்களை உற்சாகப்படுத்துபவனாகவும், சமாதானம் விளைப்பவனாகவும், சாந்தியை விரும்புபவனாகவும்,

சாந்திக்காகவே பாடுபடு பவனாகவும், சாந்தியை விளைக்கும் சொற்களையே பேசுபவனாகவும் விளங்குகிறான்.

இதுவும் அவன் பெற்றுள்ள நல்லொழுக்கம்.

இன்னாச் சொற்களையும், கடுமொழிகளையும் அவன் தன் பேச்சிலிருந்து விலக்கிவிடுகிறான். மனிதப்பண்புக்கு ஏற்ற சொல்லாகவும், செவிக்கு இனியதாகவும், அழகியதாகவும், இதயத்தைத் தொடக் கூடியதாகவும், நாகரிகமுடையதாகவும், மக்களுக்கு உவகையூட்டுவதாகவும், மக்கள் விரும்புவதாகவு முள்ள சொற்களையே அவன் பேசுகிறான்.

இதுவும் அவனுடைய மேன்மைக்குணமாகும்.

அவன் வீண் பேச்சை விலக்கி விடுவதால், அறிவீனமான சம்பாஷணை அவனிடமில்லை. அவன் தக்க காலத்திலேயே பேசுகிறான்; உள்ளதையே பேசுகிறான்; நடந்ததையே சொல்கிறான்; நல்ல தருமக்கொள்கைகளையே கூறுகிறான்; நல்ல ஒழுக்க நெறியையே பேசுகிறான்; சரியான சமயத்திலேயே எதையும் கூறுகிறான்; மேலும், நன்மை விளைப்பதாயும், ஆதாரமுள்ளதாயும், விளக்கமுற்றதாயும், அறிவு நிறைந்ததாயுமே அவன் பேச்சு விளங்குகின்றது.

இதுவும் அவனுடைய மேன்மைக்குணமாகும்.

அவன் எந்தத் தாவரத்திற்கும், பிராணிக்கும் தீங்கு செய்வதில்லை. ஒரு நாளைக்கு ஒரு வேளை உணவே புசிக்கிறான்; நடனம், பாட்டு, இசை, இன்பக்காட்சிகள் ஆகியவற்றை அவன் விலக்கி விடுகிறான்; மலர், மாலைகள், வாசனைகள், தைலங்கள் முதலியவற்றால் அவன் தன்னை அலங்கரித்துக் கொள்வதையும், அவைகளை உபயோகிப்பதையும் விலக்கி விடுகிறான்; உயர்ந்த கட்டில்கள், பெரிய மெத்தைகள் முதலியவற்றையும் அவன் ஒதுக்கிவிடுகிறான்.

இதுவும் அவனுடைய மேன்மைக்குணமாகும்.

அவன் வெள்ளியையோ, தங்கத்தையோ யாரிடத்தும் பெறுவதில்லை; சமைக்காத தானியத்தையும், பச்சைப் புலாலையும் பெறுவதில்லை, எந்த ஸ்திரீயையோ, பெண்ணையோ ஏற்றுக்

கொள்வதில்லை; ஆடவராயினும் பெண்டிராயினும் அடிமை களையும் ஏற்றுக் கொள்வதில்லை; செம்மறியாடுகள், வெள்ளாடுகள், கோழிகள், பன்றிகள், யானைகள், கால்நடைகள், குதிரைகள், வயல்கள் அல்லது நிலங்கள் முதலியவைகளையும் அவன் பெறுவதில்லை.

இதுவும் அவனது மேன்மைக்குணமாகும். கல்வி

அவன் எதையும்வாங்கிவிற்பதில்லை. கள்ளப்படிகளை உபயோகித்து, உலோகங்களைக் கலப்படமாக்கியும், கள்ள அளவைகளைப் பயன்படுத்தியும் அவன் எவரையும் ஏமாற்றுவ தில்லை.

இதுவும் அவனது மேன்மைக்குணமாகும்.

அவன் எவரையும் காயப்படுத்துவதில்லை, வதை செய்வ தில்லை, பந்தனப்படுத்துவதில்லை; வழிப்பறி செய்வதில்லை, கிராமங்களைச் சூறையிடுவதில்லை, பலாத்காரத்தால் பயமுறுத்திப் பணம் பறிப்பதுமில்லை.

இதுவும் அவனது மேன்மைக்குணமாகும்.

பிக்குகளும் பிராமணர்களும்

இதற்குப் பின்னால் புத்தர் பெருமான் பிக்கு தருமத்தை மேற்கொண்டவனுக்கும் பிராமணர்களுக்குமுள்ள வேற்றுமை களை விரிவாக எடுத்துரைத்தார். சில பிராமணர்கள் இறைச்சி, பான வகைகள், உடைகள், படுக்கைகள், வாசனைத் திரவியங்கள், தானியங்கள் முதலியவைகளைச் சேர்த்து வைத்துக் கொள்வதும், நாட்டியம், பாட்டு, கூத்துக்கள் முதலியவை களைக் கண்டும் கேட்டும் இன்புறுவதும், யானைச் சண்டை, குதிரைச் சண்டை, மாட்டுச் சண்டை, சிலம்பம், குஸ்தி முதலியவைகளில் ஈடுபடுவதும், சதுரங்கம், சூது, பந்தயங்கள் முதலிய ஆட்டங்கள் ஆடுவதும், ஆடம்பரமான கட்டில்கள், கம்பளத்தால் செய்த உயர்ந்த போர்வைகள், சரிகை வேலைப்பாடுள்ள தலையணைகள் அல்லது மெத்தைகள், புலித்தோல், மான்தோல் முதலியவற்றை உபயோகிப்பதும் வழக்கமாயிருக்கையில், பிக்கு அவை அனைத்தையும் விலக்கிவிடுகிறான் என்று அவர்கூறினார். சில

பிராமணர்கள் அரசர்கள், கொள்ளைக்காரர்கள், மந்திரிகள் முதலியோரைப் பற்றியும், அற்பமான துணிகள், உணவு முதலிய உலகப் பொருள்களைப் பற்றியும், சோதிடம், புதையல்கள் முதலியவை பற்றியும் உண்மையும் பொய்யுமான கதைகளைக் கூறி வீண் பேச்சில் ஈடுபடுவதைப்போல் பிக்கு ஈடுபடுவதில்லை என்றும், சமயப் பூசல்கள், தத்துவம் பற்றிய விவாதங்கள் முதலியவற்றில் சில பிராமணர்களைப்போல் பிக்கு தலையிடுவதில்லை என்றும், அரசர்கள், மந்திரிகள், படை வீரர்கள், செல்வந்தர்கள் முதலியோரிடையேசில பிராமணர்கள் தூதர்களாயிருந்து ஏவிய பணிகளைச் செய்வது போல்பிக்கு செய்வதில்லை என்றும் அவர் எடுத்துக் காட்டினார்.

சாமுத்திரிகா லட்சணங்களை ஆதாரமாய்க் கொண்டு பலன்கூறுதல், குறி, ஆரூடம் முதலியவை பார்த்துச் சொல்லல், கனவுப் பலன்கள், சகுனப் பலன்கள், எலிகள் கடித்த துணிகளைப் பார்த்து அதிருஷ்டங்களைக் கூறல், அக்கினி தேவனுக்கு யக்ஞங்கள் செய்தல், உயிர்ப் பலியிட்டு யாகங்கள் செய்தல், போரில் வெற்றி பெறவும், பிசாசுகளை ஓட்டவும், நல்ல தானியங்கள் விளையவும், பாம்பு விஷம், எலி விஷம் முதலியவற்றை இறக்கவும் என்று மந்திரங்களைப் போதித்தல், விலங்கினங்களின் பாஷைகளை அறிந்ததுபோல் பாவனை செய்தல், இரத்தினங்கள், ஆயுதங்கள், உடைகள் முதலியவற்றின் குணதோஷங்களைக்கூறுதல், ஆடவர், பெண்டிர், இளைஞர், மங்கையர், அடிமைகள் முதலியோருடைய குணதோஷங் களையும், யானைகள், குதிரைகள், மாடுகள் முதலிய மிருகங்களின் குணதோஷங்களையும் பார்த்துக்கூறுதல், எதிர்கால நிகழ்ச்சிகளை அறிந்து கூறுதல், திருமணம், தம்பதிகளின் பிரிவு முதலியவைகளில் பொய் கலந்த ஆலோசனைகள் கூறுதல், சொத்துச் சேர்க்கவும், பிறருக்கு வறுமையுண்டாக்கவும், குழந்தைகள் பெறவும், உடலின் அங்கங்களை முடக்கவும் மந்திரங்கள் சொல்லிக் கொடுத்தல், மருந்துகள் தயாரித்து வைத்தியம் செய்தல் முதலிய எத்தனையோ காரியங்களைச்

சில பிராமணர்கள் செய்து வந்ததைக் கண்டித்து, அவைகளில் எதையும் பிக்கு செய்வதில்லை என்று புத்தர் கூறினார்.

பிக்கு தியானத்தில் அமர்ந்து, உலகின் ஒரு திசை முழுவதிலும் தன் அன்பு நிறைந்த சிந்தனைகள் பரவும்படி செய்து, பின்னர் அதுபோலவே மற்ற மூன்று திசைகளிலும் பரவச்செய்து, எல்லா உயிர்களையும் அன்போடும், ஆதரவோடும், தயையோடும் தழுவிக்கொண்டு, உலகம் முழுவதிலும், உயரேயும், கீழேயும், சுற்றிலும், எங்கணுமே அன்பு வெள்ளம் பெருகும் படி செய்வதே பிருமத்தோடு ஐக்கியமாகும் வழி என்று பெருமான் இறுதியாக வசிட்டனுக்கு எடுத்துரைத்தார்.

சரணாகதி

அவனும் பாரத்துவாஜனும், புதையற்பொருளைக் கண்டெடுத்தது போல், மனமகிழ்ந்து, ஐயனையும், தருமத்தையும், சங்கத்தையும் அடைக்கலமாக ஏற்றுக் கொண்டு, 'இன்று முதல் எங்கள் உயிருள்ள வரை எங்களைச் சீடர்களாக, தருமத்தில் உண்மையான நம்பிக்கையுள்ளவர் களாக, அங்கீகரிக்க வேண்டும்' என்று கேட்டுக் கொண்டனர்.

அடிக்குறிப்பு

1. 'நாலடியார்'

ஆறாம் இயல்
பௌத்த சங்கம்

இருமை வகைதெரிந்து ஈண்டுஅறம் பூண்டார்
பெருமை பிறங்கிற்று உலகு.   - திருக்குறள்

புத்தர், தருமம், சங்கம் ஆகிய மும்மணிகளையும் பௌத்தர்கள் சரணங்களாகக் கொள்வர். உலகிற்கு ஒளியளித்து வழிகாட்டியவர் புத்தர், அவர் போதனை தருமம், அப்போதனையை ஏற்றுக் கொண்ட துறவிகளான பிக்குகளின் கூட்டம் சங்கம். புத்தர் மெய்ஞ்ஞானம் பெற்றதும், தரும உபதேசம் செய்ததும் உலக சரித்திரத்திலே மாபெரும் நிகழ்ச்சி களாம். ஆனால் அவருடைய தருமம் உலகிலே இருபத்தைந்து நூற்றாண்டுகளுக்கு மேலாக நிலைத்து நிற்பதற்கும், கோடிக் கணக்கான மக்கள் அதனைச்சார்ந்து மனச்சாந்தி பெறுவதற்கும் காரணமாக நின்றது சங்கமேயாகும்.

பொறிகளையும், புலன்களையும் அடக்கி உயர்ந்த ஒழுக்க முறைகளான சீலங்களைக் கைக்கொண்டு, உலகப் பொருள்களிலே பற்றற்று, ஞானத்தாலும், தியானத்தாலும், அன்பாலும், அருளாலும் மேம்பாடுற்று விளங்கிய பிக்குகளின் பெருமையை அளவிட்டுரைக்க முடியாது. நீத்தார்களின் பெருமைக்கு அவர்கள் எடுத்துக்காட்டாக விளங்கினார்கள். அத்தகையோர் ஒரே திருக்கூட்டமாக ஒன்று சேர்ந்து விளங்கியதே சங்கமாக நிலைத்து நிற்கின்றது. கால வெள்ளத்திலே இராஜ்யங்கள் மாறினாலும், மன்னர்கள் மாறினாலும், இச்சங்கம் மட்டும் பல நாடுகளிலும் மாறாமல் நிலைத்து நிற்கின்றது.

சங்கத்திலே சேர்ந்த பிக்குகள் அனைவருமே மகாஞானிகள் என்றோ, எல்லோரும் நிருவாணத்திற்கு உரியவர்கள் என்றோ, எல்லோருமே முதல் தரமான ஒழுக்க நிலையில் நின்றனர் என்றோ கருத வேண்டியதில்லை. ஆனால், சங்கமே அவர்கள் அனைவருக்கும் பயிற்சிக் கூடமாக விளங்கியது. துறவிகள் தனித்தனியாக வழிகாட்டுவோரின்றித் தவிக்காமல், சங்கம் அவர்களுக்குத் தாரகமாக உதவி வந்தது. பௌத்த தருமமே வாழ்க்கைப் பயிற்சி, மெய்வழிப் பயிற்சி என்பது முன்னால் கூறப்பட்டுள்ளது. அத்தகைய பயிற்சியில் கண்ணுங் கருத்துமா யிருந்து, வளர்ச்சி பெறுவதற்குச் சங்கமேதுணையாகவும், தக்க சூழ்நிலையாகவும் அமைந்திருந்தது. தற்பயிற்சி- தன்னைத் தானேதிருத்திக்கொள்ளல் - என்ற முறைக்குப் போதி மாதவரான புத்தர் பெருமான் காட்டிச் சென்ற அறவழியைப் பற்றிய உபதேசங்கள் முதலில் தெரியவேண்டும். காகிதமும், அச்சு வாகனமும் இல்லாத பண்டைப் பழங் காலத்திலே இவ்வுபதேசப் பொக்கிஷங்களைச் சங்கமே பாதுகாத்து வந்தது; அவைகளுக்குத் தெளிவான உரைகளைத் தயாரித்து வைத்தது. அது மட்டுமன்று. ஆதியில் சுமார் 500 ஆண்டுகள் வரை புத்தருடைய உபதேசங்கள் எழுதாக் கிளவியாகவே பரவி வந்தன. அந்நிலையிலும், அவைகளைத் தொகுத்துத் தக்க முறையில் பாதுகாத்துவந்த பிக்குகளின் பரம்பரை சங்கமாகும்.

வெறும் போதனைகள் மக்களை வெகுதூரம் கொண்டு செல்ல முடியாது. இடையிடையே எழும் சந்தேகங்களுக்கு விளக்கம் கூறவேண்டும்; மயக்கம் ஏற்படும்போது அறிவுச் சுடரைத் தூண்டித் தெளிவிக்க வேண்டும். இந்த உதவிகளைப் பல்லாண்டுகள் பிக்குகளாக விளங்கிப் பயிற்சி பெற்ற தேரர்கள் (ஸ்தவிரர்கள்) செய்து வந்தனர். மேலும் பிக்குகளின் நெறிகளையும், பயிற்சியையும் பற்றி இளைஞர்கள் சிறு வயதிலேயே நேரில் பார்த்துத் தெரிந்து கொள்ளவும் சங்கம் உதவி வந்தது. இலங்கை, பர்மா முதலிய நாடுகளில் சங்கம் பொது மக்களின் கல்விக்கும் இடைவிடாது தொண்டு புரிந்து வந்திருக்கிறது.

துறவு வாழ்க்கையை மேற்கொண்ட பிக்குகள் தங்கள் உடை, உணவு, உறையுள் முதலியவற்றிற்காக நாள்தோறும் கவலை கொண்டு திரியாமல், அவர்கள் உயர்தர வாழ்க்கையில் பயிற்சி பெறுவதையே தொழிலாய்க் கொண்டிருக்கச் சங்கமும் பேருதவியாக விளங்கிவந்தது.

பௌத்த சங்கம் குருமார்களுடைய கூட்டமன்று; அதில் பூசாரிகளும், புரோகிதர்களும் இல்லை; அது பயிற்சி பெறும் துறவிகளின் கூட்டமேயாகும். எத்தனை ஆண்டுகளாகப் பயிற்சி பெற்று வந்தார்கள் என்பதையும், விநய ஒழுக்கத்தில் எவ்வளவு முன்னேறியிருந்தார்கள் என்பதையும் ஆதாரமாய்க் கொண்டே பிக்குகள் மதிக்கப் பெற்று வந்தார்கள்.

சங்கத்தின் பெருமை சங்கத்தின் ஆரம்ப காலத்திலிருந்தே பிக்குகளுக்குச் சமூகத்தில் மிக உயர்ந்த மதிப்பு இருந்து வந்தது. பிக்குகளும், பிக்குணிகளும் பாடிய பாடல்கள் அடங்கிய 'தேரகாதை', 'தேரிகாதை' ஆகியவற்றிலும், பிறநூல்களிலும், சரித்திரங்களிலும் இதைப்பற்றி விரிவாகக் காண முடிகின்றது.

'தேரிகாதை'யில் ஒருதந்தைக்கும் மகளுக்கும் நிகழ்ந்த உரையாடலாக ஓர் அரிய பாடல் உளது. ஆரம்பக்காலத்தில் சங்கம் பெற்றிருந்த மகோன்னத நிலையை அது அழகாகச் சித்தரித்துக் காட்டுகின்றது. அதன் கருத்து வருமாறு:

தந்தை - ரோகிணீ! 'புனிதமான பிக்குகளைப்பார், தந்தாய்!' என்று நான் தூங்கும் பொழுதுகூட எழுப்பிக் கூறுகின்றாயே! எந்நேரமும் அவர்கள் புகழையே பாடுகின்றாய்! மகளே, நீயும் அவர்களோடு சேரப்போகின்றாயா? நான் தேடிவைத்திருப்பதி லிருந்து எடுத்து அவர்களுக்கு உணவளிக்கிறாய். இந்தத் துறவிகளிடம் உனக்கு ஏன் இவ்வளவு பற்று? காக

உழைத்துப் பாடுபடும் உத்தமர்களின் உணவைத் தின்று கொழுத்திருக்கும் ஒன்றுக்கும் உதவாத சோம்பேறிக் கூட்டம் இவர்கள்! பிச்சைக்காரர்களாகிய இவர்கள் நேர்த்தியான உணவில் மட்டும் ஆசையுள்ளவர்கள். மகளே, இவர்களிடம் உனக்கு ஏன் இவ்வளவு பற்று என்பதை என்னிடம் சொல்லு!

மகள் - அப்பா! எத்தனையோ முறை நீ என்னிடம் இப்படிக் கேட்டாயிற்று. இப்பொழுது சொல்கிறேன் அவர்கள் செய்யும் உன்னத வேலையைப்பற்றி; அவர்கள் உண்மை யிலேயே தலைசிறந்த வேலை செய்பவர்களே; துவேஷத்தையும் ஆசையையும் எதிர்த்து அவர்கள் சளைக்காமல் எப்பொழுதும் போர் செய்து கொண்டேயிருக்கிறார்கள்!

அவர்களை நான் நேசித்தலா கூடாது? அவர்ளுடைய வேலை புனிதமானது; சிந்தனையிலும், மொழியிலும், செயலிலும் அது புண்ணியமானது; கடல் முத்து அல்லது வெண் சங்கைப் போல் அது பரிசுத்தமானது, பிரகாசமானது; துவேஷம், மடிமை, பேராசை ஆகிய கறைகளில்லாத வேலை அது.

தருமத்தை அவர்கள் நன்கு அறிந்திருக்கிறார்கள். அவர்கள் உபதேசிக்கும் தரும முறைப்படியே தாங்களும் நடந்து வருகிறார்கள். கல்வி நிறைந்து, புலன்களை அடக்கி, எப்பொழுதும் அவர்கள் விழிப்போடு விளங்குகிறார்கள்.

அவர்களையா நான் நேசிக்கக்கூடாது? அவர்கள் வெளியே அலைந்து திரிகிறார்கள்; எவ்வளவு அறிவுடன், எவ்வளவு தாழ்மையுடன், எவ்வளவு விநயமாக அவர்கள் நடந்து செல்கிறார்கள்! ஒவ்வொரு துக்கத்தையும், சோகத்தையும் முடிவு கண்டவர்கள் அவர்கள்! அப்பா, அவர்கள் கிராமத்துத் தெருவில் அடிவைத்துச் செல்லும் அழகினைப் பார்!

கவிழ்ந்த (முகத்துடன்) கண்கள் தரையைப் பார்க்கின்றன; அவர்களின் நடை அளவோடு உறுதியாகவுள்ளது. இடது புறமோ, வலதுபுறமோ திரும்பிப் பாராமல், அவர்கள் தியானம் செய்கிறார்கள். அழிந்து மறையக்கூடிய செல்வத்தை அவர்கள் மண்ணுலகில் சேர்த்து வைப்பதில்லை; அவர்களுடைய உள்ளொளி உன்னதமானது!

அவர்கள் ஏழைகளே, ஆயினும் தங்கத்தையும் வெள்ளியையும் தீண்டுவதில்லை. அவர்களுடைய சொற்பத்தேவைகள் அன்றாடம் பூர்த்தியாகிவிடுகின்றன. அவர்கள் எத்தனையோ நாடுகள் நகரங்களிலிருந்து சங்கத்தில் வந்து சேருகின்றனர்;

அன்புமயமான செயல்களே அவர்களைப் - புனித முறையிலே ஒன்றுசேர்த்துப் பிணித்திருக்கின்றன.

தந்தை - பெண்ணே, நீ பிறந்த நாள் அதிருஷ்ட நாள் தான்! திரிசரணங்களில் உனது நம்பிக்கை உறுதியாக அமைந்துள்ளது. இவர்கள் செய்வதும் ஒருவகை விவசாயமே! இதிலே நல்ல விளைவு கண்டிருக்கிறது. உண்மையான மதிப்புயர்ந்த இத்தத் துறவிகளுக்கு நானும் ஊழியம் செய்கிறேன்! அத்தகைய ஊழியம் பன்மடங்கு பயனளிக்கும்!

மகள் - அப்பா! விரைவாகச் சென்று புத்தர் பெருமானைச் சரணடைவாயாக! அவர் உபதேசங்களைக் கேட்டுத் தீமைகளையெல்லாம் களைந்துவிடுவாயாக!

தந்தை - இதோ நேராகப் புத்தரிடம் சரணடையச் செல்கிறேன்! அவர் போதனைகளைப் பிக்குகளிடம் கேட்கிறேன்! நானும் தரும விதிகளைக் கடைபிடித்து, மண்ணுலகில் தலைசிறந்த இன்பத்தைப் பெறுகிறேன்!

(பின்னால்)

இதற்கு முன்னால் நான் பிறப்பினால் மட்டும் பிராமணனா யிருந்தேன், இன்று நான் உண்மைப் பிராமணனாக ஆகிவிட்டேன்!

சங்க விதிகள்

'திரிபிடகங்கள்' என்ற மூன்று பிரிவுகளான பௌத்தத் திருமுறைகளிலே சங்கத்திற்குரிய விதிகள் மட்டும் ஒரு தனிப் பிரிவாகும். அதுவே விநய பிடகம். பௌத்தர்களுக்கு அது மிக மிக முக்கியமானது. விநய பிடகத்தில் ஐந்து பெரு நூல்கள் அடங்கியிருக்கின்றன. அவை 'மகா விபங்கம்', 'பிக்குணிவிபங்கம்', 'மகாவக்கம்' 'சுள்ள வக்கம்', 'பரிவாரம்' என்பவை. விநிய பிடகத்தில் பிக்குகளின் ஒழுக்க நியமங்களைத் தொகுத்துக் கூறும் பகுதி 'பாதி-மொக்கம் (பிராதி மோட்சம்)' என்பது. பிக்குகள் இதிலுள்ள விதிகளை நன்றாக அறிந்திருக்க வேண்டும். மாதத்திற்கு இருமுறை சங்கத்திலுள்ள பிக்குகள் ஒன்றாகக்

கூடியிருக்கையில், பாதி-மொக்கத்தை எல்லோரும் ஓதுவதுண்டு. ‘மகா விபங்கம்’ இதன் விதிகளுக்கு விரிவுரையாக அமைந்துள்ளது. விநய பிடகத்தோடு அதைவிடப் பெரிதாக அமைந்துள்ள அதன் வியாக்கியானத்தையும் பிக்குகள் கற்றுணர வேண்டும். பிக்குகளுக்குப் பாதி- மொக்கம் அமைந்திருப்பது போலவே, பிக்குணிகளுக்குரிய விதிகளைப் ‘பிக்குணி விபங்க’த்திலே காணலாம்.

ஒவ்வொரு பிக்குவும் கடைப்பிடிக்க வேண்டிய விதிகள் 227 என்று வகுக்கப்பெற்றுள்ளன. இவைகளைத் தவிர, பௌத்த மடாலயங்களின் தலைவர்களான தேரர்கள் அவ்வப்போது கூறும் நியமங்களையும் பிக்கு ஏற்று நடந்துகொள்ள வேண்டும்.

புத்தர் காலத்தில் பிக்குகள் சங்கம், பிக்குணிகள் சங்கம் என்று சங்கம் இரண்டு பிரிவுகளாகச் செயற்பட்டு வந்தது. சுமார் 500 ஆண்டுகளுக்குப் பின்னால், பிக்குணிகள் சங்கம் நிறுத்தப்பட்டு விட்டது. அதன் பின்னர் இன்றளவும் பிக்குள் சங்கம் மட்டுமே நடந்துவருகின்றது.

பிக்குகள் சங்கத்தில் இரண்டு வகையான உறுப்பினர்கள் இருப்பார்கள். ஏழிலிருந்து இருபது வயதுக்கு உட்பட்ட வித்தியார்த்திகள் முதல் வகையினர். இரண்டாம் வகையினர் இருபது வயதும் அதற்கு மேற்பட்டுமுள்ள பிக்குகள். வித்தியார்த்திகள் கொல்லாமை முதலிய பத்துச் சீலங்களையும் மேற்கொண்டு ஒழுகி வரவேண்டும். பர்மாவில் ஒவ்வொரு சிறுவனும் ஏழிலிருந்து இருபது வயதுக்குள், எப்பொழுதாவது பௌத்த மடத்திற்குச் சென்று தங்கியிருந்து, வித்தியார்த்தியாகப் பயிற்சி பெறுவது இன்றும் வழக்கமாயுள்ளது. ஆனால் இதற்குப் பெற்றோர்கள் அல்லது போஷகர்களுடைய அநுமதி வேண்டும். சங்கத்தில் ஒருமுறை சேர்ந்தபிறகு அவர்கள் எப்போது வேண்டுமாயினும் அதைவிட்டு வெளியேறலாம். வித்தியார்த்திகளும் மற்றப்பிக்குகளைப் போலவே மஞ்சள் நிறமானசீவர ஆடை புனைந்து கொள்வார்கள். ஒவ்வொரு நாளும் நண்பகலுக்கு முன்னால் பிக்குகளோடு ஒரே வேளை

உணவருந்துவார்கள். அவர்கள் மடாலயங்களில் பிக்குகளுக்குத் தொண்டு செய்வதும், தண்ணீர் கொண்டுவருதல், தரையைச் சுத்தம் செய்தல் முதலிய ஊழியங்களைச் செய்வதும், வெளியே தெருக்களுக்குச்சென்று உணவுப்பிட்சையெடுத்து வருவதும் வழக்கம். வேலை நேரம் போக எஞ்சிய நேரங்களில், பாலி மொழிகற்றல், திரிபிடகங்கள் கற்றல், பெரியோர்களிடம் உபதேசம் கேட்டல் முதலிய நற்காரி யங்களை மேற்கொள்வார்கள். காலையிலும் மாலையிலும் அவர்கள் பிக்குகளோடு கலந்திருந்து திருமுறைகள் ஓதுவார்கள். இருபது வயது நிறைந்த பிறகு, அவர்கள் முழுத்துறவிகளாகிப் பிக்குகள் என்று அழைக்கப் பெறுவார்கள். பிக்குளாகச் சங்கத்திலே சேருவோர் உடனேயே அங்கீகரிக்கப் பெற்ற துறவிகளா கிறார்கள். சில குறிப்பிட்ட நோயுள்ளவர்கள், கடன்பட்டிருப் பவர்கள், அரச சேவையிலிருப்பவர்கள் ஆகிய சிலருக்கு மட்டும் சங்கத்திற் சேர அநுமதியில்லை. சங்கத்தில் பத்து ஆண்டுகளுக்குக் குறையாமல் துறவியாயிருந்த பிக்குவைத் தேரர் (ஸ்தவிரர்) என்று அழைப்பார்கள். அத்தகைய தேரரே புதிதாய்ச் சங்கத்திற்கு வருகிறவர்களைச் சேர்த்துக் கொள்ள வேண்டும்.

ஒருவர் சங்கத்தில் பிக்குவாகச் சேர்வதைப் பிரவ்ரஜ்யை (பாலியில் பப்பஜ்ஜா) என்று சொல்வார்கள் - அதாவது உலகைத் துறத்தல், அல்லது வீடற்ற வாழ்க்கையை மேற்கொள்ளுதலாம். இது முதற்படி. இதிலேயிருந்து பயிற்சி பெற்ற பின், உபஸம்பதை என்ற முழுத் தீக்கை பெற்று முழுத் துறவியாகலாம். உபஸம்பதையே பௌத்த சங்கத்தின் உறுப்பினராவதைக் குறிக்கும். வெகு சிலருக்கு மட்டும் பிரவ்ரஜ்யை, உபஸம்பதை ஆகிய இரண்டு தீக்கைகளும் முதலிலேயே அளிக்கப் பெறுவதும் உண்டு. பிரவ்ரஜ்யைப் படியில் ஏறும்போதே திரிசரணங்களை மூன்று முறை கூறித் தசசீலங்களையும் மேற்கொள்ள வேண்டும்.

பிக்கு எட்டுப் பொருள்களைத் தவிர வேறு எதையும் தன் உடைமையாகக்கொள்ளக்கூடாது. அந்த எட்டும் மூன்று சீவர உடைகள், பிட்சைப் பாத்திரம், இடுப்பில் கட்டும்கச்சை, தண்ணீர்வடிகட்டுவதற்குரிய துணி, தலையை மழித்துக்

கொள்ளத் தக்க கத்தி, கிழிந்த துணிகளைத் தைப்பதற்கான ஊசி ஆகியவை. பிக்கு தலையை முழுதும் முண்டனம் செய்து முகத்தையும் மழித்துக் கொள்வது வழக்கம். மடாலயத்திலுள்ள பிக்குகள் ஒருவருக்கொருவர் இந்த உதவியைச் செய்து கொள்வர். பிக்குகள் உடல் முழுவதையும் மறைத்துத் தங்கள் சீவர உடையால் போர்த்துக் கொள்வார்கள்; வலது தோள் மட்டும் திறந்திருக்கும். அவர்கள் தங்கத்தையோ, வெள்ளியையோ, பணத்தையோ தீண்டக்கூடாது.

பிக்குகள் பிட்சை எடுத்து வந்த உணவையே உண்டு வர வேண்டும். காலையிலிருந்து மதியத்திற்குள் அவர்களுடைய ஒரு வேளை உணவு முடிய வேண்டும். சில சமயங்களில் பௌத்த தருமத்தைச் சேர்ந்த உபாசகர்கள் விரும்பி அழைத்தால்', அவர்களுடைய இல்லங்களிலும் போய் உணவருந்தலாம்.

பிக்குகள் நாள் முழுவதையும் நற்காரியங்களிலேயே கழித்து வருவார்கள். வித்தியார்த்திகளுக்குக் கல்வி போதித்தல், சாத்திர ஆராய்ச்சி, திருமுறைகளைப் பார்த்துப் பிரதிகள் எழுதுதல், பாலிமொழி பயிலுதல் முதலியவை அவர்களுக்குரிய தொழில்கள். பல பிக்குகள் தியானம் செய்து பழகுவதும் உண்டு. பிக்குகள் பௌத்த மடங்களான விகாரைகளிலோ, சோலைகளிலோ, வனங்களிலோ தங்கியிருந்து இவ்வாறு சாந்தியுடன் பயிற்சி செய்து கொண்டிருப்பார்கள்.

ஒரு பிராந்தியத்தில் வசிக்கும் பிக்குகள் அனைவரும் மாதத்தில் இருமுறை ஒரேயிடத்தில் கூடுவார்கள். அமாவாசியை, பௌர்ணமி ஆகிய தினங்கள் இதற்குக் குறிப்பிடப் பெற்றுள்ளன. இப்படிக் கூடுவதற்கு உபவஸதம்[1] என்று பெயர். உபவஸத நாளில் பிக்குகள் கூடிப் பக்தி சிரத்தையோடு திருமுறைகளைப் பாராயணம் செய்வார்கள். இரவில் விளக்கைச் சுற்றியாவரும் அமர்ந்திருப்பார்கள். அப்போது பிராதிமோட்ச நூலில் குறித்துள்ள விநய விதிகள் வாசிக்கப்பெறும். பிக்குகளில் முதன்மையான தேரர் எழுந்திருந்து சங்க விதிகளின்படி முக்கியமான குற்றங்களாகக் கருதக்கூடிய விஷயங்களை

ஒவ்வொன்றாகச்சொல்வார். கூட்டத்தில் எவரேனும் அவைகளில் எந்தக் குற்றத்தையாவது செய்திருந்தால், அவர் அதை அப்போது வெளிப்படையாகக் கூறி மன்னிப்பும் கோரவேண்டும். பிக்குகள் தம் குறைகளைத்தாமே உணர்ந்து சீர்திருந்துவதற்காகப் புத்தர் பிரான் இந்தப் பிராதி மோட்சத்தை ஏற்பாடு செய்திருந்தார். அது 2,500 ஆண்டுகளாக இன்றுவரை, பௌத்தர்களுள்ள இடங்களிலே, அவர்நியமித்த முறையிலேயே நிகழ்ந்து வருகின்றது. பிராதி மோட்சம் (பாதி-மொக்கம்) என்பது ஒருவர் தம் பாவங்கள் அல்லது குற்றங்களிலிருந்து விமோசனம் பெறுதலே. குற்றங்களை மறவாமல் நினைவில் வைத்திருந்து சங்கத்தின் முன்பாகக் கூறுவதில் அவைகளின் பாரம் அல்லது சுமை குறைகின்றது.

சங்கத்திலே நான்கு குற்றங்கள் மிகவும் கொடியவையாகக் கருதப்படும். பிருமசரிய விரதம் (சிற்றின்பத்தை அறவே விலக்கியிருத்தல்) பங்க மாதல், பலாத்காரம் அல்லது ஏமாற்றுச் செய்து பிறர் பொருளை அபகரித்தல், உயிர்க்கொலை (இங்கே முக்கியமாக மானிட உயிரே கருதப்படும்), அருகத்தாகி விட்டதாகவோ, இருத்தி ஆற்றல்களைப் பெற்றிருப்பதாகவோ பொய்யுரைத்தல் ஆகிய நான்குமே அப்பெருங் குற்றங்கள். இவைகளில் ஒரு குற்றத்திற்காக மட்டுமே ஒருவரைச் சங்கத் திலிருந்து வெளியேற்றிவிடலாம்.

பிக்குகளின் ஒழுக்கத்தைக் கண்காணித்து வருவதற்குச் சங்கத்தின் பிராதி மோட்சம் மிக்க உதவியாகின்றது. அதைத் தவிர, பௌத்த நாடுகளில் பொது மக்களும் உன்னிப்பாய்க் கவனித்து வருவார்கள். பர்மாவில் பிக்குவைப் 'பெரும் புகழ்' என்று பொருள் படும் 'புங்கி' என்ற பெயராலேயே மக்கள் குறிப்பிடுவர். பிக்குவை எங்கே கண்டாலும், ஆண்களும் பெண்களும் அவரை வணங்கி மிக்க மரியாதையுடன் நடந்து கொள்வர். பிக்குகள் நடந்து செல்வதற்கு நடை பாவாடை விரிப்பதற்குப் பதிலாகப் பக்தியுள்ள பெண்கள் தங்கள் நீண்ட கூந்தலை அவிழ்த்துத் தரையில் விரித்து, அதன்மீது அவர்களுடைய திருவடிகள் பதியும்படி செய்வார்கள் என்றால்,

அந்நாட்டில் பௌத்தத்துறவிகளுக்குரிய பெருமை நன்கு விளங்கும். ஆனால் பிக்குகள், சில விரதங்களில் நழுவி, ஒழுக்கம் குன்றி நடக்க ஆரம்பித்தால், பொதுமக்களும் அவர்களை மதிக்க மறுத்து விடுவார்கள்.

பிக்குகளின் சங்கத்தைப் போலவே, பிக்குணிகளின் சங்கத் திற்கு உரிய விதிகளையும் புத்தர் பெருமான் நியமித்திருந்தார். அவைகளில் முக்கியமானவை எட்டு. [2]பிற்காலத்தில் பிக்குணி களுக்குச் சங்கம் இல்லாமலே போய்விட்டது.

சங்கத்திலே சேர்ந்து வாழும் பிக்குகளிலே நிருவாண வழியில் நன்கு பயிற்சி பெற்று, உடம்பு உண்மையென்னும் எண்ணத்தையும் (ஸத்காய திருஷ்டி), சந்தேகத்தையும் (வீசிகித்ஸை), பயன் கருதிச் செய்யும் கிரியைகளான சடங்கு களையும் (சீல விரதம்) கைவிட்டு மேலே வந்தவர்களை ஸ்ரோதாபன்னர்(ஸோதாபன்னர்) என்பர்; அதாவது ஆற்றைக் கடக்கும் நோக்கத்துடன் ஆற்றுள் இறங்கி விட்டவர்கள் என்று கருதப்படுவார்கள். அந்த நிலையிலே அவர்களுக்கு மேலும் ஏழு பிறப்புகள் உண்டென்று கூறப்படும். இதற்கு மேல் நிலையிலுள்ளவர்கள் ஸக்ருதாகாமிகள் (ஸகதாகாமிகள்) எனப்படுவர். அவர்களுக்கு மேலும் ஒரு பிறப்பு உண்டு. மூன்றாவதான உயர்ந்த நிலையிலுள்ளவர்கள் அநாகாமிகள், அவர்களுக்கு இனிமேல் பிறப்பில்லை. நான்காவது முடிவானமகோன்னத நிலையிலுள்ளவர்கள் அருகத்துகள் எனப்படுவர்; அவர்கள் பரிபூரணமான பயிற்சி பெற்று விளங்குபவர்கள். அவர்கள் இந்தப் பிறப்போடு நிருவாண நிலைக்கு உரியவர்கள்.

சங்கம் ஒவ்வொரு நாட்டிற்கும் ஒன்றாக இருந்து வருகின்றது. பௌத்த சங்கத்திலே சேர்ந்து வாழும் பிக்குகள், தமக்கு விருப்பமில்லை என்றால், எப்போது வேண்டுமானாலும் அதைவிட்டு விலகி, மீண்டும் இல்லறத்தை மேற்கொள்ளலாம். இதைப் போலவே பயிற்சிகளிலும் அவரவர் சொந்த விருப்பப்படி முயற்சி செய்து கொள்ளலாம். ஆனால் ஒழுக்கத்தை மட்டும் யாவரும் உயிருக்கு மேலாகப் பாவித்து வரவேண்டும்.

'ஒழுக்கத்தின் ஒல்கார் உரவோர், இழுக்கத்தின்
ஏதம் படுபாக் கறிந்து'.

அடிக்குறிப்புகள்

1. உபவஸதம் - பட்டினி, உபவாசம்; இங்கே விரதநாள் என்று கொள்ளலாம்.

2. பிக்குவை வணங்குதல், வசிக்கும் இடம், பிக்குகளிடம் உபதேசம் கேட்டல், வருஷா கால முடிவில் சங்கத்தின் விசாரணைக்கு உட்பட்டிருத்தல், பெருந்தவறுகளுக்குப்பரிகாரம், பயிற்சியின் முடிவு, பிக்குவிடம்பேசாமை, பிக்குவிடம் காட்டும் மரியாதை ஆகியவை பற்றி விதிகள்.

ஏழாம் இயல்
பௌத்தத் திருமுறைகள்

'போதி நீழற்
சோதி பாதம்
காதலால்நின்(று)
ஓதல் நன்றே !'

புத்தர் பெருமான் பரிநிருவாண மடைந்த பிறகு மகா காசியபர், அநுருத்தர், ஆனந்தர், உபாலி முதலியோரும், மற்ற பிக்குகளும், மேற்கொண்டு பெருமானின் போதனைகளைப் பரிசுத்தமாகக்காப்பாற்றி வைத்திருப்பது பற்றிக் கூடிப் பேசினார்கள். உபாலி, ததாகதருக்குப் பின்னால் அவர் அருளிய தருமமே ததாகதர் என்று கருதி, அதை மாசு படாமல் புனிதமாகப் போற்றி வரவேண்டும் என்று கூறினார். 'புத்தர் பெருமானின் உபதேசங்களின் உட்பொருளைக் கைவிட்டுவிட்டு, அவருடைய தாதுக்களுக்காகத் தகோபாக்களை நிறுவுவதில் என்ன பயன் உண்டு?' என்றும் அவர்வினவினார். அநுருத்தர் எழுந்து நின்று, சத்தியமே உருவாகி வந்தவர்கௌதம சித்தார்த்தர் என்றும், அவர் தோன்று முன்பும் இந்த உலகிலே உண்மையிருந்து வந்தது என்றும், அவருக்குப் பின்னாலும் அது நிலைத்து நிற்கும் என்றும் அவரே கூறியுள்ளார் என்றும் பேசினார். 'நாம் சத்தியத்திற்கு மரியாதை செய்வோம்; சத்தியத்தை ஆராய்ந்து எடுத்துக் கூறுவோம்; சத்தியத்திற்குப் பணிந்து நடப்போம். எனெனில் சத்தியமே நமது குருநாதரும், தலைவரும், பிரபுவுமானபுத்தர்!' என்று அவர் உருக்கத் தோடு கூறினார். மகாகாசியபர், புத்தர் பிரான் தருமமாகிய காயத் தோடு (உடலோடு) விளங்குகிறார்

என்பதை விளக்கிச் சொன்னார். பெருமானுடைய வாழ்க்கை நிகழ்ச்சிகளையும், உபதேசங்களையும், வரலாறுகளையும் சங்கம் பாதுகாத்து வைத்துக்கொண்டிரா விட்டால், பிற்காலத்துச் சந்ததியார்கள் மாபெரும் முனிவராகிய சாக்கிய முனிவரைப் பற்றி எதுவும் அறிந்துகொள்ள வழியில்லாமற் போய்விடும் என்று அவர் எச்சரிக்கை செய்தார்.

அப்போது பிக்குகள் அனைவரும் பிற்காலத்துச் சந்ததியார்களுக்காகப் புத்தபகவரின் கொள்கைகளையும், தத்துவங்களையும், விதிகளையும், அவைகளில் கலப்பு ஏற்படாதபடி, புனிதமான நிலையில் முறைப்படுத்தி வைப்பதற்காக விரைவிலே இராஜகிருக நகரில் 500 பிக்குகளைப் பிரதிநிதிகளாகக் கொண்ட மகாநாட்டைக் கூட்ட வேண்டும் என்று தீர்மானித்தனர்.

முதல் மகாநாடு

அந்தத் தீர்மானத்தின்படி நான்கு மாதங்களுக்குப் பின் இராஜகிருக நகருக்கு அருகிலிருந்த ஸத்தபனி மலைக்குகையிலே பௌத்த பிக்குகளின் முதலாவது மகாநாடு கூடிற்று. மகாகாசியபர் அதற்குத்தலைமை வகித்தார். மகத மன்னர் அஜாதசத்துரு அதற்கு வேண்டிய எல்லா உதவிகளையும் செய்து கொடுத்தார். மகாநாட்டில் ஆனந்தர் மேடைமீது ஏறிநின்று, யாவரையும் வணங்கி விட்டுத் தாம் கேள்விப்பட்ட முறையில் புத்தர் பெருமானின் உபதேசங்களைக் கூறிவந்தார். முதலாவதாக அவர் 'தருமசக்கரப் பிரவர்த்தன சூத்திர'த்தை ஓதுகையில் அஜ்ஞாத கௌண்டின்யர், தாம் சாரநாத்தில் மான்தோட்டத்திலே பெருமானுடைய திருவாயிலிருந்து கேட்ட முறையிலேயே அச்சூத்திரம் அமைந்திருந்ததாகவும், அதை முதலில் கேட்டதனால் தமக்கு மேற்கொண்டு பிறப்பை ஒழிக்கும் ஞானம் ஏற்பட்டதாகவும் கூறினார். அப்போது பெருமானின் நினைவு வந்ததால், அவர்சிறிது நேரம் மெய்மறந்து விழுந்து விட்டார். மேற்கொண்டு ஆனந்தர் கூறி வந்த சூத்திரங்களை மகாகாசியபரும், கூடியிருந்த பிக்குகள் அனைவரும் சரிதான்

என்று ஏற்றுக் கொண்டபிறகு, மற்ற சூத்திரங்களும் வரிசையாகக் கூறப் பெற்றன. ஆனந்தர் கூறியவைகளைத் தொகுத்து, அவதானங்கள் பற்றிவை, கந்தங்கள் பற்றியவை, இருத்தி ஆற்றல்கள் பற்றியவை, புத்தரின் விளக்கங்கள் என்றவாறு சூத்திரங்கள் பிரிக்கப் பெற்றன. சில தொகுதிகள் நீளத்தை வைத்துத் தீக (நீண்டது) என்றும், மஜ்ஜிம (மத்திமம் அல்லது நடுத்தரமானது) என்றும், சுள்ள (குள்ளமானது) என்றும் பிரிக்கப் பெற்றன. பாடல்களாக உள்ளவை வேறுபடுத்தப் பெற்றன. ஆனந்தர் கூறியவை தருமம் சம்பந்தமான சூத்திரங்களே. அவைகள் 'சுத்த பிடகம் (சூத்திரபிடகம்)' என்ற தலைப்பில் பல பகுதிகளுள்ள ஒரே தொகுப்பாக்கப் பெற்றன. சுத்தம் (பாலி) என்பது சூத்திரம்; பஞ்சினால் நூற்கும் நூலைச் சூத்திரம் என்பது போல், கருத்துக்களைச்சுருக்கமாகக்கூறும் வாசகங்களுக்கும் சூத்திரங்கள் என்று பெயருண்டாயிற்று. பின்னால் பல சூத்திரங் களைக்கொண்ட நூலுக்கும் சூத்திரம் என்று பெயருண்டாயிற்று.

ஆனந்தரைப் போல உபாலி, விநய ஒழுக்கங்கள் பற்றிய சூத்திரங்களை ஓதினார். அவை அனைத்தும் சரியாயிருந்ததால், சபையோர் கேட்டு ஏற்றுக்கொண்டனர். அவை 'விநய பிடகம்' என்ற நூலாகத்தொகுக்கப் பெற்றன.

கடைசியில் அபிதரும (தருமம் பற்றிய சூத்திரங்களுக்கு விளக்கம்) சூத்திரங்களைத் தலைவர் மகா காசியரே ஓதினார். அவைகளும் அங்கீகரிக்கப்பெற்று 'அபிதரும பிடகம்' என்ற நூலாகத் தொகுக்கப் பெற்றன.

இவ்வாறு பௌத்த பிக்குகளின் முதல் மகாநாட்டிலே திரிபிடகங்கள் தொகுதிகளாகத் தொகுக்கப்பெற்றன. அப்போது முதலில் தருமம், விநயம் ஆகிய இரண்டு பிடகங்களே தொகுக்கப் பெற்றதாயும், பின்னால் அந்த இரண்டுமே மூன்றாகப் பிரிக்கப் பெற்றன என்றும் சொல்லப்படுகின்றது. சூத்திரங்களைத் தொகுக்கும் பணியிலே முதன்மையாயிருந்தவர்கள் அனைவரும் புத்தர்பெரு மானுடன்பல்லாண்டுகள் வாழ்ந்திருந்தவர்கள்.

இரண்டாம் மகாநாடு

முதல் மகாநாட்டிலிருந்து ஒரு நூற்றாண்டுக்குப் பின் பிக்கு களின் சங்கத்திலே புதிதாகத் தோன்றிய சில பழக்கங்களை நீக்க வேண்டும் என்று முயற்சி செய்யப்பட்டது. பெரும்பாலான பிக்குகள் பழைய விதிகளின் புனிதத்திற்குப் பாதகமானவை களைக் களைந்துவிட வேண்டும் என்று தீர்மானித்தனர். ஆனால் வேறு பல பிக்குகள் அதை எதிர்த்தனர். அந்நிலையில் வைசாலி நகரில் 700 பிக்குகளைக் கொண்ட மகாநாடு கூடி, எட்டு மாதங்கள் ஆராய்ச்சிகளும் விவாதங்களும் நிகழ்ந்த பின், புதியன புகுவதைத் தடுக்கவேண்டும் என்று தீர்மானிக்கப் பெற்றது. இந்த முடிவை ஏற்றுக் கொள்ளாத பதினாயிரம் பிக்குகள் பழைய சங்கத்திலிருந்து தனியாகப் பிரிந்து சென்று விட்டனர்.

மூன்றாம் மகாநாடு

இதற்குப் பின்னால் சுமார் 125 ஆண்டுகள் கழிந்த பிறகு, அசோக சக்ரவர்த்தி காலத்தில், அவருடைய மகத சாம்ராஜ்யத்தின் தலைநகரான பாடலிபுரத்தில் பிக்குகளின் மூன்றாம் மகாநாடு நடத்தப்பெற்றது. அதிலும் குறைபாடுகள், கலப்புக்கள் யாவும் நீக்கப்பெற்றுத் திரிபிடகங்கள் பரிசுத்த நிலையில் வைக்கப் பெற்றன. அந்த மகாநாட்டைச் சக்கரவர்த்தியே கூட இருந்து சிறப்பாக நடத்தி வைத்தார்.

நான்காம் மகாநாடு

இதற்கு இரண்டு நூற்றாண்டுகட்குப் பிறகு கனிஷ்க சக்கரவர்த்தி காலத்தில் நான்காவது முறையாக ஒரு மகாநாடும் நடத்தப்பெற்றது.

கிறிஸ்துநாதர் பிறப்பதற்குச் சில வருடங்களுக்கு முன்னால் இலங்கைத் தீவை ஆண்டுவந்த வட்டகாமினி அபயன் காலத்திலேதான் திரிபிடகங்கள் எழுத்தில் எழுதி வைக்கப் பட்டதாக இலங்கை வரலாறுகள் கூறுகின்றன.

பௌத்த சமயப் பிரிவுகள்

மகத நாட்டில் புத்தர் காலத்தில் வழங்கிவந்த அர்த்தமாகதி என்ற பாலிமொழியிலேயே அவர் பேசியும் உபதேசித்தும் வந்தார். அதற்கு முன்னால் சமய சம்பந்தமான விஷயங்கள் யாவும் வடமொழியாகிய சமஸ்கிருதத்திலேயே கூறப்பெற்று வந்தன. ஆனால் புத்தர், மக்கள் பேசும் மொழியிலேயே, எல்லோரும் புரிந்து கொள்ளும்படி உபதேசம் செய்து வந்தார். எனவே திரிபிடகங்கள் பாலி மொழியிலேயே அமைந்துள்ளன.

திரிபிடகங்களையே ஆதாரமாய்க் கொண்டு அவைகளை ஓதி, அவைகளின்படி நடந்துவரும் பௌத்தர்கள் இலங்கை, பர்மா, தாய்லாந்து முதலிய நாடுகளிலே வசித்து வருகிறார்கள். அவர்கள் பின்பற்றும் பௌத்த தருமத்திற்குத் தேரவாத பௌத்தம் (தேரர்களுடைய பௌத்தம்) என்று பெயர்.

பிற்காலத்தில் வட இந்தியாவில் பௌத்த தருமத்தைப் பற்றியும், புத்தர் சரித்திரம் பற்றியும் வடமொழியிலே பல நூல்கள் தோன்றின. பௌத்தர்களிலே ஒரு பிரிவினர் தேரவாத பௌத்தம் பூரணமானதன்று என்று கருதிப் புதிய கருத்துக்களையும், தத்துவங்களையும் ஆராய்ந்து தமது தருமத்தோடு சேர்த்துக் கொண்டனர். இவர்களுடைய பௌத்த தருமத்திற்கு மகாயான பௌத்தம் என்று பெயர். மகாயானம் என்பதற்குப் பெரிய அல்லது மேலானவாகனம் என்றும் சொல்வதுண்டு. நிருவாணப் பேற்றுக்கு அழைத்துச்செல்லும் மேலானவாகனம் மகாயானம் என்பதே கருத்து. திபேத்து, சீனா, ஜப்பான் முதலிய நாடுகளிலுள்ள பௌத்தர்கள் மகாயானத்தைச் சேர்ந்தவர்கள். மகாயான பௌத்தர்கள், தேரவாத பௌத்தம் தம்முடைய தருமத்திலும் குறைந்தது. குறைபாடுள்ளது என்ற கருத்தில் அதை ஹீனயானம் (சிறிய அல்லது தாழ்ந்த வாகனம்) என்று குறிப்பிடுவார்கள். ஆனால் தேரவாத பௌத்தர்கள் அந்தப் பெயரை ஏற்றுக்கொள்வதில்லை.

தேரவாத பௌத்தமே புத்தர் பெருமானின் மூல உபதேசங்களை அப்படியே போற்றிப் பின்பற்றி வருவது.

மகாயான பௌத்தர்கள், புத்தர் பிரான் வெளிப்படையாக மக்களுக்குக் கூறிய செய்திகளையும் உபதேசங்களையும் மட்டுமே தேரவாதம் அடிப் படையாகக் கொண்டிருப்பதாயும், அவர் தம் அந்தரங்கச் சீடர்களான உயர்ந்த படியிலுள்ள பிக்கு களுக்குச் செய்த உபதேசங்களைத் தாங்கள் பின்பற்றுவதாயும், பெருமானின் உபதேசங்களின் உட்கருத்தை அறிந்து தாங்கள் நடந்து வருவதாயும் கூறுவர்.

மகாயானம் வேதாந்திகளுடைய அத்வைதக் கொள்கைக்கு நிகராகக் கருதப்படுவது. அதைக்கொண்டே வேதாந்தத்தை ஆதாரமாய்க்கொண்ட அத்வைதிகளை மற்ற சித்தாந்தத் தலைவர்கள் 'பிரச்சன்ன பௌத்தர்கள் - (மறைமுகமான பௌத்தர்கள்)' என்று கூறுவதுண்டு. மகாயானத்தில் சமயங் களுக்கு வேண்டிய கோட்பாடுகளும், கிரியைகளும் சேர்த்துக் கொள்ளப் பெற்றன. தத்துவ விசாரங்களும் அதில் அதிகமுண்டு. தனித்தனியாக மனிதர்கள் முயற்சி செய்து முக்திபெற இயலாது என்றும், ஜீவராசிகள் அனைத்தையும் கருத்திற்கொண்டே ஒவ்வொருவரும் முயற்சி செய்ய வேண்டும் என்றும் மகாயானம் வற்புறுத்தும். சுருக்கமாய்ச் சொன்னால், அது வேதாந்தம், இஸ்லாத்தில் ஸூபிகளின் கொள்கை, தென்னாட்டுச் சித்தர்களின் கூடமான சித்தாந்தங்கள் ஆகியவற்றைப் போன்றது எனலாம். எனவே பௌத்தம் வாழ்க்கை நெறி அல்லது தருமம் என்ற நிலை மாறி, மகாயானத்தில் அது ஒரு பூரணமான சமயமாக அமைந்துளது. சிலை வணக்கம் உட்படப் பலவித வணக்க முறைகளுக்கும் அது இடம் கொடுக்கும். அது புத்தரைத் தெய்வீக நிலைக்கு உயர்த்திக் கூறும். மொத்தத்தில் மகாயானம் மக்களின் மனத்தைக் கவரக்கூடிய பல அம்சங்களையும் தன்னுள்ளே கொண்டது.

தேரவாத பௌத்தம், ஒவ்வொரு மனிதனும் தனக்குத் தானே தீபமாயிருந்து, தானே இடைவிடாது முக்திக்கு முயற்சி செய்து வரவேண்டும் என்று கருதுவது. நம்பிக்கையைவிட அதற்கு ஒழுக்கமே பிரதானம், வெளியிலிருந்து புதுத் தத்துவங்கள் தன்னுள் கலந்துவிடக் கூடாது என்பதில் அது

கண்ணும் கருத்துமாயிருந்து வருவது. புத்தர் பெருமானை அது எவ்வளவு உயர்வாகப் போற்றி வந்த போதிலும் அவரும் மனிதரே என்ற கொள்கையைப் புறக்கணிப்பதில்லை.

மகாயானத்தைப் பின்பற்றுவோரிலும் இரண்டு பிரிவுகள் உண்டு. ஒரு பிரிவினர் மாத்தியமிகர், மற்றொரு பிரிவினர் யோகா சாரர். இதேபோலத் தேரவாதத்தைப் பின்பற்றுவோரிலும் சௌத் திராந்திகர், வைபாஷிகர் என்ற இரு பிரிவினர் உண்டு.

மகாயானம் தேரவாதம் ஆகிய இரண்டு பெரும் பிரிவுகளைத் தவிர பௌத்த சமயத்திலே நாளடைவில் வேறு சில சிறு பிரிவுகளும்[1] ஏற்பட்டிருந்தன. முக்கியமாகப் பௌத்தக் கொள்கைகள் வெளிநாடுகளிலே பரவிய காலங்களில் ஆங்காங்கே நிலவிவந்த பழைய சமயங்களின் கொள்கைகள் சிலவும் அவைகளோடு கலந்து விடுவது இயல்பாயிருந்தது. இவ்வாறு கலப்பினால் தோன்றிய ஒன்றுதான் ஜென் பௌத்தம் என்பது. இது சீனாவிலும் ஜப்பானிலும் பிரபலமாயுள்ளது. 'ஜென்' என்ற ஜப்பானிய மொழிக்குத் தியானம் என்று பொருள். ஜென் பௌத்தம் தியான மார்க்கமாகும். சீனாவில் முன்பு நிலைத்திருந்த 'டாவோ' மதமும் மகாயான பௌத்தமும் கலந்து இது தோன்றியது என்பர். இதை முதலில் சீன தேசத்திலே போதித்தவர் போதி தருமர் என்பவர். இவர் தமிழ் நாட்டில் காஞ்சீபுரத்திலிருந்து பௌத்த மதப் பிரசாரத்திற்காக வெளிநாடுகளுக்குச்சென்றவர்.

போதிதருமருக்கு ஆதாரமாயிருந்த நூல்களுள் 'இலங்காவதார சூத்திரம்' ஒன்று. அதிலே காணப்பெறும் கீழ்க்கண்டவாக்கியங்கள் தியான மார்க்கத்தின் சிறப்பை எடுத்துக்காட்டுபவை: -

'உண்மையை உணராமல் வீணாக விவாதம் செய்வோர் விஞ்ஞானங்களாகிய (உலகியல் அறிவுகளாகிய) காட்டில் அங்கு மிங்கும் அலைந்து திரிந்து, தங்களுடைய "நான்" என்னும் அகம்- பிருமவாதத்திற்கு நியாயம் காட்ட முயன்று மறைந்து விடுவார்கள். உங்களுடைய உள்ளுணர்வின்

அடித்தலத்திலே உணரப்படும் ''அகம்' (அந்தராத்மா) தனது பரிசுத்த நிலையிலுள்ளது; அதுவே ததாகத- கர்ப்பம் (புத்தக் கரு), அது அறிவால் மட்டும் ஆராய்ந்து கொண்டிருப்பவர் காணக்கூடிய தன்று.'

பிற்காலத்தில் சில பௌத்தர்கள் தாந்திரிக முறைகளை மேற்கொண்டு, அவற்றின் மூலம் அரிய சித்துக்களை அடையலாம் என்று முயன்று வந்தனர். அவர்களுடைய முயற்சியால் புத்த வணக்கமும், சக்தியாகக் கருதப்படும் தாராதேவி வணக்கமும், வஜ்ர வணக்கமும் ஏற்பட்டன. இத் தெய்வங்களுக்காகப் பல ஆலயங்களும் அமைக்கப் பெற்றன. பொது மக்களின் உள்ளங் களைக் கவருவதற்கு ஆலயங்கள், சிலைகள், திருவிழாக்கள், ஊர்வலங்கள் முதலியவைகள் மிகவும் பயன்பட்டு வந்தன. இவ்வாறு திபேத்து முதல் சீனாவரையிலும் பௌத்தர்களிடையே சில பகுதியினர் சிலைகள் முதலியவற்றை வணங்குவது வழக்கமாயிற்று. சீனாவிலும் ஜப்பானிலும் அமிதாப புத்தர் என்ற சிலையின் வணக்கம் மிகப் பிரபலமாயிருந்தது. அமிதாப என்றால் அமிதமான, அல்லது எல்லையற்ற பிரபை அல்லது ஜோதி என்று பொருள்.

எந்தச் சமயமும், சித்தாந்தமும் அதை நிறுவும் தலைவருடைய முறைப்படி சிறிது காலம் நிலைத்திருப்பினும், பின்னால் நாளடைவில் அது ம்க்களிடையே பரவும்போது, அது அவர்களுடைய மனப் பண்பாடுகளுக்குத் தக்கபடி பல மாறுதல்களை அடைவது இயற்கை. ஆற்று நீர் தான் பாயும் நிலங்களின் தன்மையைப் பெறுவது போன்றது இது.

இந்திய நாட்டில் தோன்றிய பௌத்த தருமம் சீனநாட்டுக்குச் சென்று எத்தகைய மாறுதலையடைந்தது என்பதற்குச் சீன அறிஞர் ஒருவருடைய கீழ்க்கண்ட உரையைப் பார்த்தால் தெரியவரும்; இது சித்தர்களுடைய வாக்கைப்போலப் பொருட்செறிவுடன் விளங்குகின்றது:

'உள்ளொளி புகழ்ச்சிக்கும் இகழ்ச்சிக்கும் அப்பாற் பட்டது; ஆகாசத்தைப்போல அது எல்லையற்றது, எனினும்

அது இங்கேயே யுள்ளது, நம்முள்ளே உறைவது, தனது தெளிந்த சுடருடன் பூரண மாயுள்ளது.'

'நீ தேடிப்பிடிக்க முயலும் போதுதான் அதை நீ இழந்து விடுகிறாய், உன்னால் அதைப் பற்றிப்பிடிக்க முடியாது, அதைவிட்டு நீவிலகியிருக்கவும் முடியாது, இரண்டும் உன்னால் இயலாத நிலையில், அது தன்வழியே போய்க் கொண்டுதான் இருக்கின்றது.'

'நீ மௌனமாயிருக்கும் போது, அது உரையாடுகின்றது; நீ உரையாடும்போது, அது மௌனத்தில் ஆழ்ந்துவிடுகின்றது.'

'நீதியால் வந்த நெடிய தருமநெறி முற்றிலும் திறந்தே யுள்ளது; அதிலே தடைகள் எதுவுமில்லை.'

திருமுறைகள்

மேலே கூறிய பௌத்த சமயப் பிரிவுகள் ஒவ்வொன் றிற்கும் ஆதாரமான நூல்கள் பல இருக்கின்றன. மகா யானம், தேரவாதம் ஆகிய முக்கியமான இரண்டு பிரிவுகளுக்கும் முறையே வடமொழியிலும், பாலிமொழியிலும் ஆதார நூல்கள் உள்ளன. இவைகளில் பாலியிலுள்ள திரிபிடகங்களே சரித்திர பூர்வமாக முதலில் ஏற்பட்டவை. அவைகளே திருமுறைகள் என்று போற்றப்படுகின்றன.

பிடகங்கள் சுத்த பிடகம், விநய பிடகம், அபிதரும பிடகம் என்று மூன்று தொகுதிகளாயுள்ளன. சுத்த பிடகம் புத்தர் பிரானின் உபதேசங்களைச் சூத்திரங்களாகக் கொண்டது; விநய பிடகம் சங்கத்திற்குரிய ஒழுக்க நியமங்களைக் கொண்டது; அபிதரும பிடகம் சூத்திரங்களுக்குரிய விளக்கங்களையும், மற்றும் நுணுக்கமான தத்துவங்களையும் கொண்டது. முதற்பிடகத்திலுள்ள எல்லாச் சூத்திரங்களுமே உபதேசங்கள் என்று சொல்வதற்கில்லை; அவைகளில் கதைகளும், வரலாறுகளும் கலந்தேயிருக்கின்றன.

சுத்த பிடகம்

தீக நியாகம், மஜ்ஜிம நிகாயம், சம்யுத்த நிகாயம், அங்குத்தர நிகாயம், குத்தக நிகாயம் என்ற ஐந்து நிகாயங்கள் (தொகுதிகள்) சுத்த பிடகத்தில் அடங்கியுள்ளன.

1. தீக நிகாயம்: இது ஒரு நீண்ட தொகுதி. இது சீலக் கந்தவக்கம், மகாவக்கம், பாடிக வக்கம் என்ற மூன்று வக்கங்கள் (பகுதிகள்) உள்ளது.

சீலக்கந்த வக்கத்தில் அருகத்து நிலை அடைவதற்குரிய சீலம், சமாதி, பிரஞ்ஞை முதலியவை கூறப்பட்டிருக்கின்றன. புத்தர் காலத்துப் பிராமணருடைய ஒழுக்க முறைகளில் காணப்பெற்ற தவறுகளையும் குறைகளையும் அவர் எடுத்துக் காட்டிப் பௌத்த பிக்குகள் சீலத்தைப் பேண வேண்டிய முறைகளை விளக்கிக் கூறியுள்ள வாசகங்கள் இந்த வக்கத்திலுள்ள 'பிரம்மஜால சுத்தம்' 'தேவிஜ்ஜசுத்தம்' ஆகிய இரண்டு சுத்தங்களில் இருக்கின்றன. மற்றவைகளில் துறவிகள் அடையும் பேறுகள், உபாசகர்கள் கடமைகள், வைதிக கருமங்களாகிய யாகம் முதலியவை, நால்வகை வாய்மைகள், சாதி முறை, உயிர்ப்பலி மறுப்பு, தெய்விகதரிசனம், உயிர் - உடல் பற்றிய விசாரம், உடலைத் துன்புறுத்தித் தவம் செய்தலைக் கண்டித்தல், ஆன்மா, ஆசிரியர் கடமைகள் முதலிய விஷயங்கள் விவரிக்கப் பெற்றுள்ளன.

மகா வக்கத்தில் பத்துச் சூத்திரங்கள் அமைந்துள்ளன. அவைகளில் புத்தருடைய பூர்வ ஜன்ம வரலாறுகள் சிலவும், காரண - காரியத் தொடர்புகளும், ஆன்மா பற்றிய தத்துவங்களும், புத்தருடைய அந்திம கால நிகழ்ச்சிகளும், அவர் ஓர் இயக்கனுக்குக் கூறிய கதையும், தேவர்கள் புத்தரைத் தரிசித்த வரலாறும், சக்கன் என்னும் தேவனுடைய பத்துக் கேள்விகளுக்கு அவர் கூறிய மறுமொழிகளும், நான்கு தியானங்கள் பற்றியும், பாயாசி என்பவரைச் சங்கத்திலே சேர்த்த விவரமும் குறிக்கப் பட்டுள்ளன. அவைகளில் மிக முக்கியமானது புத்தருடைய அந்திம கால நிகழ்ச்சிகளைக் கூறும் 'மகா - பரி - நிருவாண சூத்திர' மாகும்.

திரிபிடகம்
விநய பிடகம்
(5 புத்தகங்கள்)
சுத்த பிடகம்
(5 தொகுப்புக்கள்)
அபிதரும பிடகம்
(7 புத்தகங்கள்)
சுத்த-விபங்கம்
கந்தகை
பரிவாரம்
மகாவக்கம்
சுள்ளவக்கம்
மகா-விபங்கம்
பிக்குணி-விபங்கம்
தம்ம-சங்கணி
விபங்கம்
தாது-கதை
புக்கல - பண்ணத்தி
கதா - வத்து
யமகம் பட்டானம்
தீக-நிகாயம்
மஜ்ஜிம-நிகாயம்
சம்யுத்த-நிகாயம்
அங்குத்தர-நிகாயம்
குத்தக-நிகாயம்
(15 புத்தகங்கள்)
குத்தக-பாடம் (1)
தம்மபதம் (2)
உதானம் (3)
இதிவுத்தகம் (4)
சுத்தநிபாதம் (5)
விமான-வத்து (6)
பேத-வத்து (7)
தேர-காதை (8)
தேரி-காதை (9)
ஜாதகம் (10)
நித்தேசம் (11)
படிஸம்பிதா மக்கம் (12)
அவதானம் (13)
புத்தவம்சம் (14)
சரியா-பிடகம் (15)

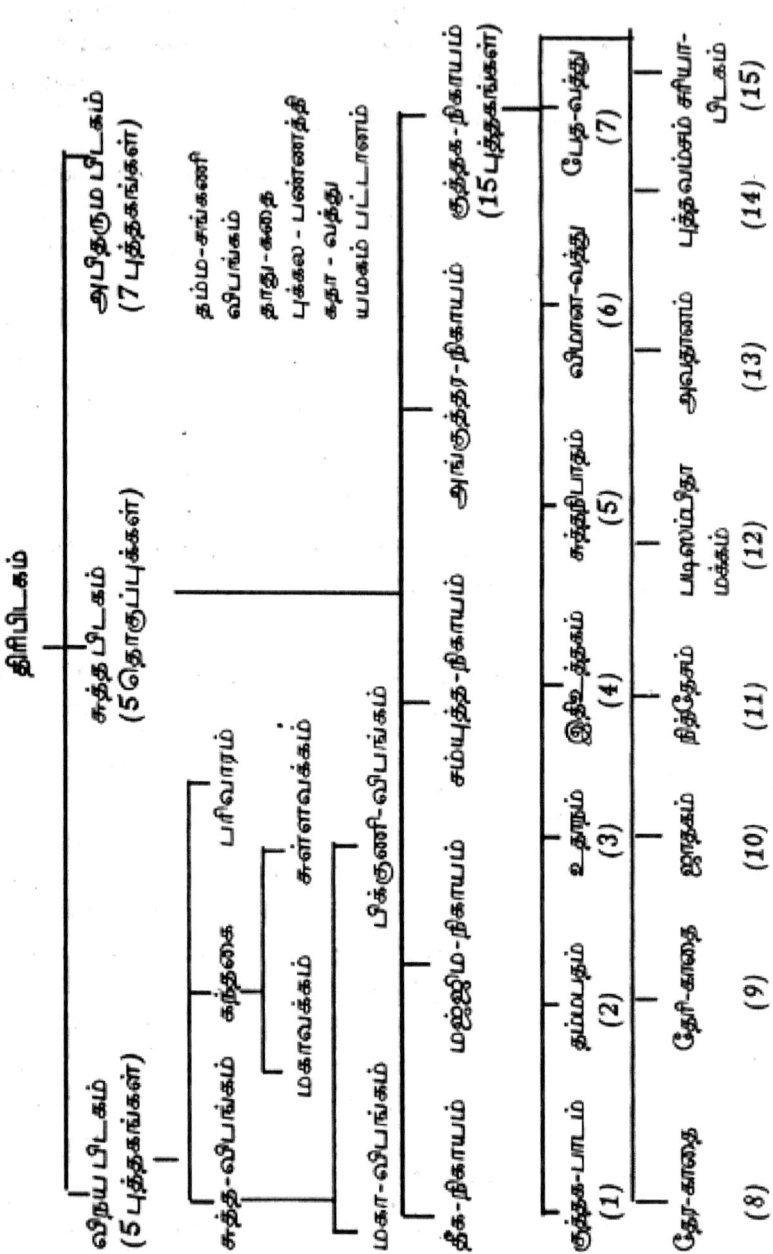

பாடிக வக்கத்தில் பதினோரு சூத்திரங்கள் இருக்கின்றன. பிரபஞ்ச உற்பத்தி, நிக்ரோதருக்கும் புத்தருக்கும் நிகழ்ந்த உரையாடல், மைத்திரேய புத்தரைப்பற்றிய செய்தி, வருணங்கள், ஜைன சமயத் தலைவர் நாதபுத்தருடைய மரணச்செய்தியைக் கேட்டுப் புத்தர் செய்த உபதேசம், மகான்கள், சக்கரவர்த்திகளின் 32 இலக்கணங்கள், சிங்காலனுக்குச் செய்த உபதேசம், பாவா நகரில் சாரீ புத்திரர் செய்த உபதேசம் முதலிய விஷயங்கள் அச்சூத்திரங்களில் விவரிக்கப் பெற்றுள்ளன.

2. மஜ்ஜிம நிகாயம்: இது நடுத்தர நீளமுள்ள தொகுதி. இதில் 15 வக்கங்களாக 152 சூத்திரங்கள் இருக்கின்றன. பௌத்த தருமத்திற்குரிய பல விஷயங்களைப் பற்றிய புத்தருடைய உரையாடல்களும், பிரசங்கங்களும், சாரீ புத்திரர் மௌத் கல்யாயனருடைய சம்பாஷணையும் அடங்கியிருக் கின்றன. சில அழகிய உபதேசக் கதைகளையும் இதிலே காணலாம். அறிவுள்ள ஆயர்கள் தங்கள் பசுக்களையும் கன்றுகளையும் ஆற்றில் இறக்கித் திறமையுடன் மறுகரையில் சேர்ப்பதையும், அறிவற்றவர்கள் அவைகளை வெள்ளத்தோடு போகவிடுதலையும் உபமானங்களாகக் காட்டிப் புத்தர் பிரான் தாம் நல்லாயரைப் போல மக்களைக் கரையேற்றிவிட வந்தவர் என்று ஒரு சூத்திரத்தில் விளக்கிக் கூறியுள்ளார். 'அரிய பரியேசன சூத்திரம்' என்பதில் பெருமான், தாம் அரண்மனையைத் துறந்து, வனம் புகுந்ததையும், இரண்டு ஆசிரியர்களிடம் அறம் கேட்டதையும் விவரித்துள்ளார். கபிலவாஸ்துவில் சங்கத்திற்காக அமைக்கப்பெற்ற ஒரு மண்டபத்தைத் திறந்து வைத்ததும், ஆனந்தர் அப்போது நிகழ்த்திய சொற்பொழிவும் ஒரு சூத்திரத்திலே குறிக்கப் பெற்றுள்ளன. ஒன்றில் பெருமான் பிருமலோகம் போய் வந்த செய்தி கூறப்பட்டிருக் கின்றது. அவர் கோசல மன்னர் பிரசேனஜித்துக்குச் செய்த போதனையும், ஜைனசமயத்தலைவரான்நாத புத்தரால் அனுப்பப் பெற்ற உபாலி அவருடன் செய்த விவாதமும் முடிவில் உபாலி அவரை அடைக்கலமாக ஏற்றுக் கொண்டமையும், கொள்ளைக் காரனாகிய அங்குலி மாலனைப்பெருமான் திருத்தி ஆட்

கொண்டமையும் தனித்தனிச் சூத்திரங்களிலே விவரிக்கப் பெற்றுள்ளன. உயிர்க்கொலை, புலால் உணவு ஆகியவை பற்றிப் புத்தர் ஜீவகருக்குப் போதித்தது 55-ஆவது சூத்திரத்திலுள்ளது. கௌசாம்பியில் ஒரு சமயம் பிக்குகளுக்குள்ளே பிளவுண்டாகி, அதனால் பெருமான் அவர்களை விட்டுப் பிரிந்து சென்றதும், மீண்டும் அவர்கள் அவரையடைந்து மனம் திருந்தியதும் பற்றிய வரலாறு இரண்டு சூத்திரங்களில் அமைந்துள்ளது. மற்றும் ஆஸவங்களை அழிக்கும் வழிகள், பிக்குகள் தருமத்தின் வழித் தோன்றல்களாக விளங்க வேண்டிய முறை, அவர்கள் விரும்பத் தகாத பொருள்கள், ஆசைகள், உணர்ச்சிகள் பற்றிய விளக்கம், மனிதரைப் பிணிக்கும் 'தசசம்யோஜனங்கள்' என்ற விலங்குகள், சிறப்பும் செல்வமும் பெறுதலிலுள்ள அபாயங்கள், கரும நியதி, பிக்குகளின் நியமங்கள், சுவர்க்க நரகங்கள், நால்வகைத் தியானங்கள், சமயக் கொள்கைகள், வனத்தில் ஏகாந்த வாசம், பயிற்சி முறைகள் ஆகியவைகள் பல சூத்திரங்களில் விளக்கப்பெற்றிருக்கின்றன. தலைகளை ரம்பம் கொண்டு அறுக்கும் போதும் பிக்குகள் வெகுளியை விலக்கிப் பொறுமையோடிருக்க வேண்டும் என்று புத்தர் ஒரு சூத்திரத்தில் உபதேசம் செய்திருக்கிறார். மானுக்காக வேடன் காத்திருப்பது போல், மனிதனைப் பற்றிக் கொள்ள மாரன்காத்திருப்பதாக ஓரிடத்தில் அவர்விளக்கியுள்ளார். பிராமணர்களையும் சாதிகளையும் பற்றிப் புத்தருடைய கருத்துக்கள் 91 முதல் 100 வரையுள்ள பத்துச் சூத்திரங்களில் கூறப்பட்டுள்ளன.

3. சம்யுத்த நிகாயம்: இது 56 சம்யுத்தங்களைக் கொண்ட ஐந்து வக்கங்களுள்ளது. ஐந்து வக்கங்களும் ஸகாதாவக்கம், நிதானவக்கம், கந்த வக்கம், சளாயதன வக்கம், [2]மகா வக்கம் என்பவை. ஒன்றோடொன்று தொடர்புடைய சூத்திரங்களைக் கொண்டிருப்பதால் 'சம்யுத்தங்கள்' (இணைப்புள்ளவை) என்று கூறப்பட்டுள்ளன. இந்த நிகாயத்தில் 2889 சூத்திரங்கள் இருக்கின்றன.

புத்தர் பெருமான்காசி நகருக்கு அருகேசாரநாத் என்ற க்ஷேத்திரத்திலே முதன் முதலாகத் தம்முடைய ஐந்து

சீடர்களுக்குத் தரும உபதேசம் செய்து அற ஆழி உருட்டியது பற்றிய தரும சக்கரப் பிரவர்த்தன சூத்திரம்' இதிலேயுள்ளது. மற்றும் சீல விரோதியாகிய மாரன் புத்தரையும், முக்கியமான சீடர்களையும், சில பிக்குணிகளையும், நிருவாண வழியிலிருந்து பிரிக்க முயல்வது பற்றியும், தேவர்களைப் பற்றியும், நீதி நெறி பற்றியும், கந்தங்களைப் பற்றியும், புலன்களைப் பற்றியும், பெண்களின் தன்மைகள் பற்றியும் பல சம்யுத்தங்களில் விரிவாகக் கூறப்பட்டிருக்கின்றன. முதலாவது வக்கத்திலே இனிய பாடல்கள் அமைந்திருக்கின்றன.

4. அங்குத்தர நிகாயம் : இது 11 நிபாதங்கள் என்ற பகுதி களையுடையது; இதில் 2308 சூத்திரங்களுள்ளன. மற்ற நிகாயங்கள் பெரும்பாலும் புத்தரை மனிதராகவே கூறுவனவா யிருக்கையில், இந்த நிகாயத்திலுள்ள சூத்திரங்கள் பல அவரைத்தெய்வமாகவே பாவிக்கும்படி அமைந்திருக்கின்றன. இதிலே தம்பதிகள் வாழ வேண்டிய முறைகளும், பெற்றோர்க்குச் செய்ய வேண்டிய கடமைகளும், பெண்கள் இயல்புகளும், பிறப்பு, இறப்புக்களைப் பற்றிய ஆராய்ச்சிகளும், மற்றும் பெருமானுடைய பல சம்பாஷணைகளும் குறிக்கப் பெற்றுள்ளன.

5. குத்தக நிகாயம் : சிறு நூல்களைப் பெற்றிருப்பதால் இந்த நிகாயத்திற்கு இப்பெயருண்டாயிற்று. இது 15 பிரிவுகளைக் கொண்டது. அவையாவன: குத்தக பாடம், தம்மபதம், உதாநம், இதிஉத்தகம், சுத்தநிபாதம், விமான வத்து, பேத வத்து, தேரகாதை, தேரிகாதை, ஜாதகம், நித்தேசம், படிஸம்பிதா மக்கம், அவதானம், புத்த வம்சம், சரியா பிடகம்.

குத்தக பாடம்: இதில் 9 பிரிவுகள் உண்டு. இதில், 'சரணத்தயம்' (சரணத்திரயம்) என்ற பிரிவில் திரிசரணங்களும், தசசீல விரதங்களும் கூறப்படுகின்றன. உடலின் உறுப்புக்கள் பற்றி இரு பகுதிகளில் கூறப்படுகின்றன. புதிதாகப் பௌத்த தருமத்தை மேற்கொள்ளும் வித்தியார்த்திகள் எளிதாக நினைவில் வைத்துக் கொள்ளக்கூடிய முறையில் பத்துக் கேள்விகளும் பதில்களும் நான்காவது பகுதியாகிய 'குமாரபன்னா - சிறுவர் வினா-விடை' என்பதில் அமைந்துள்ளன. மங்கள சூத்திர'த்தில்

ஒரு தேவனுடைய வினாக்களுக்குப் புத்தர் அளிக்கும் மறுமொழிகள் உள்ளன. 'ரத்ன சூத்திரம்' புத்தர், தருமம், சங்கம் ஆகிய மூன்று இரத்தினங்களின் பெருமையைக் கூறுகின்றது. தென்புலத்தாருக்குச் செய்ய வேண்டிய கடமையும், தானம், நீதி, தன்னடக்கம் ஆகியவையே புதையல் தனம் என்பதும், சகல உயிர்களையும் தாயன்புடன் நேசிக்க வேண்டும் என்பதும் பிற்பகுதியில் விளக்கப்படுகின்றன,

தம்மபதம்: புத்தர் பெருமானின் அரிய உபதேசங்களை ஒரே சிறு நூலில் பார்க்கவேண்டுமென்றால், அதற்குரியது 'தம்மபதம் (தருமபதம்)' என்ற இந்த அற நெறியேயாகும். இதிலுள்ள உப தேசங்கள் சுருக்கமானவை, கவிதைச்சுவை பொருந்தியவை. ஆங்கில மொழியிலே, புகழ்பெற்ற மாக்ஸ்முல்லர், 'பாரத ரத்னம்' ஸர்.எஸ். இராதாகிருஷ்ணன் ஆகியோருடைய மொழி பெயர்ப்புக்கள் உட்பட நாற்பதுக்கு மேற்பட்ட மொழி பெயர்ப்புக்கள் இந்நூலுக்கு இருக்கின்றன. லத்தீன், ஜெர்மன், பிரஞ்சு முதலிய பல ஐரோப்பிய மொழி களிலும், இந்திய மொழிகளிலும், சீன, ஜப்பானிய, சிங்கள மொழிகளிலும் 'தம்மபதம்' பிரபலமாக விளங்குகின்றது.

'தம்மபதத்தில் 423 சூத்திரங்கள் 26 வக்கங்களாக அமைந்துள்ளன. இந்தச் சூத்திரங்கள், புத்தர், பிக்குகள், பிராமணர், ஞானிகள், முனிவர், சான்றோர், பேதையர் ஆகியோர்களைப் பற்றியும், அறியாமை, அவா, பற்று, கோபம், மடிமை, பொய், போலித்துறவு, காமம், பிறர் மனை இச்சித்தல், கூடா நட்பு, தீயொழுக்கம், தண்டனை, பொறுமை, புலனடக்கம், மனத்தூய்மை, கொல்லாமை, இன்பம், களிப்பு, உலகம், ஆன்மா, நிலையாமை, முதுமை, கருமம், கருத்துடைமை, சிந்தனை, தியானம், நட்பு, அன்பு முதலிய பல விஷயங்களைப் பற்றியும் சுருக்கமாகவும் பொருட்செறிவுடனும் எடுத்துக் கூறுகின்றன.

உதானம்: இதில் 8 வக்கங்களில் புத்தருடைய விசேடமான 80 உதானங்கள் என்ற கட்டுரைகள் இருக்கின்றன. உதானம்

என்பதற்கு 'உயிர்க்கப் பெற்றது' என்று பொருள் கூறுவர் - அதாவது புத்தரால் உயிர்க்கப் பெற்றது - கூறப்பெற்றது என்று பொருள்படும்.

இதி உத்தகம்: உரையும் பாட்டும் கலந்து நான்கு நிபாதங்களில் 112 சிறு சூத்திரங்கள் இதில் அமைந்திருக் கின்றன. புத்தர் 'இப்படிக் கூறினார்' என்று குறிப்பதே இதி உத்தகம்.

சுத்த நிபாதம்: இது ஐந்து வக்கங்களுள்ளது. செய்யுளும் வசனமும் இதிலேகலந்து வருகின்றன. புத்தருடைய வரலாற்றுப் பகுதிகள் சிலவற்றை அவரே கூறிய முறையில் இதிலே காணமுடிகின்றது. வேறு பல அரிய விஷயங்களும் இதிலிருப்பதால், இந்த நிபாதம் மிகவும் போற்றப்பெறும் நூலாகும். காசி பாரத்துவாஜர் என்ற அந்தணர் புத்தருக்கு உணவளிக்க மறுக்கையில், பெருமான்தாமும் தொழில் செய்யும் ஓர் உழவர் என்பதை விளக்கிக்கூறுதல் இதிலேயுள்ள சூத்திரமாகும். சுத்த நிபாதம்' என்பதற்குச் சூத்திரங்களின் தொகுதி என்று பொருள்.

விமான வத்து: இது கரும நியதியை விளக்குவதற்காக எழுந்த நூல். தேவர்கள் சிலர், முன்னால் செய்த நற்கருமங்களின் பயனாக விமானங்கள் பெற்ற கதைகளைக்கூறுவதாக இது அமைந்துள்ளது.

பேத வத்து: பிரேதங்கள் (ஆவிகள்) தாங்கள் முன் செய்த பாவங்களின் பயனாக அலைந்து திரிய நேர்ந்ததைக் கூறுவதாக இது அமைந்துள்ளது.

தேர காதை: 284 தேரர்கள் பாடிய பாடல்கள் இதில் தொகுக்கப் பெற்றிருக்கின்றன. பல வாழ்க்கை வரலாறுகளும், அனுபவங்களும் இப்பாடல்களில் உணர்ச்சிச்சித்திரங்களாக அமைந்திருக்கின்றன.

'துயர்களால் வருந்துவோர் நடுவே துயரின்றி நாம் இன்பமாக வாழ்கிறோம்; துயரப்படுவோர் நடுவே நாம்

துயரின்றித் திரிகிறோம்!' என்று புத்தர் பெருமான் 'தம்மபத'த்தில் கூறியுள்ளது போல், பகையும், கவலையும், துயரமும் நீத்த தேரர்கள் அநுபவத்தோடு பாடியுள்ள செய்திகள் மிகவும் இன்பமளிப்பவை, மனச்சாந்தியளிப்பவை.

தேரி காதை: இதுவும் 'தேரகாதை'யைப் போன்ற இனிய கவிதைத் தொகுதி. 100 தேரிகள் பாடிய பாடல்கள் இதில் அமைந்திருக்கின்றன.

ஜாதகம் : புத்தர் போதிசத்துவராயிருந்து பல பிறவி களெடுத்த கதைகளின் தொகுதி இது. பெரிதும் சிறிதுமாக இதில் 574 கதைகளைப் பற்றிய பாடல்கள் இருக்கின்றன; இடையிடையே உரைநடையும் கலந்திருக்கின்றது. பொதுவாக மக்களைப் பற்றியும், விலங்குகள், பறவைகளைப் பற்றியும் பல அரிய கதைகள் இதிலேயுள்ளன. நீதிக் கதைகளும் பல இருக்கின்றன. இந்த அழிகிய கதைத்தொகுதியிலிருந்து பல கதைகள், இந்தியா மட்டுமின்றி, ஐரோப்பிய நாடுகளிலேயும் பரவி, வேறு ஆசிரியர்களின் பெயரால் உலவி வருகின்றன. ஜாதகக் கதைகளிலே தலைசிறந்த காவியமாகக் கருதப்படுவது வெஸ்ஸந்தரன்தான்பெற்றிருந்த செல்வங்களையும், மனைவி, மக்களையும் தானமாகக் கொடுக்கும் கதை. ஜாதகக் கதைகள் பல பிற மொழிகளிலும் மொழிபெயர்க்கப் பெற்றிருக்கின்றன.

நித்தேசம்: சுத்த நிபாதத்தின் முக்கியமான பகுதியில் சிலவற்றிற்கு இது விளக்கமாகும். 'நித்தேசம்' என்பதற்கு விளக்கம் என்று பொருள்.

படிஸம் பிதா மக்கம்: இது பொருள்களைப் பிரித்து அறியும் மார்க்கத்தைக் கூறுவது, இதில் 3 பகுதிகளுண்டு.

அவதானம் : செய்யுள் வடிவில் அருகத்துகளுடைய அரிய செயல்கள் பலவற்றையும், அவர்களுடைய பூர்வ ஜன்ம வரலாறுகளையும் கதைகளாகக் கூறுவது இந்நூல். இதில் சாரீ புத்திரர், மௌத்கல்யாயனர், காசியபர், அநுருத்தர், ஆனந்தர், உபாலி, இராகுலர், புத்தரின் சிற்றன்னை கௌதமி, க்ஷேமை, கிஸா கௌதமி முதலியோருடைய சரித்திரங்களையும் காணலாம்.

'அவதானம்' என்றால் புகழுக்குரிய செயல் அல்லது வீரச் செயலாகும்.

புத்த வம்சம்: இதில் புத்தர் வரலாறும், முந்திய 24 புத்தர்களுடைய சரித்திரங்களும் காணப்பெறுகின்றன.

சரியா பிடகம்: செய்யுள் வடிவான ஜாதகக் கதைகளில் 35 இதிலே சுருக்கி அமைக்கப் பெற்றிருக்கின்றன.

விநய பிடகம்

பிக்குகள், பிக்குணிகளுடைய ஒழுக்கங்களுக்குரிய விதிகளைத் தொகுத்துக் கூறுவது விநய பிடகம்; இதன் 3 பகுதிகள் சுத்த விபங்கம், கந்தகை, பரிவாரம் என்பவை. சுத்த விபங்கத்தில் மகாவிபங்கம், பிக்குணி விபங்கம் என்ற இரு பிரிவுகள் உண்டு. இது போலவே கந்தகையிலும் மகா வக்கம், சுள்ளவக்கம் என்ற இரு பிரிவுகள் உண்டு. 'பரிவாரம்' என்பது ஓர் அநுபந்தமேயாகும். மகாவிபங்கத்தில் பிக்குகளின் குற்றங்கள் பற்றிக் கூறப்பட்டுள்ளது. பிக்குணிவிபங்கத்தில், பிக்குகளுக்குரிய விதிகளைப் போல், பிக்குணிகளுக்குரிய விதிகள் குறிக்கப் பெற்றுள்ளன.

கந்தகையின் முதற் பகுதியான மகா வக்கமும் பிக்குகள், பிக்குணிகளின் ஒழுக்கமுறைகளைக் கூறுவது. புத்த சரித்திர வரலாறுகள் சிலவும் இதிலுள்ளன. இதன் 10 பிரிவுகள் வருமாறு:

1. பிக்குகள் சங்கத்திற்குப் புதிதாக வருபவர்களைச் சேர்த்துக் கொள்ளும் முறை.
2. உபவஸதமும்,[3] பாதி - மொக்கமும் (பிராதி மோட்சமும்).
3. மழைக் காலத்தில் பிக்குகள் ஓரிடத்தில் சேர்ந்து தங்கியிருக்கும் முறை.
4. பாவாரணக்கொண்டாட்டம்.
5. பாதங்களில் அணியும் செருப்புக்கள், ஆசனங்கள், வாகனங்கள் முதலியவை பற்றிய விதிகள்.

6. பிக்குகளுக்குத் தேவையான மருந்து முதலியவை.
7. பிக்குகளுக்குரிய கொண்டாட்டங்கள்.
8. பிக்குகளின் உடைகள்
9. சங்கத்தின் அங்கத்தினர்கள் சம்பந்தமான நீதி முறைகள்
10. சங்கத்திற்கு எதிரான கட்சிகள்.

இவைகளில் இரண்டாவதான பிரிவில் பாதி-மொக்கம் மிகவும் முக்கியமானது. [4]இதிலுள்ள விதிகள் 227.

சுள்ள வக்கத்தில் 12 பகுதிகள் இருக்கின்றன. அவை வருமாறு:

1. சாதாரணக்குற்றங்களுக்குரிய நடவடிக்கைகள்.
2. சீர்திருந்துவதும் கழுவாயும் (பிராயச்சித்தமும்).
3. சீர்திருந்துவதும் கழுவாயும் (பிராயச்சித்தமும்).
4. சங்க உறுப்பினருள் தோன்றும் மனஸ்தாபங்களைத் தீர்த்து வைத்தல்.
5. பிக்குகளின் தினசரி வாழ்க்கை முறை.
6. வசிக்கும் இடங்களும், அங்கு உபயோகிக்கும் சாமான்களும்.
7. சங்கத்துள் ஏற்படும் தகராறுகள்.
8. பிக்குகளில் ஒருவருக்கொருவர் நடந்து கொள்ள வேண்டிய முறைகள்.
9. பாதி-மொக்கக் கூட்டத்திற்கு வராமலிருப்பது பற்றிய நியமங்கள்.
10. பிக்குணிகளின் ஒழுக்க முறைகள்.
11. இராஜகிருகத்தில் நடந்த பிக்குகளின் மகாநாடு.
12. வைசாலியில் நடந்த பிக்குகளின் மகாநாடு.

அபிதரும பிடகம்

சுத்த பிடகத்தில் கூறப்பெற்றுள்ள தருமத்திற்கு இது விளக்கமாக அமைந்திருக்கின்றது. இதில் தத்துவங்களும் கொள்கைகளும் மிகவிரிவான முறையில் வெவ்வேறு தலைப்பு களில் வகுக்கப் பெற்றுள்ளன. இதிலுள்ள வினா-விடைகள் மேலும்பொருள்களை விளக்குவனவாயுள்ளன.

தம்ம சங்காணி, விபங்கம், தாது கதை, புக்கல பண்ணத்தி, கதாவத்து, யமகம், பட்டானம் ஆகிய ஏழு பகுதிகள் அபிதரும பிடகத்தில் இருக்கின்றன.

உடலுக்கும் மனத்திற்குமுள்ள சம்பந்தங்கள், மனோதரும இயல்புகள், குணத்தினால் மனிதர்களிடம் தோன்றும் வேறு பாடுகள், பிற்காலத்திலே தோன்றிய பௌத்தக் கொள்கை களுக்கும், போலி வாதங்களுக்கும் பதில்கள் முதலிய பல விஷயங்கள் இதிலே இடம் பெற்றிருக்கின்றன. இதிலுள்ள முதற் பகுதியான 'தம்ம சங்காணி' ஒரு தரும சங்கிரகமே யாகும். இது மிகவும் புகழ் பெற்றுள்ள பகுதி.

வேறு பாலி நூல்கள்

பிற்காலத்தில் பாலி மொழியில் தோன்றிய பௌத்த நூல்கள் பலப்பல. அவைகளிலே மிகவும்பிரசித்தமானவை 'மிலிந்த பந்ஹா' என்ற மிலிந்தன் பிரச்னைகள், 'விசுத்தி மக்கம்' என்ற விசுத்தி மார்க்கம், 'நெத்திப்பகரணம்', 'நிதானகதை' முதலியவையும், பலவகை வியாக்கியானங்களுமாம்.

அவைகளில் 'மிலிந்தன் பிரச்சனைகள்' (மிலிந்த பந்ஹா) என்ற நூல் பாலி மொழியில் திரிபிடகங்களுக்குப் பின்னால் தோன்றிய நூல்களிலே முதன்மையானது என்று எங்கும் போற்றப் பெறுகின்றது. உண்மையிலே இது பெரும்புகழுக்குரிய நூல்தான். கி. மு. முதல் நூற்றாண்டிலே இந்தியாவின் வடமேற்குப் பகுதியையும் ஆப்கானிஸ் தானத்தையும் ஆண்டுகொண்டிருந்த மிலிந்தன் (மினாந்தர்) என்ற யவன மன்னனுடைய வினாக்களும், பௌத்த பிக்குவான நாகசேனருடைய விடைகளும் இதில்

அடங்கியுள்ளன. மிலிந்தன் அறிவும், ஆற்றலும், அறவழியில் பற்றுமுள்ளவன். அவனுக்கு முன்னாலேயே கிரேக்க நாட்டில் பௌத்த தருமம் பிரசாரம் செய்யப் பெற்றிருந்தது. அத்தருமத்தைப் பற்றி அவன் மனத்தில் பல ஐயப்பாடுகள் நிறைந்திருந்தன. அவைகளை நீக்கி உண்மையை உணர்ந்து கொள்வதற்காக அவன் பல முயற்சிகள் செய்து கொண்டேயிருந்தான். ஆனால் அதற்கேற்ற ஆசிரியர் மட்டும் அகப் படவில்லை. 'இந்தியாவே வெறுமையாய்க் கிடக்கின்றது... என்ஐயங்களைத் தீர்த்து வைக்கும் ஒரு துறவியையோ, பிராமணரையோ காணமுடிய வில்லையே!' என்று அவன் வருந்திக் கொண்டிருந்தான். திடீரென்று ஒரு நாள் மகாமேதையாகிய பிக்கு நாகசேனர் தெருவில் பிட்சையேற்றுக் கொண்டிருக்கையில், அவன் அவருடைய அடக்கத்தையும், முகப்பொலிவையும் கண்டு பரவசமானான். மறுநாள் முதலே ஐந்நூறுயவனர்களை அழைத்துக் கொண்டு அவன் அவரிடம் சென்று விவாதிக்கலானான். விவாதம் 'ராஜவாத' முறையிலன்றிப் 'பண்டிதவாத' முறையிலேயே நிகழ்ந்தது. இறுதியில் மிலிந்தன், ஐயம் திரிபுகள் யாவும் தீர்ந்து, நாகசேனரையே குருநாதராகக் கொண்டு, பௌத்த மும்மணிகளைச் சரணமடைந்தான். பேரருள் வள்ளலான அசோகருக்குப் பின்னால் பௌத்த தருமத்தை வளர்த்து வந்த பெருமை இந்தக் கிரேக்க மன்னனைச் சேர்ந்தது. பிக்குகளுக்காக 'மிலிந்த- விகாரை' ஒன்று அமைத்து, அதை அவன் தன் குருவுக்கு அர்ப்பணித்தான்; பிக்குகளின் சங்கத்திற்குப்பெருந் தொகைகளை அள்ளிக் கொடுத்து வந்தான். பிற்காலத்தில் அவன், தன்மைந்தனிடம் இராஜ்யத்தை ஒப்படைத்து விட்டுத் துறவு பூண்டு, பிக்குவாக வாழ்ந்து, முடிவில் அருகத்து நிலையையும் அடைந்ததாக 'மிலிந்த பந்ஹா' கூறுகின்றது.

'விசுத்திமார்க்கம்' (பரிசுத்தமானவழி அல்லது பாதை) என்ற பாலிமொழி நூலை யாவரும் ஒருமுகமாகப் புகழ்ந்துள்ளனர். ஆதிப் பௌத்த இலக்கியத்தின் அம்சங்கள் ஒவ்வொன்றிலும் ஒரு பகுதி அதிலே அடங்கியிருப்பதாகக் கூறுவதுண்டு. பௌத்தத் திருமுறைகளான திரிபிடகங்கள்,

அவற்றின் வியாக்கியானங்கள் ஆகியவற்றின் சாரம் இது என்று சொல்லலாம். புத்தர் போதித்த புராதன மார்க்கத்தின் சுருக்கத்தை அப்படியே மாறுபாடின்றி இதில் தெளிவாகக் காணலாம். இதை இயற்றியவர் பேராசிரியர் புத்த கோஷர். பேரறிவாளரான இவர் வட இந்தியப் பார்ப்பனர் என்பது மரபு. மகாபண்டிதராக விளங்கிய இவரை, கி.பி. ஐந்தாம் நூற்றாண்டில் புத்தகயையில் பௌத்த சங்கத் தலைவராக விளங்கிய மகாஸ்தவிரர்ரேவதா என்பவர்சங்கத்தில் சேர்த்துத் தரும, விநய நூல்களையெல்லாம் போதித்தார். புத்தகோஷர் இயற்றிய முதல் நூல் 'ஞானோதயம்'. பின்னால் இவருடைய ஞானகுருவின் சொற்படி இவர், இலங்கைக்குச் சென்று, அங்குள்ள திரிபிடகங்களையும், சிங்கள மொழியிலிருந்த அவைகளின் உரைகளையும் பயின்றுவர முற்பட்டார். இலங்கைப் பிக்குகள் இவரது தகுதியையும் புலமையையும் சோதிக்கக் கருதி, இரண்டு பாலிமொழிச் சூத்திரங்களைக் கூறி, அவைகளை விளக்கும்படி கோரினர். இரண்டு சூத்திரங்களை மட்டும் விளக்குவதற்குப் பதிலாகப் புத்தகோஷர்திரிபிடகம் அனைத்தையுமே விளக்கி ஒரே நூலாக எழுதிவிட்டார். அதுவே 'விசுத்தி மார்க்கம்'. புத்தகோஷர் எழுதிக்குவித்த நூல்கள் பலப் பல. தீக-நிகாயம், மஜ்ஜிம-நிகாயம், சம்யுத்த-நிகாயம், அங்குத்தர-நிகாயம் ஆகிய நான்கு நிகாயங்களுக்கும் இவர் விளக்க உரை எழுதியுள்ளார். ஒரு மனிதர் தம் ஆயுளில் இத்தனை நூல்களை எப்படி எழுத முடிந்தது என்று வியப்புறும் படி இவர் தம் எண்ணற்ற நூல்களின் மூலம் பௌத்த தருமத்திற்கு ஈடில்லாத சேவை செய்திருக்கிறார். பிற்காலத்தில் இவர் கம்போடியா நாட்டில் வசித்திருந்து நிருவாணம் பெற்றதாகத் தெரிகிறது. அங்கே 'புத்தகோஷர்விகாரை' என்ற விகாரையும் இருக்கின்றது.

மகாயான நூல்கள்

மகாயானத்திரிபிடகங்கள் சூத்திரம், அபிதருமம், விநயம். மகாயானத் திருமுறைகளிலே 86 நூல்கள் இருந்ததாக 'மகாவியுத் பத்தி' நூல் கூறும்.

மகாயான நூல்கள் வடமொழியிலேயுள்ளவை. அவைகளில் ‘லலிதவிஸ்தரம்,’ ‘சத்தரும புண்டரிகம்,’ ‘இலங்காவதாரம்,’ ‘புத்த சரிதை’ முதலியவை மிகவும் முக்கியமானவையாகக் கொண்டாடப் பெறுகின்றன.

இவற்றுள் ‘லலிதவிஸ்தரம்’ மகாயானத்திற்கு ஆதார நூலாகக் கொள்ளப் பெறுகின்றது. இதில் புத்தர் பெருமானின் வாழ்க்கை வரலாற்றில் பெரும் பகுதி உளது. பாட்டும் வசனமும் கலந்துள்ள இவ்வரலாறு படிக்க இனிமையாயும், பக்திச்சுவை நிறைந்ததாயும் அமைந்துள்ளது. பெருமானைப் பற்றி ஓரளவாவது தெரிந்து கொள்ளத்தக்க ஐந்து வரலாற்று நூல்களுள் இது சிறப்புடையது. இதன்விவரங்களை அநுசரித்துப் பிற்காலத்தில் ஜாவா தீவிலுள்ள போரோ புதூர் பௌத்த ஆலயத்தில் சிலைகளும் சிற்பங்களும் செய்து வைக்கப்பெற்றுள்ளன.

‘சத்தரும புண்டரிகம்’ மகாயான பௌத்தத்தை விளக்கும் ஆதி நூல்களுள் மிக முக்கியமானது. சீன மொழியில் இதற்கு 8 அல்லது 9 மொழி பெயர்ப்புக்கள் இருந்தனவாம்; இப்போது மூன்று மட்டுமே அகப்பட்டிருக்கின்றன. சீனாவிலும், ஜப்பானிலுமுள்ள சில பௌத்த சமயப் பிரிவினர்களுக்கு இதுவே ஆதார கிரந்தமாக அமைந்திருக்கின்றது. தியான மார்க்கத்தைப் பின்பற்றும் ஜென்’ பௌத்தப் பிரிவைச் சேர்ந்த ஆலயங்களில் இது தினந்தோறும் ஓதப்படும். தேரவாத பௌத்தம் சாதாரண அறிவுள்ள பொது மக்களுக்காகப் புத்தரால் உபதேசிக்கப் பெற்றது என்றும், முழு உண்மையும் அதில் விளக்கப்பெறவில்லை என்றும், அதன் மூலம் அடையக்கூடிய நிருவாணம் வெறும் ஓய்வு பெறும் தலந்தான் என்றும், புத்தர்கள் கையாளும் ஸம்யக் - ஸம்போதி மார்க்கத்தின் படி, எல்லாப் பொருள்களையும் சமதிருஷ்டியுடன்சமமாகப் பார்க்கும் முறையில் முடிவான ‘நிர் - விருத்தி’ என்ற சாந்தி கிடைக்குமென்றும் இந்நூலுள் விரிவாக விளக்கப்பெற்றிருக்கின்றது.

அசுவகோஷர் இயற்றிய ‘புத்த சரிதை’ ஓர் அமரகாவியம். கவிஞரும் தத்துவ ஞானியுமான இவ்வாசிரியர், மகாகவி காளி

தாஸனுக்கும் பாஸனுக்கும் வழிகாட்டியாக விளங்கியவர். இவர்காலத்திற்கு 2 அல்லது 3 நூற்றாண்டுகட்கு முன்பே மகாயான பௌத்தம் பரவியிருந்த போதிலும், இவருடைய காவியத்திலே அது விளக்கம் பெற்றது. 'புத்த சரிதை' பல மொழிகளில் பெயர்க்கப் பெற்றுள்ளது. சீன மொழிபெயர்ப்பில் இக்காவியம் 28 படலங்கள் கொண்டுளது; ஆனால் நம் நாட்டிலுள்ள வடமொழி மூல காவியத்தில் 17 படலங்களே அகப்பட்டுள்ளன. அசுவகோஷர் 'சாரீ புத்திரப் பிரகரணம்' போன்ற சில நாடகங்களையும் இயற்றியுள்ளார்.

'இலங்காவதாரம்' விஞ்ஞான வாதத்தை விளக்கும் நூல். மேலே குறித்தவைகளைத்தவிர அவதானங்கள், அலங்காரங்கள், தோத்திரங்கள், காதைகள், மகாத்மியங்கள், தாரணிகள், தந்திரங்கள் முதலிய மகாயானச் சார்பான நூல்கள் பிற்காலத்தில் எண்ணற்ற வையாகப் பெருகிவிட்டன.

நவீன வெளியீடுகளும் ஆராய்ச்சிகளும்

சுமார் ஒரு நூற்றாண்டுக்கு முன்வரை ஐரோப்பிய நாடுகளிலும், அமெரிக்காவிலும் பாலி மொழியிலுள்ள பௌத்த இலக்கியங்களைப் பற்றிய விவரம் எதுவும் தெரியாமலிருந்தது. வடமொழி மூலத்திலிருந்து சீனா, ஜப்பான் நாடுகளில் மொழி பெயர்த்துப் பாதுகாக்கப் பெற்றிருந்த நூற்றுக்கணக்கான நூல் களையும் வெளிநாடுகள் அறியாமலிருந்தன. திபேத்து மொழியிலும், இலங்கைச் சிங்கள மொழியிலும் அமைந்திருந்த பௌத்த வரலாறுகள், சாத்திரங்கள், விளக்க உரைகள் யாவும் புதையல் நிதிகளைப் போல் மறைந்தே கிடந்தன. சென்ற நூற்றாண்டின் இறுதியில்சில ஐரோப்பிய அறிஞர்கள் இந்தக் குறைகளைப் போக்க முன்வந்தனர். ஆடம்பரமில்லாமல், அடக்கமாக அவர்கள் செய்து வந்த அரிய பெரிய தொண்டினால் பௌத்த தரும சம்பந்தமான நூல்கள் பல வெளிவந்தமையால், 2500 ஆண்டுகளுக்குப் பின்னால் புத்தரைப் பற்றியும், அவரது தருமத்தைப் பற்றியும் உலகிலேயே ஒரு புதிய உணர்ச்சியும் எழுச்சியும் தோன்றியுள்ளன. அந்த நூல் களெல்லாம் ஆதியில்

தோன்றிய புனித நாடான இந்தியாவும் அவைகளைப் பற்றித் தெரியாமலே இருந்து வந்தது. ஐரோப்பிய அறிஞர்களின் இடைவிடாத உழைப்பையும், பெருமையையும் கண்ட பிறகு தான் நம் நாடும் பௌத்த தரும இலக்கியங்களிலே நாட்டங் கொண்டு விழித்தெழுந்தது. மற்ற ஆசிய நாடுகளிலும் அறிஞர்கள், இருக்கும் நூல்களின் விவரங்களைச் சேரிக்கவும், ஆராயவும், மொழிபெயர்க்கவும் முன்வந்தனர்.

மேலை நாட்டு அறிஞர்களான ஜெர்மானிய மேதை மாக்ஸ் முல்லர் (Max Muller), பேராசிரியர் வின்ஸெண்ட் பாஸ்போல் (Prof. Vincent Fausboll of Copenhagen), கோஸ்மா டி கோரோஸ் (Cosma de Koros), ஹாட்க்ஸன் (B.H. Hodgson), யூஜன் பர்னோப் (Eugene Burnouf), ஹெர்மான் ஓல்டன் பர்க் (Hermann Oldenberg), கர்னல் ஆல்காட் (Col. H.S. Olcott), பேராசிரியர் எச். கெர்ன் (Prof. H. Kern of Leyden), பேராசிரியர் ரைஸ் டேவிட்ஸ் (Prof. Rhys Davids), அவருடைய மனைவியார் திருமதி ரைஸ் டேவிட்ஸ் (Mrs. C.A.F. Rhys Davids), சால்மெர்ஸ்பிரபு (LordChalmers), வில்லியம் கெய்கர் (William Geiger), வுட்வர்ட் (F.L. Woodward), இ. ஹார்டி (E. Hardy), இ.பி. கோவெல் (E.B. Cowell), ஸாமுவெல் பீல் (Samuel Beal), கே.இ. நியூமன் (K.E. Newmann), மினயேவ் (Minayeff), மாக்ஸ் வால்லெஸ்ஸர் (Max Wallesser), ஸில்வெயின் லெவி (Sylvain Levi), ஷெர்பட்ஸ்கி (Th. Stcherbatsky) முதலியோர் பௌத்த இலக்கியப் பொக்கிஷங்களை உலகுக்குத் தேடி அளித்த பெருமைக்கு உரியவர்கள்.

பாஸ்போல் 'தம்மபத'த்தை லத்தீனில் மொழி பெயர்த்ததோடு, நேபாளத்திலிருந்த வடமொழிப் பௌத்த நூல்களையும் வெளியிட்டு வந்தார் (1821-1841). கோஸ்மாடி கோரோஸ்திபேத்திய மொழி பயின்று, அதிலிருந்த இலக்கியங் களை வெளிக்கொணர்ந்ததோடு, அம்மொழிக்கு ஆங்கில அகராதியும் வெளியிட்டார் (1834). பாலி-ஆங்கில அகராதி ஒன்று 1875ல் ஆர். ஸி. சைல்டர் ஸால் (R.C. Childers) வெளியிடப் பெற்றது. பாலியிலுள்ள மூல நூல்களைப் பரிசோதித்து வெளியிடப்

'பாலி நூல் கழகம்' (Pali Text Society) ஒன்று நிறுவப்பட்டு, திரு. ரைஸ் டேவிட்ஸ் தலைமையில் அரிய வேலைகள் செய்து வந்தது. வேதங்கள் முதலிய வடமொழி நூல்களுக்கு மாக்ஸ் முல்லர் எவ்விதம் தொண்டு செய்தாரோ, அதே போல் பாலி மொழி நூல்களுக்கு ரைஸ் டேவிட்ஸ் செய்துள்ளார். அவர் எழுதிய 'பௌத்தம்', 'பௌத்த இந்தியா' ஆகிய ஆங்கில நூல்கள் மிகவும் பிரசித்தமானவை. அவருடைய மனைவியார் அவருடைய இலக்கியச் சேவையில் பங்கு கொண்டிருந்ததுடன், தாமும் பல நூல்கள், கட்டுரைகளை வெளிட்டு வந்தார். 'தேர காதை', 'தேரி காதை' இரண்டையும் அவர் இனிய செஞ்சொல் நிறைந்த ஆங்கிலத்தில் மொழி பெயர்த்துள்ளார். பர்னோப் சமஸ்கிருத நூல்களை ஆராய்ந்து வெளியிட்டதுடன், 'சுத்த நிபாதம்' போன்ற நூல்களை ஆங்கிலத்திலும் மொழிபெயர்த் துள்ளார். 1877 முதல் 1897 வரை ஆர்வத்தோடு உழைத்துப் புத்த ஜாதகக் கதைகளை அவர் ஆறு பெரிய தொகுதிகளாக வெளியிட்டார்.

ஹெர்மான் ஓல்டன்பர்க் வடமொழியில் மகா விற்பன்னர், வைதிக நூல்களில் அவர் முழுத் தேர்ச்சி பெற்றவர். விநயபிடகம் முழுவதையும் அவர் பதிப்பித்தார். 'பாதி மொக்கம்', 'மகா வக்கம்', 'சுள்ள வக்கம்' ஆகிய நூல்களை, ரைஸ் டேவிட்ஸ் அவர்களுடன் சேர்ந்து, அவர் ஆங்கிலத்தில் எழுதினார். ஜெர்மன் மொழியில் அவர் எழுதிய புத்தர்வரலாறு (The Buddha) 1882ல் ஆங்கிலத்திலும் வெளிவந்தது. 'ஜாதகமாலை', 'சத்தர்ம புண்டரிகம்' என்ற இரண்டு வடமொழி நூல்களையும் பேராசிரியர்கெர்ன் 1891ல் ஆராய்ந்து பதிப்பித்தார். பிரெஞ்சுப் பேராசிரியர் ஸில்வெயின் லெவிசமஸ்கிருதப் பௌத்த நூல்களை வெளியிடுவதில் அளவற்ற சேவை புரிந்தவர். அவர் சீன மொழி, திபேத்திய மொழி ஆகியவற்றிலும் பண்டிதர். பன்மொழிப் பாண்டித்தியம் பெற்றிருந்ததால், பதிப்பு வேலையிலும், மொழிபெயர்ப்பிலும் அவர் வாழ்நாள் முழுவதும் பயன்படுத்தப் பெற்றது. ரஷ்ய ஆசிரியர் சிலரும், ஜெர்மன், பிரெஞ்சு, ஆங்கில

ஆசிரியர்களும், அமெரிக்க ஹார்வர்டு சர்வகலாசாலையைச் சேர்ந்த சில ஆசிரியர்களும் எழுதிய அரிய மொழி பெயர்ப்பு நூல்கள் அமெரிக்காவிலும் மேலை நாடுகளிலும் அதிகமாய்ப் பரவி அறிஞர்களை விழிப்படையச் செய்து விட்டன. அதனால் ஆராய்ச்சிகளும், வரலாறுகளும் ஏராளமாக வெளிவரலாயின. மக்கள் மனங்களும்பௌத்த தருமத்தில் ஈடுபட ஆரம்பித்தன.

ஐரோப்பிய ஆசிரியர்களின்சலியாத உழைப்பையும், வெற்றிகளையும் கண்டுணர்ந்த நம் நாட்டு ஆசிரியர்களும் பௌத்த இலக்கியங்களிலே ஆர்வங்கொண்டு பணியாற்ற முன்வந்தனர். 1892ல் கல்கத்தாவில் 'பௌத்த நூல் கழகம்' (Buddhist Text Society) ஒன்று நிறுவப்பெற்றது. சரத் சந்திரதாஸ், டாக்டர்சதீஷ் சந்திர வித்யாபூஷண், தர்மானந்த கோசாம்பி, பி.எம். பருவா, மகா மகோபாத்யாய ஹர பிரசாத் சாஸ்திரி, மகாமகோபாத்யாய விதுசேகர் சாஸ்திரி, டாக்டர் பி.ஸி.லா, ராகுல் சாங்கிருத்யாயனர் முதலிய பலர் பல பௌத்த நூல்களைப் பதிப்பித்தும், மொழி பெயர்த்தும் வெளியிட்டனர். கல்கத்தாசருவ கலாசாலையும், பூனா பெர்கூஸன் கல்லூரியும் இத்தொண்டில் பங்கு கொண்டன. பம்பாயிலும், பரோடாவிலும் ஆராய்ச்சிகள் அதிகரித்தன. மொத்தத்தில் நாடு முழுவதுமே ஒரு புத்துணர்ச்சி உண்டாகிவிட்டது.

இப்போது இந்திய அரசாங்கமே பௌத்தத் திருமுறைகளையும், பிற நூல்களையும் வெளியிடும் முயற்சியில் ஈடுபட்டுள்ளது. இன்னும் சில ஆண்டுகளில் பல நாடுகளிலும் சிதறிக் கிடக்கும் முக்கியமான பௌத்த நூல்கள் ஏராளமாக வெளிவரக்கூடும்.

அடிக்குறிப்பு

1. இப்பிரிவுகளைச் சேர்ந்தவர்களில் முக்கியமானவர்கள் ஸர்வாஸ்தி வாதிகள், வாத்ஸிபுத்ரியர், தரும குப்திகர், காசியபியர், மகாசங்கிகர், பகுகருதியர், சைத்தியகர்.

   திபேத்து, நேபாளம், சீனம், ஜப்பான் ஆகிய நாடுகளிலும் பல பிரிவினர்கள் இருக்கின்றனர்.

2. சளாயதனம் - ஷடாயதனம்

3. உபவஸதம் - பக்கம் 138-அடிக்குறிப்பைப் பார்க்கவும்: பாலியில் உபோசதம்.

4. பாதி-மொக்கம் பற்றி முன் 135-ஆம் பக்கம் பார்க்கவும்.

இந்நூலை எழுத உதவிய நூல்கள்

மணிமேகலை பதிப்பு	-	டாக்டர் உ.வே. சாமிநாதையர்
சிலப்பதிகாரம் பதிப்பு	-	டாக்டர் உ.வே. சாமிநாதையர்
திருக்குறள்	-	திருவள்ளுவர்
வீர சோழியம் பதிப்பு	-	ராவ்சாகிப் தாமோதரம் பிள்ளை
நீலகேசி	-	A.சக்கரவர்த்தி நயினார் பதிப்பு
இலக்கிய உதயம் (பகுதி II) பி.எல்.	-	எஸ். வையாபுரிப் பிள்ளை , பி.ஏ.,
ஆசிய ஜோதி	-	கவிமணிதேசிகவிநாயகம் பிள்ளை
புத்த சரித்திரம்,	-	டாக்டர் உ.வே. சாமிநாதையர்
பௌத்த தருமம், பௌத்த சங்கம்		
தமிழ் நூல்களில் பௌத்தம்	-	திரு. வி. கல்யாணசுந்தரர்
பௌத்தமும் தமிழும்	-	மயிலை சீனி. வேங்கடசாமி
புத்த தருமச் சுருக்கம்	-	பிக்கு நாரத
போதி மாதவன்	-	ப. ராமஸ்வாமி
புத்த ஞாயிறு	-	ப. ராமஸ்வாமி

ப.ராமஸ்வாமி

புத்தர் போதனைகள்	-	ப. ராமஸ்வாமி
தம்மபதம் அல்லது அறவழி	-	ம.ரா. அப்பாதுரை வெளியீடு
தம்மபதம்	-	பிக்கு ஸோமானந்த
தம்மபதம்	-	ப. ராமஸ்வாமி

❖❖❖❖

BIBLIOGRAPHY

The Buddha	-	Charita of Aswagosha - E.B. Cowel
The Light of Asia	-	Sir Edwin Arnold
The Life of Buddha	-	A. Ferdinand Herold
The Life of Buddha (from the Tibetan)	-	W.W. Rockhill
The Life of Legend of Gaudama (from the Burmese)	-	R. Rev. Bigandet
The Life of Buddha in Legend & History	-	E.J. Thomas, M.A., D.Litt.
Gotama The Buddha	-	Ananda K. Coomaraswamy & I.B. Horner
I, The Buddha	-	J. Vijayatunga
Buddhism	-	Christmas Humphreys
DO	-	T.W. Rhys Davids
Do	-	Mrs. Rhys Davids
Do	-	Pandit Sheo Narain
Buddhist Bible	-	Dwight Goddard
Buddhism in Translations	-	Henry Clarke Warren
Buddhist India	-	T.W. Rhys Davids

Buddhist Popular Lectures	- Dr. Annie Besant
Chinese Buddhism	- Rev. Joseph Edkins, D.D.
The Essence of Buddhism	- Prof. P. Lakshmi Narasu
A Buddhist Catechism	- Col. H.S. Olcott
A Manual of Buddhism	- R. Spence Hardy
Message of Buddhism	- Bhikkhu Subadra
Buddha & The Gospel of Buddism	- Ananda K. Coomaraswamy
The Gospel of Buddha	- Paul Carus
The Basic Conception of Buddhism	- Vidhushekara Battacharya
Some Sayings of the Buddha	- F.L. Woodward
A Comparative Study of Jainism & Buddhism	- B.S. Prasadji
The Pilgrimage of Buddhism	- J.B. Pratt
A Study of Caste	- Prof. P. Lakshmi Narasu
Dhammapada	- F. Max Muller
Do	- Dr. S. Radhakrishnan
The Chinese Dhammapada	- Samuel Beal
Mahavamsa	- William Geiger
Discovery of India	- Pandit Jawaharlal Nehru
Glimpses of World History	- Pandit Jawaharlal Nehru
A Short History of the World	- H.G. Wells

Asoka: The Buddhist Emperor of India	- Vincent Smith
Sacred Books of the Buddhists Series	-
Sacred Books of the East Series	-

✦✦✦

புத்தரின் தியான நிலை